பதிப்புரை

மனித வாழ்வின் உயர்வுக்காக, யோகிகளும் ஞானிகளும் சித்தர்களும் தொன்றுதொட்டே முயன்று வந்துள்ளனர். அகத்தேடலின் வாயிலாகவே புறவுலகிலி ருக்கும் பல்வேறு சூட்சுமங்களையும் கண்டுணர்ந்தனர். மனிதர்களின் உளப் பக்குவத்திற்கேற்ப அவரவருக்கான வழிகாட்டுதல்களை அமைத்துக் கொடுத்தனர்.

பிறவிச் சூழலிலிருந்து விடுபட்டு, பிறாவாப் பேரின்ப நிலையை அடைவதே ஒரு உயிரின் தலையாய நோக்கம்-. இறுதி நோக்கம் என்பதை உணர்த்தினர். அதேவேளையில், எல்லாருமே கடும் விரதம் இருக்க வேண்டும்; காட்டில் சென்று தவம் செய்ய வேண்டும்; பிரம்மச்சரியம் காக்க வேண்டும் என்று அவர்கள் வலியுறுத்திவில்லை. அவரவர் செயல்களை கொஞ்சம் கொஞ்சமாகப் பக்குவப்படுத்தக் கொண்டு- இல்லறக் கடமைகளைச் செய்தபடியும் உயர்நிலை நோக்கிப்

பயணப்படலாம் என்றே கூறியுள்ளனர். ஞான வழி, பக்தி வழி, கர்ம வழி, யோக வழி என்று அவரவர் தங்களுக்கேற்ற நெறிகளைத் தேர்ந்தெடுத்துகொள்ளலாம்.

மேற்சொன்ன வழிகளெல்லாமே இறைவனை நோக்கி தம்மை இட்டுச்செல்லும் வழிகள்தான் என்றாலும், அந்த வழிகளில் அவரவருக்குரிய ஆரோக்கியத்தைப் பொறுத்தே இலக்கை அடைவது சாத்தியப்படும். அதுவரை பிறவிகள் எடுப்பதைத் தடுக்க முடியாது. அவ்வாறானால் இதற்கு வேறு மார்க்கமே இல்லையா என்ற தேடலின் விளைவாக அரும்பியதே தந்திர யோகம். பல பிறவிகளின் முயற்சியை சில பிறவிகளே என்னும் அளவில் இது குறைத்துவிடுகிறது. ஒரு பிறவியிலேயே ஈடேறிவிடும் சாத்தியமும் இதிலுண்டு.

தந்திர யோகம் என்பது உயர்ந்த மெய்ஞ்ஞான வழி. பலநூறு ஆண்டுகளுக்கு முன்னரே நமது சித்தர்களால் உருவாக்கப்பட்டது. ஆன்மிக முன்னேற்றம் மட்டுமின்றி, இல்லற வாழ்விலும் மாபெரும் வெற்றியைத் தருவது இந்த யோகம். ரகசியமாகப் பாதுகாக்கப்பட்டு, ஒரு சிலருக்கே சொல்லப்பட்டு வந்த இந்தக் கலையை, அனைவரும் பயன்பெறும் வண்ணம் சிறப்பாகத் தொகுத்தளித்திருக்கிறார் டாக்டர் ஜாண் பி. நாயகம்.

உங்கள் புத்தக பொக்கிஷத்தில் நிச்சயம் இடம்பெற வேண்டிய நூல் இது!

–பதிப்பகத்தார்

'தந்திர யோகம்

1

'தந்திர யோகம் என்பது உலகிலுள்ள அனைத்து ஆண்களுக்கும் பெண்களுக்கும் உரியது. வருண பேதங்கள் இன்றி, அனைத்து சாதியினருக்கும் சொந்தமானது.'

கி.பி. 4-ஆம் நூற்றாண்டில் எழுதப்பட்ட 'கௌதமிகா தந்திரம்' என்ற நூலில் காணப்படும் ஒரு சூத்திரம் இது!

இந்த நூல் எழுதப்பட்ட காலத்தில் இந்தியாவில் 'சாதி' எனும் நோய் பலமாக வேரூன்றி வளர்ந்திருந்தது. சாத்திரங்களும் வேதங்களும் மேல்சாதியினருக்கு மட்டுமே சொந்தமானது என கூறி வந்த ஒரு காலகட்டம் அது!

தாழ்ந்த வர்ணத்தினர் வேதங்களையோ சாத்திரங்களையோ கற்கக் கூடாது என்பது மட்டுமின்றி,

மேல்சாதியினர் அவற்றை ஓதும்போது எதேச்சையாக கீழ்சாதிக்காரன் அதைக் கேட்க நேரிட்டாலும் அவனுக்கு தண்டனை உண்டு.

இந்த மகாபாதகச் செயலுக்கு மனுநீதி தர்மம் கூறும் தண்டனை என்ன தெரியுமா? பழுக்கக் காய்ச்சி உருக்கிய ஈயத்தை அந்த கீழ்சாதிக்காரனின் காதுகளில் விட வேண்டும்!

பெண்களுக்கும் கல்வி உரிமை மறுக்கப்பட்ட காலம் அது! பெண் என்பவள் ஆணுக்குப் பணிவிடை செய்ய படைக்கப்பட்ட அடிமை என்றே 'மனுநீதி' சித்தரிக்கிறது.

இத்தகைய ஒரு காலகட்டத்தில்தான் கௌதமிகா தந்திர நூலில் 'தந்திர யோகம் ஆண்- பெண் இருவருக்கும் பொதுவானது; அனைத்து சாதியினருக்கும் சொந்தமானது' என்ற கருத்து எழுதப்பட்டுள்ளது.

'மதம்' என்ற பெயரால் சமுதாயத்தை சீரழித்துக் கொண்டிருந்தவர் களுக்கு எதிராக- மதத்தின் பெயரால் மனிதர்களைப் பிளவுபடுத்தி சுயலாபம் தேடிக்கொண்டிருந்த ஒரு கூட்டத்திற்கு எதிராக தோன்றிய ஒரு புதிய மார்க்கமே தந்திர யோக மார்க்கமாகும்.

தந்திர யோகம் என்ற இந்தப் புரட்சி மார்க்கத்தில் ஆண்- பெண் என்ற பேதங்களோ, உயர்சாதி- கீழ்சாதி என்ற பாகுபாடுகளோ கிடையாது. உலக மக்கள் அனைவருக்கும் ஆன்மிகப் பாதையைக் காட்ட வந்த மார்க்கமே தந்திர மார்க்கம்!

தந்திர யோக மார்க்கம் ஆன்மிகத்தை விஞ்ஞானப்பூர்வமாக அலசி ஆராய்ந்தது. மெய்ஞ்ஞானத்தை அடையும் வழியை அனை வருக்கும் போதித்தது.

மதத்தின் பெயரால் ஏற்படுத்தப்பட்ட சட்ட- திட்டங்களை தந்திரயோகம் புறக்கணித்தது. வருணாசிரம தர்மம், மனுநீதி போன்ற அநீதிகளை எதிர்த்தது. கடவுளின் பெயரால் உருவாக்கப்பட்ட மூட நம்பிக்கை களை உடைத்தெறிந்தது.

நமது சித்தர்களின் வாழ்க்கை வரலாறுகளையும், அவர்களது பாடல்களில் உள்ள கருத்துகளையும் ஊன்றி கவனித்தால், அவை அனைத்துமே தந்திர யோக மார்க்க கருத்துகளே என்பதை உணர முடியும்.

தந்திர யோக மார்க்கமே சித்தர்களின் மார்க்கமாகும். தந்திர யோகத்தின் வழியாக மெய்ஞ்ஞானத்தை உணர்ந்த ஞானிகளே சித்தர்கள். தந்திர யோகப் பயிற்சிகளின் மூலம் மாயையின் கட்டுகளிலிருந்து விடுபட்டு, சித்தம் தெளிந்தவனே சித்தன்!

திருமந்திரத்தில் திருமூலர் விளக்கும் 'வாசி யோகம்' முழுக்க முழுக்க ஒரு தந்திர யோக வழிமுறையாகும். பிற சித்தர்களின் நூல்களை அலசிப் பார்த்தால் அவையனைத்தும் தந்திர யோக மார்க்கத்தின் கருத்துகளையே கூறுகின்றன என்பதைப் புரிந்துகொள்ள முடியும்.

தந்திர யோகம் ஒரு வாழ்க்கை விஞ்ஞானம். ஆனால் இன்று தந்திர யோகம் என்றாலே மக்கள் மனதில் ஒருவித பயமும் குழப்பமுமே நிறைந்திருக்கிறது.

சுடுகாட்டில் சென்று பூஜை செய்வது, குட்டிச் சாத்தான் வழிபாடு, நரபலி என பல திகிலூட்டும் கற்பனைகளே தந்திர யோகம் குறித்து மக்கள் மனதில் நிலவி வருகிறது.

● டாக்டர் ஜாண் பி.நாயகம் ●

எனது தந்திர யோக ஆராய்ச்சிகளுக்கு உறுதுணையாக இருந்த சில முக்கியமான நூல்களை உங்களுக்கு அறிமுகம் செய்ய விரும்புகிறேன். தந்திர யோகம் குறித்து விரிவான ஆய்வுகளில் இறங்க விருப்பம் உள்ளவர்கள் இந்த நூல்களைத் தேடிக் கண்டுபிடித்து வாங்கிப் படியுங்கள். அதற்கு முன்னால் ஏற்கெனவே நான் எழுதியுள்ள (இதுவரையில் 39 புத்தகங்கள் எழுதியுள்ளேன்) சில நூல்களைப் படித்தால் தந்திர யோகம் குறித்த அடிப்படை உண்மைகளைப் புரிந்துகொள்ள முடியும்.

நான் எழுதியுள்ள நூல்களில் சில:

- *சக்தியைப் பெருக்கும் சக்கராக்கள்*
- *வாழ்க்கையை வளமாக்கும் வண்ணங்கள்*
- *முதுமைக்கு முற்றுப்புள்ளி வைக்கும் முத்திரைகள்*
- *நோய் தீர்க்கும் முத்திரைகள்*
- *முத்திரைகள்- சந்தேகங்களும், விளக்கங்களும்*
- *எல்லா நோய்களையும் விரட்டும் பத்து முத்திரைகள்*
- *பஞ்ச பூத முத்திரைப் பயிற்சி*

இந்த நூல்கள் அனைத்துமே நக்கீரன் குழும வெளியீடுகளாகும். ஆர்வம் உள்ளவர்கள் நக்கீரன் அலுவலகத்திற்குச் சென்று வாங்கிக் கொள்ளலாம். வெளி ஊர்களில் வசிப்பவர்கள் கூரியரில் புத்தகங்களைப் பெற விரும்பினால் கீழ்க்கண்ட தொலைபேசி எண்ணில் தொடர்பு கொள்ளவும்: 044-43993029

மேலைநாட்டினருக்கும் தற்போது தந்திர யோகம் குறித்து ஆர்வம் அதிகரித்து வருகிறது. இந்திய தந்திர யோகம் முழுக்க முழுக்க பாலுணர்வை அடிப்படையாகக் கொண்டது என்றே அவர்கள் நினைக்கிறார்கள். உடலுறவின் மூலம் முக்தி நிலையை அடைய வழிகாட்டுவதே தந்திர யோகம் என்ற தவறான கருத்து மேலை நாடுகளில் விதைக்கப்பட்டுவிட்டது.

இவை அனைத்துமே மிகமிகத் தவறான கருத்துகளாகும் பழமையான தந்திர யோக நூல்களில் கூறப்பட்டுள்ளவற்றை அரை குறையாகப் பார்த்துவிட்டு, அல்லது அவற்றை தவறாகப் புரிந்து

ஆராய்ச்சிக்குத் துணையாகும் நூல்கள்

நான்கு வேதங்கள்
- ரிக் வேதம்
- யஜுர் வேதம்
- சாம வேதம்
- அதர்வண வேதம்

உபநிடதங்கள்- குறிப்பாக
- ஈச உபநிடதம்
- கட உபநிடதம்
- தைத்திரிய உபநிடதம்
- மகாநாராயண உபநிடதம்
- கேன உபநிடதம்
- சாந்தோக்கிய உபநிடதம்
- பிரச்ன உபநிடதம்
- ஐதேரம் உபநிடதம்
- முண்டக உபநிடதம்
- மாண்டூக்ய உபநிடதம்
- பிரம்ம பிந்து உபநிடதம்

கொண்டு தந்திர யோகத்தைப் பரப்பக் கிளம்பியவர்களின் திருவிளையாடல்களே இவற்றுக்குக் காரணமாக உள்ளன.

'தந்திர யோக மார்க்கம்' என்பது மெய்ஞ்ஞானத்தின் (மெய்ஞ் ஞானம் என்றால் என்ன என்பதை பின்னர் விரிவாகக் காணலாம்) அடிப்படையில் உருவாக்கப்பட்ட ஒரு அற்புதமான வாழ்க்கை விஞ்ஞானம்! ஒரு மனிதனின் வாழ்க்கைக்குத் தேவையான அனைத் தையுமே தந்திர யோகம் கற்றுத் தருகிறது.

- நோய்கள் வராமல் தடுத்துக் கொள்ளுதல்.

● டாக்டர் ஜாண் பி.நாயகம் ●

- ஏற்கெனவே இருக்கும் நோய்களை சரி செய்யும் வழிமுறைகள்.
- வெற்றிகரமான- வளமான வாழ்க்கைக்கான தந்திர யோக வழிமுறைகள்.
- மனதைப் பண்படுத்தும் விதம்.
- மன அமைதி.

● தந்திரயோகம் ●

♦ ஆன்மிக வளர்ச்சி.

♦ மெய்ஞ்ஞானத்தை அடையும் வழி.

♦ இறுதியாக முக்தி நிலை எனும் வீடு பேற்றினை- இனி பிறவி இல்லாத நிலையை அடைவது எப்படி?

என அனைத்தையுமே தந்திர யோகம் மிகமிக எளிமையாகக் கற்றுத் தருகிறது.

ஒரு மனிதனை படிப்படியாகத் தயார் செய்து பக்குவப்படுத்தி, ஆன்மிகப் பாதையில் அவனை கைப்பிடித்து அழைத்துச் சென்று, மெய்ஞ்ஞானத்தையும், முக்தி நிலையையும் அடையச் செய்யும் ஒரு விஞ்ஞானமே தந்திர யோகமாகும்.

இந்தத் தொடரில் தந்திர யோகம் கூறும் பல மெய்ஞ்ஞான உண்மைகளையும் ரகசியங்களையும் உங்களுடன் பகிர்ந்து கொள்ளப் போகிறேன்.

தந்திர யோகம் குறித்த பல குழப்பங்கள் நீங்கவும், சந்தேகங்கள் மறையவும் இந்தக் கட்டுரைத் தொடர் வழி செய்யும்.

தந்திர யோக உண்மைகள் மிகமிக ரகசியமாகப் பாதுகாக்கப்பட வேண்டியவை என்ற கருத்து பரவலாக உள்ளது. ஆனால் இந்த கருத்தில் எனக்கு உடன்பாடு கிடையாது. இப்படி ரகசியம், ரகசியம் என்று பல்லாயிரம் ஆண்டுகள் பாதுகாத்து வைத்ததன் விளைவு என்ன? நம் முன்னோர்கள் நமக்கு விட்டுச் சென்ற பல மெய்ஞ்ஞான உண்மைகளை இழந்து நிற்கிறோம்.

தந்திர யோகம் என்பது உலக மக்கள் அனைவருக்கும் சொந்தமானது என்பதை நமது தந்திர யோக நூல்களே கூறுகின்றன. அப்படியிருக்க, இந்த அரிய கலையை மூடிமூடி வைக்க வேண்டிய அவசியம் என்ன?

தந்திர யோகம் ஒரு வாழ்க்கை விஞ்ஞானம். விஞ்ஞானத்தில் ஒளிவு- மறைவுகள் கிடையாது. ரகசியங்களுக்கும் இடமில்லை.

தந்திர யோகம் குறித்த சரியான தகவல்கள் மக்களைச் சென்றடைய வேண்டும் என்ற ஒரே நோக்கத்துடன்தான் இந்தக் கட்டுரைத் தொடரை எழுதுகிறேன்.

● டாக்டர் ஜாண் பி.நாயகம் ●

12

1984-ஆம் ஆண்டு முதல் நான் தந்திர யோகம் குறித்த தீவிரமான ஆராய்ச்சிகளில் ஈடுபட்டு வருகிறேன். பல குருக்களிடம் தந்திர யோகத்தைக் கற்றுக்கொண்டேன். அவர்கள் அனைவருக்கும் எனது நெஞ்சார்ந்த நன்றிகளும், சிரம் தாழ்ந்த வணக்கங்களும் உரித்தாகட்டும்.

தந்திர யோகம் குறித்து நான் எழுத இருக்கும் உண்மைகளும் ரகசியங்களும் பல நூறு ஆண்டுகளுக்கு முன்னரே நமது ரிஷிகளாலும் ஞானிகளாலும் எழுதி வைக்கப் பட்டுள்ளவைதான்.

ஆனால் இவை அனைத்துமே பரிபாஷையில் (மறைமுகமாகவே) பெரும்பாலும் கூறப் பட்டுள்ளன. நமது சித்தர்கள் பாடல்கள் உட்பட, தந்திர யோகம் குறித்துப் பேசும் பல நூல்களிலும் பல உயர்நிலை உண்மைகளை சங்கேத வார்த்தைகளாலேயே குறிப்பிடுவார்கள்.

மேலோட்டமாகப் படிக்கும்போது ஏதோ ஒரு சாதாரண பாடல் அல்லது சூத்திரம் என்றே தோன்றும். தந்திர யோகத்தில் தேர்ச்சி பெற்ற ஒரு குருவின் உதவியோடு கற்கும் போதுதான் அந்த வரிகளின் உண்மையான பொருள் புரியும். தந்திர யோகம் எனும் அற்புத உலகத்தின் கதவுகள் திறக்கும் சூட்சும முடிச்சுகள் அவிழும்.

கற்றுக்கொண்டவற்றை மனதில் இருத்தி, ஆழ்நிலை தியானத்தில் அமர்ந்து சிந்திக்கும் போதுதான் ஞானத்தின் நிழல் நம்மேல் படரத் துவங்கும். இந்த ஞானப் பயணத்திற்குத் தயாராகுங்கள்.

யுக சாத்திரங்கள்

2

புழு பூச்சிகளும், தாவரங்களும், விலங்குகளும்கூட பிறக்கின்றன; வாழ்கின்றன; ஒருநாள் மடிந்தும் போகின்றன. மனித வாழ்க்கையும் இது போன்றே பிறந்தோம்- வாழ்ந்தோம்- மடிந்தோம் என்று இருந்தால் பிற உயிரினங்களுக்கும் மனிதர்களுக்கும் எந்தவித வித்தியாசமும் இல்லாமல் போகும்.

மனிதப் பிறவிக்கு என்று ஒரு நோக்கம் உள்ளது. 'இனியொரு பிறவி இல்லாத முக்தி நிலையை அடைவதே பிறவியின் நோக்கம்' என நமது சாத்திரங்கள் சுட்டிக் காட்டுகின்றன.

'முக்தி' என்ற சொல்லுக்கு பலவிதமான விளக்கங்கள் கூறப்படுகின்றன.

✴ மரணமில்லா பெருவாழ்வு.

● டாக்டர் ஜாண் பி.நாயகம் ●

✷ பிறவி ஒழிந்த நிலை.

✷ தன்னையறியும் ஞான நிலை. (ஆன்ம அனுபூதி).

✷ தன்னுள் இருக்கும் இறைவனை உணர்ந்து அவனோடு ஒன்றிய ஆனந்த நிலை. (இறையனுபூதி).

இந்த விளக்கங்கள் அனைத்தும் ஏற்புடையவையே. வெவ்வேறு கருத்துகளாகத் தோன்றினாலும், இவை அனைத்துமே ஒன்றோடு ஒன்று தொடர்புடையவை; பின்னிப் பிணைந்தவை.

ஒரு மனிதன் தனது முயற்சிகளால் ஆன்ம அனுபூதி எனும் ஞானநிலையை அடைந்தால்தான் அதன் அடுத்த கட்டமாக இறை யனுபூதி என்ற நிலையை அடைய முடியும்.

தன்னுள்ளே உறைந்து நிற்கும் இறைவனை உணர்ந்து, அனுபவித்து, அந்த இறையோடு ஒன்றிய பரமானந்த நிலையை ஒருவன் பெறும்போதுதான் மரணம் இல்லாத பெருவாழ்வும், பிறவிகள் அறுந்த முக்தி நிலையும் கைகூடும்.

தந்திரயோகம் குறித்து மிக விரிவான ஆராய்ச்சிகளைச் செய்ய விரும்புகிறவர்கள் கற்க வேண்டிய நூல்களின் பட்டியல் தொடர்ச்சி...

இதிகாசங்கள்

* இராமாயணம்.
* மகாபாரதம்- குறிப்பாக பகவத் கீதை.

புராணங்கள்

* தேவி புராணம்.
* தேவி பாகவதம்.
* ஸ்ரீமத் பாகவதம்.
* விஷ்ணு புராணம்.
* நாரத புராணம்.
* மார்க்கண்டேய புராணம்.
* பத்ம புராணம்.
* பிரம்ம வைவார்த்த புராணம்.
* கருட புராணம்.

குறிப்பு:

நமது இதிகாசங்களும் புராணங்களும் கதைகளின் மூலமாக நீதியைப் போதிக்கும் நீதி நூல்களாகவே பெரும்பான்மை மக்களால் கருதப்படுகின்றன. ஆனால் இந்த நூல்கள் ஞானக் களஞ்சியங்கள். 'மெய்ஞ்ஞானம்' குறித்த பல உண்மைகள் இந்த நூல்களில் பொதிந்து கிடக்கின்றன. மேலோட்டமாகப் படிக்கும்போது அவை பிடிபடாது. தியான நிலையில் ஊன்றிப் படித்தால் மட்டுமே அவற்றில் புதைந்து கிடக்கும் ஞானம் எனும் வைரக் கற்களைக் கண்டுபிடிக்க முடியும்.

இந்த முக்தி நிலையை அடைய நமது முன்னோர்கள் பலவிதமான வழிமுறைகளைக் கண்டுபிடித்தனர். அவற்றுள் முக்கியமானவை என

* ஞான மார்க்கம்
* பக்தி மார்க்கம்
* கர்ம மார்க்கம்

● டாக்டர் ஜான் பி.நாயகம் ●

* யோக மார்க்கம்
* தந்திர யோக மார்க்கம்

ஆகிய ஐந்து மார்க்கங்களைக் குறிப்பிடலாம்.

ஞான மார்க்கம்

அறிவு, புத்தி, சித்தம் ஆகியவற்றின் துணைகொண்டு முக்தி நிலையைத் தேடுவதே ஞானமார்க்கமாகும்.

ஞான மார்க்கத்தில் செல்பவர்கள் வேதங்கள், சாத்திரங்கள், புராணங்கள், ஆகமங்கள், உபநிடதங்கள் ஆகிய அனைத்தையும் கற்று, அவற்றால் உருவாகும் ஞானத்தால் மனம் பண்பட்டு, இறுதியாக ஞானநிலை, ஆன்ம அனுபூதி, இறையனுபூதி, முக்தி என படிப்படியாகத் தங்கள் இலக்கை அடைய முடியும்.

இது மிகவும் கடினமான ஒரு மார்க்கமாகும். இந்த வழியில் முக்தி நிலையை அடைய பல பிறவிகள் தேவைப்படும். ஒவ்வொரு பிறவியிலும் படிப்படியாக ஞான நிலையில் உயர்ந்து கடைசியாக ஒரு பிறவியில் மெய்ஞ்ஞான நிலையை அடைந்து முக்தி பெற முடியும்.

பக்தி மார்க்கம்

'அனைத்தும் அவன் செயல்- அவனே கதி' என்ற அசைக்க முடியாத பக்தியோடு இறைவனின் பாதாரவிந்தங்களே கதி எனக் கிடந்து இறையனுபூதி பெற்று, முக்தி நிலையை அடைவதே பக்தி மார்க்கமாகும்.

இதுவும் கடினமான ஒரு வழியாகும். பல பிறவிகள் எடுத்து, தீவிரமான தவம், தியானம் ஆகியவற்றை மேற்கொண்டு இறுதியில் முக்தியை அடையலாம்.

ஆழ்வார்கள், நாயன்மார்கள், பக்த மீரா, ஆண்டாள் போன்றோர் பக்தி மார்க்கத்தின் வழியாகவே முக்தி நிலையை அடைந்தனர். தன் கண்ணையே பறித்து இறைவனுக்குச் சார்த்திய கண்ணப்ப நாயனார் இந்த மார்க்கத்திற்கு ஒரு சிறந்த எடுத்துக்காட்டு. அத்தகைய ஆழமான பக்தி இருந்தால் மட்டுமே இந்த மார்க்கத்தில் முக்தி கைகூடும்.

வெறும் பூஜைகள், பஜனைகள், வழிபாடுகள் மட்டுமே 'பக்தி' என்று எண்ணிக் கொண்டிருப்பவர்கள் பக்தி மார்க்கத்தில் எக்காலத்திலும் முக்தி நிலையை அடைய முடியாது.

கர்ம மார்க்கம்

கர்ம மார்க்கத்திற்கு விசேஷமான பயிற்சிகள் எதுவும் தேவையில்லை. ஒவ்வொரு பிறவியிலும் தனக்கு விதிக்கப்பட்ட கடமைகளையும், பொறுப்புகளையும் (கர்மாக்கள்) குறைவற-முழுமையாகச் செய்து வரும் ஒரு ஆன்மா, படிப்படியாகப் பண்பட்டு உயர்நிலைகளை அடையும்.

'கடமையைச் செய்; பலனை எதிர்பாராதே' என்ற பகவத் கீதையின் அறிவுரை கர்ம மார்க்கத்தில் ஈடுபட்டுள்ள சாதாரண மனிதர்களுக்காகக் கூறப்பட்டதாகும்.

உலக மக்களில் பெரும்பான்மை யானோர் தங்கள் கடமைகளை சரிவரச் செய்து வருகிறார்கள். ஆனால் அந்த செயல்களுக் குப் பின்னே ஏதாவது ஒரு எதிர்பார்ப்பு இருந்து கொண்டேயிருக் கிறது!

பலனை எதிர்பாராமல் கடமைகளைச் செய்ய மனம் பக்குவப்பட வேண்டும். இது எளிதில் கைகூடுவதில்லை. பலநூறு பிறவிகள் எடுத்து படிப்படியாக மனம் பண்பட்டு, பக்குவப்பட்டு, பலனை எதிர்பாராமல் கடமைகளைச் செய்யும் மனநிலை கைகூடும்போதுதான் மாயையின் கட்டுகளிலிருந்து விடுதலை பெற முடியும். முக்தி நிலையை அடைய முடியும்.

யோக மார்க்கம்

யோக மார்க்கத்தில் சில பிறவிகளிலேயே முக்தி நிலையை அடைந்துவிட முடியும். அஷ்டாங்க யோகத்தில் (எட்டு விதமான பயிற்சிகள்) தீவிரமாக ஈடுபடும் ஒருவரால் நான்கு அல்லது ஐந்து பிறவிகளில் முக்தி நிலையை அடைந்துவிட முடியும்.

ஆனால் இடைவிடாத- தீவிரமான பயிற்சிகள் அவசியம். யோகத்தின் உச்ச நிலையில் ஞானம் பிறக்கும். ஆன்ம அனுபூதி, இறையனுபூதி, முக்தி அனைத்தும் சாத்தியமாகும்.

● டாக்டர் ஜான் பி. நாயகம் ●

தந்திர மார்க்கம்

'தந்திரம்' என்றாலே 'கடினமான ஒரு செயலை மதிநுட்பத்துடன் எளிமையாக -விரைவாகச் செய்து முடிக்கும் வழி' என்பதுதான் பொருள்.

பிற மார்க்கங்களில் முக்தி நிலையை அடைய பல பிறவிகள் தேவை. இந்த ஒரு பிறவியிலேயே முக்தி நிலையை அடைந்துவிட எளிமையான வழியாக அமைக்கப்பட்டதே தந்திர மார்க்கமாகும்.

புறத்தேடலில் உழன்று கொண்டிருக்கும் மனிதனை அகத்தேடலுக்குத் திருப்பிவிடும் மார்க்கமே தந்திர மார்க்கம்! மிக எளிய வழிமுறைகளின் மூலம் மிகக் குறுகிய காலத்தில் முக்தி நிலையை அடைய வழிகாட்டுவதே தந்திர யோகம்.

இத்தனை வழிமுறைகளில் நமக்கு ஏற்ற வழி எது என்ற குழப்பமும் கேள்வியும் எழுகின்றதல்லவா? இதற்கு விடை காண 'யுக சாத்திரங்கள்' குறித்து தெரிந்து கொள்வது அவசியம்.

யுக சாத்திரங்கள்

நமது முன்னோர்கள் 'காலம்' என்பதை நான்கு பெரும் யுகங்களாகப் பிரித்து வைத்துள்ளனர். பிரபஞ்சம் தோன்றியதிலிருந்து, அது அழியும் வரையுள்ள காலமே இந்த நான்கு யுகங்கள்.

1. கிருத (சத்திய) யுகம்.
2. திரேதா யுகம்.
3. துவாபர யுகம்.
4. கலியுகம்.

ஒவ்வொரு யுகத்திலும் மனிதர்கள் முக்தி நிலையை அடைய தனித்தனி வழிமுறைகளை நமது சாத்திரங்கள் பரிந்துரைக்கின்றன. ஒரு யுகத்தில் பின்பற்ற வேண்டிய வழிமுறையையே அந்த யுகத்திற்கான சாத்திரம் (யுக சாத்திரம்) என்கிறோம். நமது சாத்திரங்களின்படி:-

✷ கிருத யுகத்திற்கு விதிக்கப்பட்ட வழிமுறை ஞான மார்க்கமாகும்.

✷ திரேதா யுகத்திற்கான வழிமுறை பக்தி மார்க்கம்.

✷ துவாபர யுகத்தில் பின்பற்ற வேண்டிய வழிமுறைகள் கர்ம மார்க்கமும் யோக மார்க்கமுமாகும்.

* கலியுகத்திற்கு தந்திர மார்க்கம்!

நாம் வாழ்ந்து கொண்டிருக்கும் யுகமே கலியுகம். இந்த யுகத்தில் வாழும் மனிதர்களுக்கு விதிக்கப்பட்ட யுக சாத்திரம்- தந்திர மார்க்கமே!

'குலார்ணவ தந்திரம்' என்ற தந்திர யோக நூலில்-

கிருத யுகத்திற்கான சாத்திரம் ஸ்ருதி;

திரேதா யுகத்திற்கான சாத்திரம் ஸ்மிருதி;

துபாவர யுகத்திற்கான சாத்திரம் புராணம்;

கலியுகத்திற்கான சாத்திரம் தந்திரம் என்று கூறப்பட்டுள்ளது.

நமது முன்னோர்கள் எதற்காக ஒவ்வொரு யுகத்திற்கும் வெவ்வேறு சாத்திரங்களைப் பரிந்துரைத்துள்ளனர்? நிச்சயமாக ஏதாவது காரணம் இருக்க வேண்டுமல்லவா?

யுகங்களும் மனித ஆயுளும்

நமது இதிகாசங்கள், புராணங்கள், மற்றும் விவிலியம் ஆகியவற்றை ஊன்றிப் படிக்கும்போது ஒரு வியப்பான உண்மை தெரிய வருகிறது.

உலகம் தோன்றிய ஆரம்ப காலத்தில், மனிதர்கள் மிக நீண்ட ஆயுள் கொண்டவர்களாக இருந்திருக்கின்றனர். காலம் செல்லச் செல்ல மனிதனின் ஆயுள் படிப்படியாகக் குறைந்து கொண்டே வந்திருக்கிறது.

ஒவ்வொரு யுகத்திலும் மனிதனின் சராசரி ஆயுட்காலம் எவ்வளவு என்பதைப் பொறுத்தே அந்த யுகத்திற்கான சாத்திரம் தீர்மானிக்கப் பட்டுள்ளது.

கிருத யுகத்தில் மனிதர்களின் சராசரி ஆயுள் என்பது 1,000 ஆண்டுகளாக இருந்திருக்கிறது. ஞான மார்க்கத்தில் தீவிரமாக ஈடுபடும் ஒருவர் மெய்ஞ்ஞானத்தை உணர்ந்து முக்தி நிலையை அடைய இந்த 1,000 ஆண்டுகள் போதுமானதாக இருந்தது. என வேதான் கிருத யுகத்திற்கான யுக சாத்திரமாக ஞான மார்க்கம் பரிந்துரைக்கப்பட்டது.

திரேதாயுகத்தில் மனிதனின் சராசரி ஆயுட் காலம் சுமார் 600

● டாக்டர் ஜான் பி.நாயகம் ●

ஆண்டுகளாகக் குறைந்துபோய்விட்டது. இந்த 600 ஆண்டுகளில் ஞான மார்க்கத்தின் வழியே முக்தி நிலையை அடைவது சிரமமான காரியமாக இருந்தது.

ஒரே பிறவியில் (600 ஆண்டுகளில்) முக்தி நிலையை அடையும் வழிமுறையாக பக்தி மார்க்கம் வந்தது. பக்தி மார்க்கத்தில் தீவிரமாக ஈடுபடும் ஒருவர் இந்த 600 ஆண்டுகளில் முக்தி நிலையை அடையும் வாய்ப்பு இருந்ததால் திரேதா யுக மனிதர்களுக்கான யுக சாத்திரமாக பக்தி மார்க்கம் அமைந்தது.

துவாபர யுகத்தில் மனிதனின் சராசரி ஆயுள் என்பது 150 முதல் 200 ஆண்டுகள் என்பதாகச் சுருங்கி விட்டது. ஞான மார்க்கத்திலோ, பக்தி மார்க்கத்திலோ சென்று 200 ஆண்டுகளில் முக்தி நிலையை அடைய முடியாது.

துவாபர யுகத்து மனிதர்கள் 200 ஆண்டுகளுக்குள் (ஒரே பிறவியில்) முக்தி நிலையை அடைய ஒரு புதிய வழிமுறை தேவையாக இருந்தது. அதற்காக நமது முன்னோர்கள் கண்டுபிடித்த புதிய வழிமுறையே யோக மார்க்கமாகும்! அதுவே துவாபர யுகத்து மனிதர்களுக்கான யுக சாத்திரம் ஆயிற்று.

கழுதை தேய்ந்து கட்டெறும்பான கதையாக, கலியுகத்தில் மனிதனின் சராசரி ஆயுள் குறைந்து, அதிகபட்சமே 100 ஆண்டுகள் தான் என்றாகிவிட்டது.

இந்த குறுகிய காலகட்டத்திற்குள் முக்தி நிலையை அடைய மிக விரைவான ஒரு எளிய வழி தேவையாக இருந்தது. அதற்காகக் கண்டுபிடிக்கப்பட்ட புதிய வழிமுறையே தந்திர மார்க்கமாகும்.

தந்திர மார்க்கமும் யோக மார்க்கமும்

ஏற்கெனவே துவாபர யுகத்து யுக சாத்திரமாக யோக மார்க்கம் இருந்தது. அதிலும் பலவிதமான யோக மார்க்கங்கள் இருந்தன. துவாபர யுகத்தில் வழக்கிலிருந்த யோக மார்க்க வழிமுறைகளில் மிக முக்கியமானவை என ஐந்து யோக வழிகள் இருந்ததாக நமது சாத்திரங்களும் புராணங்களும் கூறுகின்றன.

✴ மந்திர யோகம்.

* ஹட யோகம்.
* ராஜ யோகம்.
* லய யோகம்.
* குண்டலினி யோகம்.

இந்த ஐந்து வழிமுறைகளிலிருந்து சில சக்திவாய்ந்த வழிமுறைகளை மட்டும் பொறுக்கி எடுத்து, அவற்றை மேலும் எளிமையாக்கி, அவற்றிற்கு மேலும் வலுகூட்டி உருவாக்கப்பட்ட புதிய மார்க்கமே தந்திர யோக மார்க்கமாகும்.

தந்திர யோகத்தில் குண்டலினி யோகத்தின் கூறுகளே மிகுதியாக உள்ளன. மந்திர யோகப் பயிற்சிகளும் முக்கிய பங்கு வகிக்கின்றன. லய, ஹட, ராஜ யோகப் பயிற்சிகளிலிருந்து தேர்ந்தெடுக்கப்பட்ட சில பயிற்சிகளையும் தந்திர யோகம் தன்னகத்தே கொண்டுள்ளது.

குண்டலினி யோகமே தந்திர யோகம் என்று சிலர் கூறுவதுண்டு. ஆனால் அது தவறு. குண்டலினி யோகத்தின் அடிப்படையிலேயே தந்திர யோகம் அமைக்கப்பட்டது என்றாலும்கூட, குண்டலினி யோகத்தில் இல்லாத பல புதிய வழிமுறைகள் தந்திர யோகத்தில் பிற்காலத்தில் சேர்க்கப்பட்டுள்ளன.

குண்டலினி யோகத்திற்கு 'சித்த வித்தை', 'ஷட் (ஆறு) சக்கர யோகம்' என்ற பெயர்களும் உண்டு. தந்திர யோகத்தையும் சில பழமையான நூல்களில் சித்த வித்தை என்றும், ஷட் சக்கர யோகம் என்றும் குறிப்பிட்டுள்ளதைக் காணலாம்.

இப்படி பெயர்கள் இரண்டிற்கும் பொதுவாக உள்ளதால் மட்டுமே குண்டலினி யோகமும் தந்திர யோகமும் ஒன்றாகிவிடாது. குண்டலினி யோகத்தை விடவும் மிக உயர்வான வழிமுறைகளைக் கொண்டது தந்திர யோகமாகும்.

'யோகம்' என்றால் என்ன? தந்திர யோகத்தில் எத்தனை பிரிவுகள் உள்ளன?

● டாக்டர் ஜாண் பி.நாயகம் ●

தமிழ்நாட்டில் தந்திர யோகத்தை வளர்த்தவர்கள் சித்தர்கள்!

3

யோக நூல்களின் தாய் நூலாகக் கருதப்படுவது பதஞ்சலி முனிவர் எழுதிய 'பதஞ்சலி யோக சூத்திரம்'. இந்நூல் யோகத்தை 'அனுசாசனம்' என்றே வகைப் படுத்துகிறது. அனுசாசனம் என்ற வடமொழிச் சொல்லுக்கு 'மரபு வழியே வரும் கோட்பாடுகள்' என்று பொருள்.

காலங்காலமாக நமது நாட்டில் வழக்கிலிருந்த பல ஆன்மிக வழிமுறைகளையே பதஞ்சலி யோக சூத்திரத்தில் அஷ்டாங்க யோகமாக பதஞ்சலி முனிவர் தொகுத்து எழுதி வைத்தார். யோகக் கலையின் தொன்மைக்கு இது சான்றாக அமைகிறது.

நமது வேதங்கள், உபநிடதங்கள், புராணங்கள் அனைத்திலுமே

யோகம் குறித்த செய்திகள் பரவலாக உள்ளன. 'யோகம்' என்றால் என்ன? சற்றே விரிவாகக் காணலாம்.

யோகம் என்ற சொல்லுக்கு நேரடியான பொருள் 'ஒருங்கிணைத்தல்'

● டாக்டர் ஜான் பி.நாயகம் ●

என்பதே. எவற்றை ஒருங்கிணைப்பது? மனிதன் என்பவன் பல கூறுகளால் உருவானவன்.

* பருவுடல்.
* மனம்.
* புத்தி.
* சித்தம்.
* பிராணன்.
* உயிர் சக்தி.
* புலன்கள்.
* ஆன்மா.

இவை அனைத்தும் சேர்ந்த கலவையே மனிதன்.

பருவுடல் என்பது நமது ஆன்மா உறையும் கூடு. தனித்து இயங்கும் திறன் பருவுடலுக்குக் கிடையாது. மனம், புத்தி, சித்தம், சக்தி, பிராணன், புலன்கள் ஆகிய அனைத்தும் இணைந்தே பருவுடலை இயக்குகின்றன. இவை அனைத்திற்கும் சாட்சியாக- இறைவனின் அம்சமாக 'ஆன்மா' உடலினுள்ளே உறைந்து நிற்கிறது.

சாதாரண நிலைகளில் புலன்களின் கட்டுப்பாடற்ற ஆரவாரத்தால் புத்தி ஊசலாடுகிறது. பிராணனின் ஒழுங்கற்ற தன்மையால் மனம் குரங்காட்டம் போடுகிறது- சித்தம் தடுமாறுகிறது. மாயையின் கட்டுகளால் உள்ளே இருக்கும் ஆன்மாவை- இறைவனைத் தரிசிக்க முடியாமல் போய்விடுகிறது.

யோகத்தின் மூலம் இவை அனைத்தையும் ஒருங்கிணைத்து வழிநடத்தும்போதுதான் புத்தியும் மனமும் பண்படுகின்றன. சித்தம் தெளிவடைகிறது.

இதன் அடுத்த நிலையாக புலன்களின் ஆரவாரம் அடங்கி, மாயையின் கட்டுகள் ஒவ்வொன்றாக விலகி, உள்ளே உறைந்து நிற்கும் ஆன்மாவை- இறைவனின் அம்சத்தை உணர முடிகிறது. இந்த அனுபவமே 'சுய தரிசனம்' அல்லது ஆத்ம தரிசனம் (ஆத்ம அனுபூதி) எனப்படுகிறது.

பிற அர்த்தங்கள்

யோகம் என்ற சொல்லுக்கு ஒருங்கிணைத்தல் என்பதே நேரடி அர்த்தமாக இருந்தாலும், பல தொன்மையான தந்திர யோக

● டாக்டர் ஜாண் பி.நாயகம் ●

பதஞ்சலி முனிவர்	திருமூலர்

நூல்களில் வேறு பல அர்த்தங்களிலும் யோகம் என்ற சொல் கையாளப்பட்டுள்ளது.

* வழிமுறை.
* செயல்பாடு.
* பலன்.
* நன்மை.
* ஆற்றல்.
* தியானம்.
* துறவு.
* சமாதி.
* குவிந்த கவனம்.

என இந்த ஒரு சொல்லுக்குப் பல அர்த்தங்கள் உள்ளன.

தந்திர யோகத்தின் பல பிரிவுகள்

உலகிலுள்ள தொன்மையான கலைகள் அனைத்திலுமே கால ஓட்டத்தில் பல பிரிவுகள் உருவாகி இருப்பதைக் காணலாம். உதாரணமாக இந்திய நடனக் கலையை எடுத்துக் கொண்டால் அதில் பரதம், குச்சுப்புடி, ஒடிசி, கதகளி என பல பிரிவுகளாக

● தந்திரயோகம் ●

வளர்ந்துள்ளது.

மிகத் தொன்மையான காலத்தில் தோன்றிய தந்திர யோகத்தில் பின்னாளில் பல பிரிவுகள் தோன்றின. இவை அனைத்துமே வெவ்வேறு மதங்களின் அடிப்படையிலேயே உருவாகின. இவற்றுள் முக்கியமானவை என-

✳ வைணவத்தின் அடிப்படையில் உருவான தந்திர யோகம்.

✳ சைவத்தின் அடிப்படையில் உருவான தந்திர யோகம்.

✳ பௌத்த மதத்தின் அடிப்படையில் உருவான தந்திர யோகம்.

✳ சாக்த மதத்தின் அடிப்படையில் உருவான தந்திர யோகம்.

✳ இஸ்லாமிய மதக் கோட்பாடுகளின் அடிப்படையில் உருவான தந்திர யோகம்

ஆகியவற்றைக் குறிப்பிடலாம்.

இந்தியாவின் வட மாநிலங்களில் வைணவ மதத்தை அடிப்படை யாகக் கொண்ட தந்திர யோகம் பரவலாகக் காணப்படுகிறது. சாக்த மதத்தின் அடிப்படையில் அமைந்த தந்திர யோகம் சில வட கிழக்கு மாநிலங்களில் இன்றளவும் உள்ளது. வங்காளத்து பவுல் ஞானிகள் இந்த இரண்டும் கலந்த ஒரு கலவையான தந்திர யோக முறைகளை சாதகம் செய்கின்றனர்.

தென்னிந்தியாவில் சைவ மதத்தின் அடிப்படையில் அமைந்த தந்திர யோகம் சாதகம் செய்யப்படுகிறது. காபாலிகர்கள், காளாமுகர்கள், பைரவர்கள், நமது சித்தர்கள் ஆகிய அனைவரும் சைவ சமய தந்திர யோகத்தைப் பின்பற்றுபவர்களே.

இஸ்லாமிய மதத்தின் அடிப்படையில் அமைந்த தந்திர யோகத்தைப் பின்பற்றும் இஸ்லாமிய ஞானிகள் 'சூபிகள்' என்று அழைக்கப்படுகிறார்கள். இந்த சூபி ஞானிகள் இந்தியாவில் மட்டுமின்றி, பல வளைகுடா நாடுகளிலும் இந்த தந்திர யோக முறை களைப் பரவச் செய்துள்ளனர்.

பௌத்த மதம் மகாயானம், ஹீனயானம் என இரு பெரும் பிரிவாகப் பிரிந்தபோது, அதன் அடிப்படையில் அமைந்த தந்திர யோகமும் இரு பிரிவுகளாகப் பிரிந்து போயிற்று.

● டாக்டர் ஜாண் பி.நாயகம் ●

பௌத்த மத தந்திர யோகம் இந்தியாவிலிருந்து சீனா, ஜப்பான், தாய்லாந்து, கொரியா, வியட்நாம், இலங்கை போன்ற நாடுகளுக்கும் மிகத் தொன்மையான காலத்திலேயே பரவி விட்டது.

இந்த நாடுகளிலுள்ள புத்த பிட்சுக்கள் தந்திர யோகக் கலையை இன்றளவும் பாதுகாத்து வைத்துள்ளனர்; பின்பற்றுகின்றனர். திபெத்திய லாமாக்கள் கற்றுத் தரும் தந்திர யோகம் மிகமிக உயர்வானதாகவும், சக்தி மிகுந்ததாகவும் கருதப்படுகிறது.

குரு பரம்பரைகள்

'குரு' என்ற சமஸ்கிருதச் சொல் 'கு', 'ரு' என்ற இரு எழுத்துகளின் இணைப்பாகும். 'கு' என்றால் இருள். 'ரு' என்றால் ஒளி. 'குரு' என்றால் இருளை அகற்றி ஒளியைப் பாய்ச்சுபவர் என்று பொருள்.

அனைத்து கலைகளுக்கும் ஒரு குரு அவசியம் தேவை. எனவே தான் 'குரு இல்லாத வித்தை பாழ்' என்று நம் முன்னோர்கள் கூறிச் சென்றுள்ளனர்.

தந்திர யோகம் ஒரு குருவிடமிருந்து நேரடியாகக் கற்றுக்கொள்ள வேண்டிய ஒரு கலையாகும். குரு இல்லாமல் தந்திர யோகம் கிடையாது.

தந்திர யோகம் கற்றுக்கொள்ளும் ஒருவர் யாரை தமது முதல் குருவாக ஏற்றுக் கொள்கிறாரோ அதன் அடிப்படையிலேயே அவர் எந்த குரு பரம்பரையைச் சேர்ந்தவர் என்பது தீர்மானிக்கப்படுகிறது.

தமிழ் நாட்டைப் பொறுத்தவரையில் தந்திர யோகத்தை வளர்த்தவர்கள் நமது சித்தர்களே. சித்தர்களின் தந்திர யோகத்தில் மூன்று பெரும் பிரிவுகள் உள்ளன. இவற்றை 'குரு பரம்பரை' அல்லது 'வர்க்கம்' என்று அழைப்பார்கள்.

1. கைலாய வர்க்கம்

சிவன் அல்லது சிவனின் ரூப வடிவமான நந்தியை முதல் குருவாக ஏற்றுக்கொண்ட குரு பரம்பரையினரை 'கைலாய வர்க்கம்' என்பார்கள். இவர்கள் சிவனையே தெய்வமாக வழிபடுவார்கள். திருமூலர் இந்த வர்க்கத்தினரே.

2. மூல வர்க்கம்

திருமூலரை முதல் குருவாகக் கொண்டு உருவான தந்திர யோகப் பரம்பரை மூல வர்க்கம். இவர்கள் கணபதியை தெய்வமாக வணங்குகின்றனர். நமது சித்தர்களில் பெரும்பான்மையோர் இந்த மூல வர்க்கப் பரம்பரையில் வந்தவர்களே.

3. பால வர்க்கம்

முதல் குருவாகவும், வழிபடும் தெய்வமாகவும் முருகனை வரித்துக் கொண்டவர்கள் பால வர்க்கம் என்று வகைப்படுத்தப்பட்டுள்ளனர்.

எந்த வர்க்கமாக இருந்தாலும் அதில் குருவுக்கே முதலிடம் தரப்படுகிறது. கைலாய வர்க்கத்திற்கும் பால வர்க்கத்திற்கும் வழிபடும் தெய்வமே குரு. குருவே தெய்வம்! மூல வர்க்கத்தினர் கணபதியை தெய்வமாக ஏற்றுக் கொண்டாலும், தங்களது முதல் குருவான திருமூலரையும் அவர்கள் தெய்வமாகவே வணங்கு கிறார்கள் என்பது கவனிக்கத்தக்கது.

தந்திர யோகம் குருவின் அடிப்படையில் அமையும் ஒரு கலை. எனவேதான் திபெத்தியர்கள் தந்திர யோகத்தை 'குரு யோகம்' என்றே அழைக்கிறார்கள். இவர்களிலும் இரண்டு பிரிவினர் உண்டு.

✶ குருவை மட்டுமே தெய்வமாக வழிபடும் பிரிவினரை 'குரு பாஜீ' என்பார்கள். இவர்களுக்கு குருவைத் தவிர வேறு தெய்வங்கள் கிடையாது. இவர்களுக்கு கோவில்களும் கிடையாது. குருவின் சமாதியே இவர்கள் வணங்கும்- வழிபடும் கோவில்.

✶ தெய்வத்தை முதலாவதாகவும், குருவை இரண்டாவதாகவும் வழிபடும் பிரிவினரை 'தேவ பாஜீ' என்பார்கள். இவர்கள் கோவிலுக் குச் செல்வதோடு பூஜை, புனஸ்காரங்களிலும் ஈடுபடுவர்.

திபெத்தியர்களிடையே தேவ பாஜீகளைவிட குரு பாஜீகளுக்கே மதிப்பும் மரியாதையும் அதிகமாக உள்ளது என்பது குறிப்பிடத்தக்கது.

தென்னாட்டில் உள்ளதுபோலவே வடநாட்டிலும் பலவிதமான குரு பரம்பரைகள் உள்ளன.

ஐரோப்பிய நாடுகளில் தந்திர யோகம்

ஏசு கிறிஸ்துவின் காலத்திற்கு முன்னரே மெசபதோமியாவிலும்,

● டாக்டர் ஜான் பி.நாயகம் ●

எகிப்திலும் பல தந்திர யோக வழிமுறைகள் வழக்கில் இருந்திருக்கின்றன. விவிலியத்தின் பழைய ஏற்பாடு புத்தகத்தில் இதற்கான சான்றுகள் ஏராளமாக உள்ளன.

யூத மதத்திலும் கிறிஸ்துவுக்கு முன்னரே பலவிதமான தந்திர யோக முறைகள் இருந்து வந்திருக்கின்றன.

கிறிஸ்துவுக்குப் பிற்பட்ட காலத்தில் 'கிறிஸ்துவ மதம்' என்ற ஒரு புதிய மதம் உருவாகி வளர்ந்தபோது தந்திர யோகத்திற்கு அழிவு காலம் துவங்கியது.

பிற மதங்கள், வழிபாட்டு முறைகள், தந்திர யோகப் பயிற்சிகள் ஆகிய அனைத்துமே கிறிஸ்துவ மதத்திற்கு எதிரானவையாகவும், சாத்தானின் வழிநடத்துதலில் நடப்பவை என்றும் சித்தரிக்கப்பட்டன.

கி.பி. 3-ஆம் நூற்றாண்டிலிருந்து கி.பி. 18-ஆம் நூற்றாண்டு வரையிலான சுமார் 1,500 வருடங்களில் கிறிஸ்துவ மதத்தின் தலைவர்கள் இவை அனைத்துமே கிறிஸ்துவ மதத்தின் வளர்ச்சிக்குத் தடையாக இருக்கும் என்று கருதினர். திட்டம் தீட்டி படிப்படியாக தந்திர யோகம், ஜோதிடம் போன்றவற்றை ஒழித்துக் கட்டினர்.

ஆயினும் ஐரோப்பாவில் சில ரகசிய குருக்கள் அவர்களது தந்திர யோக ரகசியங்களை அழியாமல் பாதுகாத்து வந்தனர். ரோசி கூரியன்கள், பிரீமேசன்ஸ் போன்ற குழுக்கள் இவற்றுள் முக்கியமானவை.

லியார்னோர்டா டாவின்சி, மைக்கேல் ஏஞ்செலோ, கலிலியோ, நியூட்டன் என பல புகழ்பெற்ற ஜீனியஸ்கள் பிரீமேசன் குழுவில் ரகசிய அங்கத்தினர்களாக இருந்திருக்கின்றனர் என்பது தற்போது தெரிய வந்துள்ளது.

உயர்நிலை தந்திர யோக ரகசியங்களை இந்தக் குழுக்கள் இன்றளவும் ரகசியமாகவே வைத்திருக்கின்றன! தேர்ந்தெடுக்கப்பட்ட ஒருசிலருக்கு மட்டுமே அவை கற்றுத் தரப்படுகின்றன.

அடுத்து இந்திய தந்திர யோகத்தின் ஏழு வழிமுறைகளைக் குறித்தும், யார் எந்த வழிமுறையைப் பின்பற்ற வேண்டும் என்ற விளக்கத்தையும் காணலாம்.

யார் எந்தவித தந்திர யோகத்தைக் கற்கலாம்?

4

இந்திய தந்திர யோகத்தில் ஏழு வகையான வழிமுறைகள் (சாதனை முறைகள்) குறிப்பிடப்பட்டுள்ளன. அவை:

1. வேத முறை.
2. வைணவ முறை.
3. சைவ முறை.
4. தட்சிண முறை.
5. வாம முறை.
6. சித்தாந்த முறை.
7. கௌல முறை.

இந்த ஒவ்வொரு வழிமுறைகள் குறித்தும் சுருக்கமாகக் காணலாம்...

1. வேத முறை

நான்கு வேதங்களையும் கற்று பாராயணம் செய்வதே ஞானத்தை அடையும் வழியாக ஆதிகாலம்

முதலே கருதப்பட்டு வந்தது. வேதங்களில் கூறப்பட்டுள்ள வழியில் வாழ்க்கையை அமைத்துக் கொண்டால் மனம் பண்படும். ஆனால் மெய்ஞ்ஞான நிலையையோ, முக்தி நிலையையோ அடைய முடியாது.

'நாலுவேதம் ஓதுவீர் ஞானபாதம் அறிகிலீர்' என்ற சிவவாக்கியரின் பாடல் வரிகள் கவனிக்கத்தக்கது.

2. வைணவ முறை

இந்தியாவின் இருபெரும் சமயங்களாக வைணவமும் சைவமுமே இன்றும் கோலோச்சிக் கொண்டிருக்கின்றன. வடநாட்டில் வைணவமும், தென்னாட்டில் சைவமும் தழைத்து வளர்ந்தன.

வைணவ மதத்திற்கென தனிப்பட்ட விதிமுறைகளும் ஆச்சார அனுஷ்டானங்களும் உள்ளன. பூஜைகள், யாகங்கள் செய்வது, கோவில் குளங்களுக்குச் சென்று வழிபடுவது போன்றவை வைணவ முறையில் அடங்கும். வைணவ பக்தி இலக்கியங்களைப் படிப்பதும், பாடுவதும்கூட இதில் அடக்கமே.

சைவ முறை

சைவ ஆகமங்கள், பக்தி இலக்கியங்கள் ஆகியவை சைவ முறையின் அடிப்படை. வைணவ முறை போன்றே இம்முறையிலும் கோவில் பூஜை, புனஸ்காரங்களுக்கே முக்கியத்துவம் உள்ளது.

இந்த இரு முறைகளுமே தந்திர யோகத்தின் அடிப்படைக் கொள்கைகளுக்கு முரணானவை. வேத முறையும் தந்திர யோகத்தால் ஏற்றுக் கொள்ளப்படாத ஒரு வழிமுறையேயாகும்.

இந்த மூன்று முறைகளும் ஒரு மனிதனைப் பண்படுத்தி, தந்திர யோகத்திற்குக் கொண்டு செல்ல பயன்படுமே தவிர, நேரடியாக இந்த முறைகளால் இறையனுபவம் பெறவோ, மெய்ஞ்ஞானத்தை உணரவோ, முக்தி நிலையை அடையவோ முடியாது.

இந்த முறைகள் அனைத்துமே புறத்தேடலின் அடிப்படையில் அமைந்தவை. ஞானத்தையும் இறைவனையும் வெளியே தேடும் வழிமுறைகள்.

தந்திர யோகம் என்பது அகத்தேடல். பாலினுள் நெய்போல நமது

உடலின் உள்ளே படர்ந்து நிற்கும் இறைவனைத் தேடிக் கண்டு பிடிப்பதே தந்திர யோகமாகும்.

'கோவிலாவ தேதடா குளங்களாவ தேதடா

கோவிலுங் குளங்களுங் கும்பிடும் குலாமரே
கோவிலு மனத்துளே குளங்களு மனத்துளே
ஆவது மழிவது மில்லையில்லை யில்லையே.'

-சிவவாக்கியர்

சித்தர் இலக்கியத்தில் இதையொற்றிய பல பாடல்களைக் காண முடியும். வேதங்கள் கற்பதும், கோவில் குளங்களுக்குச் செல்வதும் வீண்வேலை என்பதே சித்தர்களின் கருத்தாகும். சித்தர்கள் பின்பற்றிய தந்திர யோகமும் அதையே வலியுறுத்துகிறது.

4. தட்சிண முறை

தட்சிண முறைக்கு 'தட்சிண சாரம்' என்றும் ஒரு பெயருண்டு. தட்சிண முறை முதல் கௌல முறை வரையுள்ள நான்கு வழிமுறைகளே உண்மையான தந்திர யோக வழிமுறைகளாகும்.

நாம் எமது தந்திர யோக வகுப்புகளில் இந்த தட்சிண முறை தந்திர யோகத்தையே கற்றுத் தருகிறோம்.

எளிய உடற் பயிற்சிகள், மூச்சுப் பயிற்சிகள், சக்கரங்களை இயக்கும் பயிற்சிகள், முத்திரைகள், மந்திரங்கள், யந்திரங்கள் என இதில் பல வகையான பயிற்சிகள் உள்ளன.

தொடர்ந்து பயிற்சிகளின் மூலமாக படிப்படியாக குண்டலினி சக்தியைத் தட்டியெழுப்பி, சக்கரங்களை இயங்க வைத்து மெய்ஞ்ஞானம், இறையனுபவம், முக்தி நிலை ஆகியவற்றை அடைய இந்தப் பயிற்சிகள் உதவும். இவை குறித்து பின்னர் விரிவாகக் காணலாம்.

5. வாம முறை

இந்த முறையை 'வாம சாரம்' என்றும் அழைப்பார்கள். தட்சிண முறையை ஒத்த பல பயிற்சிகள் வாம முறையிலும் உண்டு. ஆனால், வாம முறையில் முக்தி நிலையை அடைய ஒரு பெண்ணின் துணை அவசியம்.

உடல் உறவு (கலவி), சுயஇன்பம் (மைதுனம்), நிர்வாண பூஜை என பாலியல் சம்பந்தமான வழிமுறைகள் வாம சாரத்தில் அதிகம் உள்ளன.

தந்திர யோக ஆராய்ச்சிகளில் ஈடுபட விரும்புகிறவர்கள் கற்றுக் கொள்ள வேண்டிய புத்தகப் பட்டியலின் தொடர்ச்சி:
தந்திர யோக நூல்கள். சத்சக்கர நிரூபணா.
பாதுகா பஞ்சகா.
பதஞ்சலி யோக சூத்திரம்.
கோரக் சாஸ்தகம்.
குல தத்துவம்.
மகா நிர்வாண தந்திரா.
பூதசுத்தி தந்திரா.
யோகினி தந்திரா.
குபஜிக தந்திரா.
குலர்வை தந்திரா.
ஞானார்ணவ தந்திரா.
கௌதமிகா தந்திரா.
கௌல ரகசியம்.

இந்த வாமசாரம் மட்டுமே தந்திர யோகம் என்ற தவறான புரிதல் மேற்கு நாடுகளில் பரவியுள்ளது. எனவேதான் தந்திர யோகம் என்றாலே அது பாலியலை அடிப்படையாகக் கொண்டது என்ற தவறான கருத்து பரவலாக உள்ளது.

வாமசார முறையில் மட்டுமே இத்தகைய பயிற்சிகள் உள்ளன. பிற மூன்று வழிமுறைகளில் அவை கிடையாது.

மது அருந்துதல், மாமிசம் உண்ணுதல், கலவி ஆகிய மூன்றும் வாமசாரத்தில் கட்டாயமானதாக உள்ளன.

இந்த வழிமுறைகளில் ஈடுபடுபவர்கள் பெரும்பாலும் பல சக்திகளையும் சித்திகளையும் பெறுவதையே குறிக்கோளாகக் கொள்கிறார்கள். இறையனுபவமோ முக்தி நிலையை அடைவதோ அவர்களது குறிக்கோளாக இருப்பதில்லை.

தந்திர யோகத்தின் மூலம் பெறும் சக்திகளை தங்களது சுய லாபத்திற்காக இவர்கள் பயன்படுத்துகிறார்கள். இந்தியா, திபெத்,

● டாக்டர் ஜாண் பி. நாயகம்

சீனா ஆகிய நாடுகளில் (கீழை நாடுகளில்) வாமசார தந்திர முறை சற்றே கீழான தந்திர முறையாகவே கருதப்படுகிறது.

6. சித்தாந்த முறை

தட்சிணமுறை பயிற்சிகளின் மூலம் மெய்ஞ்ஞான நிலையை அடைந்தவர் அதன் அடுத்த நிலையான முக்தி நிலையை சித்தாந்த முறைப்படி அடைய முடியும். இது ஒரு வகை ஞான மார்க்கம்.

7. கௌல முறை

தட்சிண முறை அல்லது வாம முறையில் தொடர்ந்து தந்திர யோகப் பயிற்சிகளைச் செய்து உயர்நிலைகளை அடைந்தவர்கள், அடுத்ததாக கௌல முறை பயிற்சிகளை மேற்கொள்ளலாம்.

கௌல என்ற சமஸ்கிருதச் சொல் மூலாதாரச் சக்கரத்தைக் குறிக்கின்ற ஒரு சொல்லாகும். மூலாதாரச் சக்கரத்தின் அருகில் உறைந்து நிற்கும் குண்டலினி சக்திக்கு கௌலி என்றும் ஒரு பெயருண்டு.

மூலாதாரத்தின் அருகில் உறங்கிக் கிடக்கும் குண்டலினி சக்தியைத் தட்டி எழுப்புவதே தந்திர யோகப் பயிற்சிகளின் அடிப்படை நோக்கம். தொடர்ந்த சாதனைகளால் குண்டலினியை எழுப்பி சக்கரங்களை இயக்கி, குண்டலினியை சகஸ்ராரச் சக்கரத்தில் கொண்டு சேர்ப்பவனே கௌலன்.

இந்த இணைப்பு ஏற்படும்போதுதான் மரணமில்லாப் பெருவாழ்வைத் தரும் அமிர்தம் உடலில் ஊறத் துவங்கும். பிந்து சக்கரத்திலிருந்து ஊறும் இந்த அமிர்தத்தை சில தந்திர யோக நூல்கள் 'கௌலாமிர்தம்' என்று அழைக்கின்றன.

எமது உயர்நிலை தந்திர யோக வகுப்புகளில் இந்த கௌல முறை பயிற்சிகள் கற்றுத் தரப் படுகின்றன.

மூன்று வகை மனிதர்கள்

தந்திர யோகத்தில் ஏழு வகையான முறைகள் கூறப்பட்டுள்ளன என்பதைக் கண்டோம். நான் எந்த வகையான பயிற்சியை மேற்கொள்ள வேண்டும் என்ற கேள்வி மனதில் எழுகிறதல்லவா? இதற்கும் தந்திர யோகம் விடை கூறுகிறது.

தந்திர யோகம் மனிதர்களின் மனோபாவத்தின் அடிப்படையில்

அவர்களை மூன்று வகையினராகப் பிரித்து வைத்துள்ளது.

1. பசு வகை மனிதர்கள்.

2. வீரர் வகை மனிதர்கள்.

3. திவ்யர் வகை மனிதர்கள்.

ஒருவர் எந்த வகையான மனிதர் என்பதைப் பொறுத்து அவர் மேற்கொள்ள வேண்டிய முறை எது என்பது தீர்மானிக்கப்படுகிறது.

1. பசு வகை மனிதர்கள்

உலகிலுள்ள மனிதர்களில் 90 சதவிகிதத்திற்கும் மேலானவர்கள் இந்த பசு வகை மனிதர்களாகவே உள்ளனர்! பந்த பாசங்களுக்கு கட்டுண்டு சம்சார சாகரத்தில் கிடந்து உழலும் சாதாரண மக்கள்.

இவர்கள் புலன் இச்சைகளுக்கு அடிமையாகி, புலன்களின் வழியே தமது வாழ்க்கையை நடத்திச் செல்பவர்கள்.

மிகக் குறுகிய கண்ணோட்டம் உடையவர்களாகவும்; சாதி, மதம், இனம் என பாகுபாடுகளில் ஊறியவர்களாகவும் இவர்கள் இருப் பார்கள். இன்னமும் மனம் பக்குவப்படாதவர்கள்.

தந்திர யோகத்தின் முதல் மூன்று வழிமுறைகளான வேத சாரம், வைணவ சாரம், சைவ சாரம் ஆகியவற்றை இவர்கள் பின்பற்றலாம்.

வேதங்களைக் கற்பது, பாராயணம் செய்வது, கோவில் வழிபாடுகள், பூஜை, புனஸ்காரங்கள், யாகங்கள் ஆகியவை இந்த மூன்று வழிமுறைகளில் அடங்கும்.

பல பிறவிகள் எடுத்து, இந்த முறைகளின் வழியே மனம் படிப்படியாகப் பண்பட்டு பக்குவப்பட்டு, வீரர் மனநிலைக்கு வந்த பின்னரே இவர்கள் தந்திர யோகத்தின் உயர்நிலை வழிமுறைகளைச் சாதகம் செய்ய முடியும்.

பசு மனோபாவம் கொண்ட மனிதர்கள் 'தீட்சை' பெறத் தகுதியில்லாதவர்கள் என்பதை கவனத்தில் கொள்ளவும்.

2. வீரர் வகை மனிதர்கள்

பசு நிலை மனிதர்களைவிட உயர்ந்த மனோபாவம் கொண்டவர்கள் 'வீரர்' என அழைக்கப்படுகின்றனர். ஐம்புலன்களின் ஆரவாரத்தை

அடக்கி, புலன்களைத் தம் கட்டுக்குள் கொண்டு வந்தவர்கள் இவர்கள்.

நீதி, நியாயம் ஆகியவற்றிற்கு மதிப்பு கொடுப்பவர்கள்.

மனசாட்சிக்கு விரோதமாக எந்த செயலிலும் ஈடுபட மாட்டார்கள்.

அனைத்து உயிர்களையும் சமமாக பாவிப்பார்கள்.

சாதி, இன, மத பாகுபாடுகளைக் கடந்த மனநிலை உள்ளவர்கள். 'யாதும் ஊரே யாவரும் கேளிர்' என்று நினைப்பவர்கள். 'எம்மதமும் சம்மதமே' என்பவர்கள்.

தந்திர யோகக் கலையே– இந்த வீரர் மனநிலை மக்களுக்காக உருவாக்கப்பட்ட ஒன்று என்ற கருத்து சில தந்திர யோக நூல்களில் காணப்படுகிறது.

வீரர் மனநிலை மக்கள் தட்சிண முறை அல்லது வாம முறை தந்திர யோகப் பயிற்சிகளை மேற்கொள்ளலாம். (தட்சிணமுறையே சிறந்தது).

வீரர் மனநிலையை அடைந்தவர்கள் தீட்சை பெறுவதில் தடையேதும் இல்லை.

3. திவ்யர் மனநிலை மனிதர்கள்

வீரர் மனநிலை மனிதர்கள் தொடர்ந்து தந்திர யோகப் பயிற்சியை மேற்கொண்டு திவ்யர் நிலையை அடைய முடியும்.

மிகமிக அபூர்வமாக சிலர் பிறக்கும்போதே 'திவ்யர்' மனநிலை மனிதர்களாகப் பிறப்பதுண்டு. இது அவர்களது பூர்வஜென்மப் பலன்களால் நிகழும். இத்தகைய மனிதர்களையே நாம் 'மகா புருஷர்கள்' எனக் கொண்டாடுகிறோம்.

திவ்யர் மனநிலை மனிதர்கள் புலன்களைக் கடந்தவர்கள். புலன் இச்சைகள் இவர்களிடம் இராது.

ஆணவ மலத்தைத் துறந்தவர்கள் இவர்கள். 'தான்' என்ற அகங்காரம் அழிந்தவர்கள். மாயையின் கட்டுகள் அறுந்தவர்கள். இறையனுபவம் இவர்களுக்கு எளிதில் கைகூடும்.

திவ்யர் மனநிலை மனிதர்களிடம் அன்பு பெருக்கெடுத்து ஆறாக ஓடும். சுற்றியிருப்பவர்களையும் அது நனைக்கும். அனைத்து உயிர்

களையும் தன் உயிர்போல் கருதி அன்பு செலுத்துவார்கள். 'வாடிய பயிரைக் கண்ட போதெல்லாம் வாடுவார்கள்.'

திவ்ய நிலை மனிதர்கள் சித்தாந்த வழி அல்லது கௌல வழியில் பயிற்சிகள் செய்து முக்தி நிலையை- பிறவியில்லாத பெருவாழ்வை அடைய முடியும்.

நாயன்மார்கள், ஆழ்வார்கள், ராமகிருஷ்ண பரஹம்சர், சுவாமி விவேகானந்தர், வள்ளலார் ஆகியோர் சித்தாந்த மார்க்கத்தில் முக்தி நிலையை அடைந்தவர்கள். நமது சித்தர்கள் அனைவரும் கௌல மார்க்கத்தில் மரணமில்லாத பெருவாழ்வை எய்தியவர்கள்.

● டாக்டர் ஜாண் பி.நாயகம் ●

தந்திர யோகம் வேதத்திலிருந்து உருவானதா?

5

ஆதி காலத்தில் தந்திர யோக சூத்திரங்கள் எதுவும் எழுதி வைக்கப் படவில்லை. ஒரு குருவிடமிருந்து அவரது சீடர்களுக்கு வாய் வழி யாகவே அவை கற்பிக்கப்பட்டன. மிகவும் பிற்பட்ட காலத்திலேயே இவை தொகுக்கப்பட்டு, நூல் வடிவில் எழுதி வைக்கப்பட்டன. இடைப்பட்ட காலத்தில் பல அரிய தந்திர யோக ரகசியங்கள் அழிந்தும் போயின.

தந்திர யோக நூல்களை இருபெரும் பிரிவுகளாக வகைப் படுத்தலாம்.

* வேத சார்புடைய நூல்கள்.
* வேத சார்பற்ற நூல்கள்.

வேதசார்புடைய தந்திர யோக நூல் கள் வேதங்களின் மேன்மையை ஏற்றுக் கொள்கின்றன. ஆனால் அவை வேதங்களின் அடிப்படையில்

உருவானவை அல்ல. சில வேத சார்புடைய தந்திர யோக நூல்களில், வேதங்கள் கூறும் கருத்துகளுக்கு எதிரான சில கருத்துகள் கூட உள்ளன.

இன்று நாம் தந்திர யோக நூல்கள் எனக் கருதும் பல நூல்களும் வேத சார்பற்றவையாகவே உள்ளன. இவை வேதங்களை உன்னதமானவை என்று கருதுவதில்லை!

மூன்று வகையான நூல்கள்

தந்திர யோக நூல்கள் மூன்று பெரும் பிரிவுகளாகத் தொகுக்கப் பட்டுள்ளன.

1. ஆகமங்கள்.
2. நிகமங்கள்.
3. யாமளைகள்.

இவற்றுள் மிக முக்கியமானவை ஆகமங்களே. எனவே அவை குறித்து சற்றே விரிவாகக் காணலாம்.

● டாக்டர் ஜான் பி.நாயகம் ●

ஆகமங்கள்

ஆகமங்கள் வேதங்களை ஏற்றுக் கொண்டாலும் அவை வேதங்களிலிருந்து உருவானவை அல்ல. இவை வேதங்களுக்கு முற்பட்டவை என்ற கருத்தும் உள்ளது. பல உபநிடதங்களுக்கு இந்த ஆகமங்களே மூலமாக உள்ளன.

ஆகமங்கள் அனைத்துமே அடிப்படையில் நான்கு விதமான செய்திகளையே பேசுகின்றன.

1. ஞானம்.
2. யோகம்.
3. சடங்குகள், கர்மங்கள்.
4. தர்மவிதிகள், ஒழுக்க விதிகள்.

இவற்றுள் ஞானம், யோகம் ஆகிய இரண்டிற்கு மட்டுமே நமது சித்தர்கள் முக்கியத்துவம் தந்துள்ளனர் என்பது நினைவில் கொள்ளத்தக்கது.

இவை தவிர, தந்திரம், மந்திரம், யந்திரம் ஆகியவையும் ஆகமங்களில் மிக விரிவாக விளக்கப்பட்டுள்ளன.

● தந்திரயோகம் ●

நான்கு வகையான ஆகமங்கள்

மதத்தின் அடிப்படையில் ஆகமங்கள் நான்கு வகையாகப் பிரிக்கப்பட்டுள்ளன.

1. வைணவ ஆகமங்கள்.
2. சைவ ஆகமங்கள்.
3. சாக்த ஆகமங்கள்.
4. பௌத்த ஆகமங்கள்.

வைணவ ஆகமங்கள்

மகாவிஷ்ணுவை முதன்மைக் கடவுளாக வணங்குபவர்கள் வைணவர்கள். அவர்களுக்கான ஆகமங்களே வைணவ ஆகமங்கள்.

வட நாட்டில் வைணவமும், தென்னாட்டில் சைவமும் செழித்து வளர்ந்தன என்பது வரலாறு கூறும் உண்மை. இன்றளவும் வைணவம் வட நாட்டில் தான் அதிகமாகப் பின்பற்றப் படுகிறது.

மகாவிஷ்ணுவால் முனிவர்களுக்கும் ரிஷிகளுக்கும் நேரடியாகக் கற்பிக்கப்பட்டவையே வைண ஆகமங்கள் என்பது வைணவர்களின் நம்பிக்கை.

தற்போது மொத்தமாக 215 வைணவ ஆகமங்கள் உள்ளன. இவற்றுள் ஈஸ்வர ஆகமம், பவிஷ்கர ஆகமம், பரம ஆகமம், பிர்கத் பிரம்மா, ஞானாமிர்த சாரம் போன்றவை மிக முக்கியமான ஆகமங்களாகக் கருதப் படுகின்றன.

வைணவ ஆகமங்கள் நான்கு பெரும் பிரிவுகளாகப் பிரிக்கப்பட்டு தொகுக்கப்பட் டுள்ளன.

1. வைகானசம்.
2. பாஞ்சராத்ரம்..
3. பிரதிஷ்டசாரம்.
4. விஞ்ஞான லலிதா.

இவற்றுள் வைகானசம் என்பது வைகானச முனிவரால் அவரது சீடர்களான மரீசி, பிருகு போன்ற முனிவர்களுக்கு உபதேசிக்கப்பட்டு, பின்னர் அவர்களால் தொகுக்கப்பட்டவை என்ற கருத்து உள்ளது.

வைணவ ஆகமங்களில் மிக முக்கியமானது பாஞ்சராத்ரமே என்றும் சில அறிஞர்கள் கருதுகின்றனர். பாஞ்சராத்ரத்திலும் ஏழுவகை உண்டு.

● டாக்டர் ஜாண் பி.நாயகம் ●

1. பிரம்ம பாஞ்சராத்ரம்.
2. சைவ பாஞ்சராத்ரம்.
3. கௌமார பாஞ்சராத்ரம்..
4. வசிஷ்ட பாஞ்சராத்ரம்.
5. கபில பாஞ்சராத்ரம்.
6. கௌதமிய பாஞ்சராத்ரம்.
7. நாரத பாஞ்சராத்ரம்.

சைவ ஆகமங்கள்

சிவனை முதன்மைக் கடவுளாகக் கொண்ட மதம்- சைவமதம். வட நாட்டில் வைணவமும் தென்னாட்டில் சைவமும் பிறந்து வளர்ந்தன. தென்னாடு முழுவதும் சைவம் தழைத்திருக்கிறது. வடநாட்டிலும் காஷ்மீர் பகுதியில் சைவ மதம் தொன்றுதொட்டே வழக்கில் உள்ளது. இதை காஷ்மீரத்து சைவ நெறி (அத்வைதம்) என்பார்கள்.

தென்னாட்டு சைவ நெறிக்கு 'சைவ சித்தாந்தம்' என்றும் பெயருண்டு. இந்த இரு பெரும் பிரிவுகளைத் தவிர, வேறு சில சிறுசிறு சைவ நெறிக் குழுக்களும் இந்தியாவில் உள்ளன.

✳ காபாலிகர்கள்
✳ காளாமுகர்கள்
✳ பாசுபதையர்கள்
✳ கணபதியேயர்கள்

ஆகிய நான்கு வகை கூட்டத்தினர் இவர்களில் முக்கியமான வர்கள். இவர்கள் பெரும்பாலும் வடநாட்டிலேயே காணப் படுகின்றனர்.

இவர்களது வழிபாட்டு முறைகளும், தந்திர யோக முறைகளும் சைவ சித்தாந்த முறைகளிலிருந்தும், காஷ்மீரத்து சைவ நெறியிலி ருந்தும் முற்றிலும் மாறுபட்டவை. பெரும்பா லும் இவர்கள் வாம சார முறைகளையே பின்பற்றுகின்றனர்.

சைவ ஆகமங்கள் நான்கு பெரும் பிரிவுகளாகப் பிரிக்கப் பட்டுள்ளன.

1. காபாலா ஆகமங்கள்.

2. காளாமுக ஆகமங்கள்.
3. பாசுபதா ஆகமங்கள்.
4. சைவ ஆகமங்கள்.

இவற்றுள் கடைசி பிரிவான சைவ ஆகமங் களே பெரும்பாலும் 'சைவ ஆகமங்கள்' என ஏற்றுக்கொள்ளப்படுகின்றன. காஷ்மீரத்து சைவம், தென்னாட்டு சைவ சித்தாந்தம் ஆகிய இரண்டிற்குமே இவை பொதுவான ஆகமங்களாகும்.

சைவ ஆகமங்கள் ஆண்- பெண் இருவருக் கும் பொதுவானவை. அனைத்து சாதியினருக்கும் உரியவை. (வைணவ ஆகமங்கள் உயர் சாதி வைணவர்களுக்கு மட்டுமே உரியவை. சூத்திரர்கள் அவற்றைக் கற்றுக்கொள்ள முடியாது.) சைவ ஆகமங்கள் அனைத்துமே கலியுகத்திற்கானவை என்ற குறிப்பும் இந்த ஆகமங்களில் காணப் படுகின்றன.

தென்னாட்டு சைவ சித்தாந்தம் கூறும் தந்திர யோகமே நமது சித்தர்களின் வாழ்க்கை நெறியாக இருந்தது என்பதையும் இந்த இடத்தில் குறிப்பிட வேண்டும்.

● டாக்டர் ஜான் பி.நாயகம் ●

சைவ ஆகமங்களின் இரு பிரிவுகள்

சைவ ஆகமங்கள் மொத்தம் 28 உள்ளன. இவற்றுள் முதல் பத்து ஆகமங்களை சிவபேத ஆகமங்கள் என்றும்; மீதமுள்ள 18 ஆகமங்களை ருத்ரபேத ஆகமங்கள் என்றும் அழைக்கிறார்கள்.

சிவபேத ஆகமங்கள்

1. காமிகா ஆகமம்.
2. யோகஜா ஆகமம்.
3. சிந்தியா ஆகமம்.
4. காரணா ஆகமம்.
5. அஜிதா ஆகமம்.
6. தீப்தா ஆகமம்.
7. சூட்சும ஆகமம்.
8. சகஸ்ரக ஆகமம்.
9. அம்ஷீமத் ஆகமம்.
10. சுப்ர பேத ஆகமம்.

ருத்ர பேத ஆகமங்கள்

1. விஜய ஆகமம்.
2. நிஷ்வாச ஆகமம்.
3. சுயம்புவ ஆகமம்.
4. அனல ஆகமம்.
5. வீர(பத்ர) ஆகமம்.
6. ரௌரவ ஆகமம்.
7. மகுட ஆகமம்.
8. விமல ஆகமம்.
9. சந்திரஞான (சந்திரஹாச) ஆகமம்.
10. முகபிம்ப ஆகமம்.
11. புரோகித (உட்கிட) ஆகமம்.
12. லலித ஆகமம்.
13. சித்த ஆகமம்.

14. சந்தான ஆகமம்.
15. சர்வோட்க (நரசிம்ம) ஆகமம்.
16. பரமேஷ்வர ஆகமம்.
17. கிரண ஆகமம்.
18. வதுல (பரகித) ஆகமம்.

மேற்சொன்ன 28-ம் சைவ ஆகமங்களாகும். சைவ ஆகமங்களுக்கு பல உப ஆகமங்களும் உள்ளன.

சாக்த ஆகமங்கள்

தற்போது வழக்கில் இருக்கும் தந்திர யோக நூல்களில் 90 சதவிகிதத்திற்கும் மேல் சாக்த ஆகமங்களே! தந்திர ஆகமங்கள் என்றால் அது சாக்த ஆகமங்களையே குறிக்கும் என்ற கருத்தும் உள்ளது.

இறைவனை சக்தி வடிவமாக ஆராதனை செய்பவர்கள் சாக்தர்கள். சக்தியே அகிலத்தின் ஈஸ்வரி என்பது சாக்த மதத்தின் அடிப்படைக் கொள்கை.

சாக்த மகத்தினர் இறைவியை பல உருவங்களில்- பெயர்களில் வழிபடுகின்றனர். சக்தி, காளி, தாரா, தேவி, பைரவி, திரிபுரசுந்தரி, சரஸ்வதி, லட்சுமி, துர்க்கை, அம்பிகை, குப்ஜிக மாதா என பல பெயர்கள்- பல உருவங்கள்.

இந்த ஒவ்வொரு உருவமும் பெயரும் பிரபஞ்ச சக்தியின் வெவ்வேறு கூறுகளின் உருவகங்களே!

சாக்த மத ஆகமங்கள் பெரும்பாலும் சிவன்- பார்வதி உரையாடல்கள் (சிவன் குரு- பார்வதி சிஷ்யை) அல்லது பார்வதி- சிவன் உரையாடல்கள் (பார்வதி குருவாகவும், சிவன் பாடம் கேட்கும் சிஷ்யனாகவும்) நடையிலேயே அமைந்துள்ளன.

இவை பெரும்பாலும் புராணங்களை ஒத்த செய்யுள் நடையிலேயே உள்ளன. சாக்த ஆக மங்கள் வைணவ ஆகமங்களிலிருந்து மிகவும் வேறுபட்டவை. ஆனால் சைவ ஆகமங்களுக்கு நெருக்கமானவை. சாக்த ஆகமங்களில் காணப்படும் பல கருத்துகள் சைவ ஆகமங்களிலிருந்து பெறப்பட்டவை என்றும் சில ஆராய்ச்சியாளர்கள் கருதுகின்றனர்.

சாக்த ஆகமங்கள் மொத்தமாக 77 உள்ளன. இவற்றுள்

● டாக்டர் ஜான் பி.நாயகம் ●

முக்கியமானவை என கீழ்கண்டவற் றைக் குறிப்பிடலாம்.

* ✷ மகா நிர்வாண தந்திரம்.
* ✷ பிரம்மி தந்திரம்.
* ✷ குலர்ணவ தந்திரம்.
* ✷ குலசாரம்.
* ✷ பிரபஞ்சசாரம்.
* ✷ தந்திரசாரம்.
* ✷ தோடாலா தந்திரம்.
* ✷ குப்ஜிக தந்திரம்.
* ✷ நில ஆகமம்.
* ✷ காயத்ரி தந்திரம்.
* ✷ யோகினி தந்திரம்.
* ✷ மகா மாயா தந்திரம்.
* ✷ தேவிபாத தந்திரம்.
* ✷ ருத்ர யாமளை.
* ✷ பிரம்ம யாமளை
* ✷ விஷ்ணு யாமளை.

இவற்றுள் கடைசி மூன்றும் யாமளைகள் என்று பெயர் கொண்டிருந்தாலும், சாக்த மதத்தினர் அவற்றையும் ஆகமங்கள் என்றே வகைப்படுத்தியுள்ளனர்.

பௌத்த ஆகமங்கள்

புத்த மதத்தின் ஆகமங்களே பௌத்த ஆகமங்கள் என வழங்கப்படுகின்றன. கௌதம புத்தரின் போதனைகளின் தொகுப்பாகவே இந்த ஆகமங்கள் இருந்தன. பிற்காலத்தில் புத்தருக்குப் பின் வந்த பல போதி தர்மர்களின் அறிவுரைகளும் சேர்க்கப்பட்டன.

கிறிஸ்துவுக்கு முற்பட்ட காலத்தில் மொத்தம் ஐந்து பௌத்த ஆகமங்கள் இருந் திருக்கின்றன. அவை ஐந்தும் சேர்ந்த தொகுப்பு 'பிதாக சூத்திரம்' என்று அழைக்கப்பட்டது.

இந்த ஆகமங்கள் முதன் முதலில் பாலி மொழியி லேயே எழுதப்பட்டன. பின்னாளில் சமஸ்கிருதம், திபெத் திய மொழி, சீன

மொழி ஆகியவற்றிலும் இவை மொழி பெயர்க்கப்பட்டன.

இந்தியாவில் புத்த மதம் நலிவுற்றபோது, பாலி மொழியிலும் சமஸ்கிருத மொழியிலும் இருந்த பௌத்த ஆகமங்கள் பெரும்பாலும் அழிந்து போயின.

திபெத்திய மடாலயங்களில் சில பௌத்த ஆகமங்கள் இன்றளவும் பாதுகாப்பாக உள்ளன.

கி.பி. 413-ஆம் ஆண்டில் முக்கியமான பௌத்த ஆகமங்கள் சீன மொழியில் மொழி பெயர்க்கப்பட்டன. அங்குள்ள புத்த மடாலயங்களில் இன்றளவும் அவை பத்திரமாகப் பாதுகாத்து வைக்கப்பட்டுள்ளன.

* தீர்க்க ஆகமம்
* மத்தயம ஆகமம்
* சம்யுக்த ஆகமம்
* ஈக்கோட்டர ஆகமம்

ஆகிய நான்கு முக்கியமான பௌத்த ஆகமங்களில் முழுமையான மூலப் பிரதி இன்று சீன மொழியில் மட்டுமே உள்ளது.

● டாக்டர் ஜாண் பி.நாயகம் ●

தந்திர யோகத்தின் 24 குறியீடுகள்!

6

எந்த ஒரு படிப்பாக இருந்தாலும் அதற்கென ஒரு பாடத் திட்டம் (சிலபஸ்) இருக்கிறது அல்லவா? தந்திர யோகத்திற்கும் இவ்வாறு ஒரு பாடத் திட்டத்தை நம் முன்னோர்கள் வகுத்து வைத்துள்ளனர்.

தந்திர யோகத்தை முழுமையாகக் கற்றுக் கொள்ள நினைக்கும் ஒருவர் இந்த பாடத்திட்டத்தின்படி 24 வகையான பாடங்களைக் கற்றுக் கொள்ள வேண்டியதிருக்கும். இவற்றையே தந்திர யோகத்தின் 24 குறியீடுகள் என்று கூறுகிறார்கள். அவை எவை எவை என்பதை சுருக்கமாகக் காணலாம்.

இந்து ஆகமங்கள் கூறும் ஏழு குறியீடுகள்

தந்திர யோகத்தின் முதல் ஏழு குறியீடுகளை இந்து ஆகமங்களான

சைவ ஆகமங்கள், வைஷ்ணவ ஆகமங்கள், சாக்த ஆகமங்கள் ஆகியவற்றிலிருந்தே கற்றுக்கொள்ள முடியும்.

முதல் ஏழு குறியீடுகள் குறித்த விளக்கங்கள் ஆகமங்களில் பெரும்பாலும் சிவனுக்கும் பார்வதிக்கும் இடையே நடைபெறும் உரையாடல்கள் வடிவிலேயே இருக்கின்றன. சிவன் குருவாகவும், பார்வதிதேவி சிஷ்யையாகவும் உருவகப்படுத்தப்பட்டுள்ளனர்.

இந்த ஆகமங்கள் கூறும் ஏழு குறியீடுகள் எவை?

1. படைப்பு

இந்த பிரபஞ்சம் எவ்வாறு படைக்கப்பட்டது? கிரகங்களும் பூமியும் எவ்வாறு உண்டாயின? உயிரினங்கள் எவ்வாறு உருவாகின என்பது போன்ற பல கேள்விகளுக்கான விடைகளைக் கூறுவதே முதலாம் குறியீடு!

2. அழிவு

உருவான அனைத்திற்குமே அழிவு என்ற முடிவு கட்டாயம் உண்டு. பிரபஞ்சத்தின் அழிவு, உலகத்தின் அழிவு, உயிர்களின் அழிவு

● டாக்டர் ஜாண் பி.நாயகம் ●

போன்றவை எவ்வாறு நிகழும் என்பதை இந்த இரண்டாம் குறியீடு விளக்கமாக எடுத்துரைக்கின்றது.

3. வழிபாட்டு முறைகள்

ஒவ்வொரு கடவுளுக்கும் ஒவ்வொரு வகையான வழிபாட்டு முறைகள் உள்ளன. வெவ்வேறு ஆகமங்களில் இவை விவரிக்கப் பட்டுள்ளன.

4. சாதனை

ஆண்கள் பின்பற்ற வேண்டிய ஒழுக்க விதிகள், பெண்களுக்கான ஒழுக்க முறைகள், சம்சாரிகள், துறவிகள், தலைவர்கள், அரசர்கள் என ஒவ்வொரு வகையினரும் பின்பற்ற வேண்டிய ஒழுக்க முறைகளை இந்த சாதனை எனும் நான்காம் குறியீடு விளக்குகிறது.

5. புனஸ்கரணம்

ஒவ்வொருவரும் பின்பற்ற வேண்டிய சடங்கு முறைகளைக் கூறுவதே 'புனஸ் கரணம்' என்ற தந்திர யோகக் குறியீடு. சைவ ஆகமங்களில் ஒருவகை புனஸ்கரணமும், வைணவ ஆகமங்களில் வேறுவகை புனஸ் கரணங்களும், சாக்த, பௌத்த ஆகமங்களில் மிகவும் வேறுபட்ட வேறுவகையான சடங்கு முறைகளும் தரப் பட்டுள்ளன. ஒருவர் எந்த மதத்தைச் சார்ந்தவராக உள்ளாரோ, அந்த மத ஆகமங்கள் கூறும் புனஸ்கரணங்களே அவருக்கு விதிக்கப் பட்டவை.

6. ஷட் கர்மங்கள்

'ஷட்' என்றால் 'ஆறு' என்று பொருள். தந்திர யோகம் பயிலுபவர்கள் கற்றுக்கொள்ள வேண்டிய ஆறு வகையான வித்தைகளையே ஷட் கர்மங்கள் என வகைப்படுத்தியுள்ளனர். பிற ஆகமங்களைவிட சாக்த ஆகமங்களிலேயே இந்த ஷட் கர்மங்கள் குறித்த விரிவான விளக்கங்கள் உள்ளன.

இதில் கூறப்பட்டுள்ள ஆறு வகையான கருமங்களும் பிளாக் மாஜிக் எனப்படும் எதிர்மறை வித்தைகளாகும். தந்திர யோகத்தை நல்ல வழியில் பயன்படுத்தி முக்தி நிலையை அடைய விரும்புகிற வர்கள் இந்த கர்மங்களின் பக்கமே திரும்ப மாட்டார்கள்.

● தந்திரயோகம் ●

தந்திர யோகத்தை தீய வழிகளில் பயன்படுத்தி பணம், புகழ் ஆகியவற்றை அடைய விரும்பும் கீழான மனோபாவம் கொண்டவர்கள் இந்த ஷட் கர்மங்களை மட்டுமே இறுகப் பற்றிக் கொள்கிறார்கள். இது பாவ கர்மாக்களைக் கொண்டு சேர்க்கும். ஆன்மிக வளர்ச்சிக்குத் தடையாக இருக்கும்.

தந்திர யோகம் கூறும் ஆறு வகையான கர்மங்கள் (வித்தைகள்) எவை என்பதை சுருக்கமாகக் காணலாம்.

கர்மம்- 1 சாந்தி

தெய்வங்களை மகிழ்ச்சிப்படுத்தும் தந்திர வித்தையே 'சாந்தி' எனப்படுகிறது. தந்திர யோக வழிபாடுகளில்- குறிப்பாக சாக்த மத வழிபாடுகளில் பல உக்கிரமான தெய்வங்களை (காளி) வழிபடுகிறார்கள்.

இந்த உக்கிரமான தெய்வங்களின் உக்கிரத்தைக் குறைத்து, சாந்தப்படுத்தி நமது கோரிக்கைகளுக்கு அவர்களை செவி சாய்க்க வைக்கும் வழிமுறைகளைக் கற்றுத் தரும் வித்தையே சாந்தி என்ற கர்மம்.

கர்மம்- 2 வசீகரணம்

வசீகரணம் என்றால் வசியப்படுத்துதல். மனிதர்கள், விலங்குகள், பறவைகள் ஆகியவற்றை வசியப்படுத்தும் முறைகளோடு இயற்கை, சிறு தெய்வங்கள் ஆகியவற்றை வசியப்படுத்தும் முறைகளும் வசீகரணத்தில் விளக்கப்படுகின்றன.

கர்மம்- 3 மாரணம்

தனது பகைவர்களுக்கு மரணத்தை விளைவிக்கும் மாந்திரீக முறையே மாரணம் எனப்படுகிறது.

கர்மம்- 4 உச்சாடனம்

தீய சக்திகளை- பேய், பிசாசுகளை விரட்டும் மாந்திரீக முறையே உச்சாடனம்.

கர்மம்- 5 ஸ்தம்பனம்

தனது தந்திர யோக வலிமையால் எதிரிகளை ஸ்தம்பிக்கச் செய்வது- அவர்களது செயல்களை முடக்குவதே ஸ்தம்பனமாகும்.

மனிதர்களை மட்டுமின்றி பிற உயிர்களையும், சிறு தேவதைகளையும்கூட ஸ்தம்பிக்கச் செய்யும் வழிமுறைகள் உள்ளன.

கர்மம்- 6 வித்வேஷணம்

கொடூரமான- தீய ரத்தவெறியை உருவாக்கும் மாந்திரீகப் பயிற்சி வித்வேஷணம் எனப் படுகிறது. மனிதர்களிடம் மட்டுமின்றி, பிற உயிர்களிடத்தும் இந்தப் பயிற்சியால் ரத்தவெறியை உருவாக்க முடியும். உதாரணமாக ஒரு யானைக்கு மதம் பிடிக்கச் செய்து எதிரியைக் கொல்ல ஏவிவிட முடியும்.

இந்த ஷட் கர்மங்கள் அனைத்துமே பாவ கர்மாக்களைக் கொண்டு வந்து சேர்க்கும். வாம முறையில் செல்பவர்கள் மட்டுமே இவற்றைக் கற்றுக் கொள்கிறார்கள். தட்சிண முறை தந்திர யோகத்தில் இந்த ஷட் கர்மங்களுக்கு இடமில்லை.

7. தியான யோகம்

தந்திர யோகத்தின் ஏழாவது குறியீடான தியான யோகம், தியானம் குறித்தும் யோக சாதனைகள் குறித்தும் விரிவாக விளக்குகிறது.

● தந்திரயோகம் ●

யாமளைகள் கூறும் எட்டு குறியீடுகள்

தந்திர யோகத்தின் முதல் ஏழு குறியீடுகளும் ஆகமங்களில் விளக்கப்பட்டுள்ளன. அடுத்த எட்டு குறியீடுகள் (8 முதல் 15 வரை) யாமளைகளில் விவரிக்கப்பட்டுள்ளன. அவை எவை என்பதை சுருக்கமாகக் காணலாம்.

8. படைப்பு பற்றிய விளக்கங்கள்

யாமளைகள் கூறும் படைப்பு பற்றிய விளக்கங்களில் சில இன்றைய நவீன விஞ்ஞானம் கூறும் விளக்கங்களுக்கு ஒத்து வருகின்றன. சில விளக்கங்கள் நவீன அறிவியலால் சாத்தியமற்றவை என ஒதுக்கத்தக்கதாக உள்ளன.

9. கோள்கள், விண்மீன்கள் பற்றிய வர்ணனைகள்

நவீன டெலஸ்கோப்புகள், கருவிகள் எதுவுமின்றி, பல்லாயிரம் ஆண்டுகளுக்கு முன்னரே நமது ஞானிகள் கோள்கள் குறித்தும் விண்மீன்கள் குறித்தும் பல அரிய உண்மைகளைக் கண்டறிந்துள் ளனர். அவை குறித்து யாமளைகள் விளக்குகின்றன.

10. தினசரி சமயச் சடங்குகள்

ஒவ்வொரு மதத்தினரும் தினசரி செய்ய வேண்டிய பூஜைகள், சடங்குகள் இந்த 10-ஆம் குறியீட்டில் விளக்கப்படுகின்றன.

11. பரிணாம வளர்ச்சி

நவீன விஞ்ஞானத்தில் 18-ஆம் நூற்றாண்டில்தான் பரிணாம வளர்ச்சி தத்துவம் கண்டுபிடிக்கப்பட்டது. சார்லஸ் டார்வினை பரிணாம வளர்ச்சியின் பிதாமகன் என்று கொண்டாடுகிறோம். ஆனால் டார்வினுக்கு பல நூற்றாண்டுகளுக்கு முன்னர் எழுதப் பட்ட யாமளைகளில் பரிணாம வளர்ச்சித் தத்துவம் விளக்கப் பட்டுள்ளது.

12. சூத்திரங்கள்

கணிதம், வான இயல், கட்டடக் கலை போன்ற பல துறைகளில் பயன்படக்கூடிய பலவிதமான சூத்திரங்கள் (ஃபார்முலாக்கள்) இந்த 12-ஆவது குறியீட்டில் தரப்பட்டுள்ளன. நமது கோவில்கள், நாம் பயன்படுத்தும் யந்திரங்கள் போன்றவை இந்த சூத்திரங்களின்

● டாக்டர் ஜான் பி.நாயகம் ●

அடிப்படையிலேயே அமைக்கப்படுகின்றன.

13. வர்ண பேதம்

வர்ண பேதங்கள் எவ்வாறு உருவாகின- ஒவ்வொரு வர்ணத்தவர்களும் கடைப்பிடிக்க வேண்டிய ஒழுக்க விதிமுறைகள் ஆகியவை இதில் விளக்கப்படுகின்றன.

14. சாதி பேத தர்மங்கள்: (தர்ம விதிகள்)

15. யுக தர்மங்கள்

ஒவ்வொரு யுகத்திலும் மனிதர்களுக்கு விதிக்கப்பட்டுள்ள கடமைகள்.

தந்திர யோகக் குறியீடுகள் 1 முதல் 7 வரை ஆகமங்களிலும்; 8 முதல் 15 வரை யாமளைகளிலும் கூறப்பட்டுள்ளன என்பதைக் கண்டோம். மீதமுள்ள குறியீடு கள் (16 முதல் 24 வரை) நிகமங்களிலும், பிற தந்திர யோக நூல்களிலும் விளக்கப்பட்டுள் ளன. நிகமங்களில் பார்வதி குருவாகவும் சிவன் சீடனாகவும் உருவகம் செய்யப்பட்டுள்ளனர்.

16. மந்திரங்கள்

பல்வேறு மந்திரங்கள், அவற்றின் செயல் முறைகள், எந்த மந்திரத்தால் என்ன பலன் கிடைக்கும் என்பனவற்றை இந்த குறியீடு விளக்குகிறது.

17. யந்திரங்கள்

கோடுகள், எழுத்துகள், எண்கள் ஆகியவற்றால் பலவகையான யந்திரங்களை உருவாக்க முடியம். உதாரணமாக ஸ்ரீ சக்கரத்தைக் கூறலாம். இந்த யந்திரங்கள் அபரிமிதமான சக்தியை உருவாக்குபவை. இந்த யந்திரங்களை அமைக்கும் முறைகள், உருவேற்றும் வழிகள், பலன்கள் ஆகியவை இந்த 17-ஆவது குறியீட்டில் உள்ளன.

18. கடவுள்கள் மற்றும் அவர்களது துணைவியர் பற்றிய வர்ணனைகள்

நமது கலாசாரத்தில் சக்தியையே கடவுள்களாக உருவகப் படுத்தியுள்ளனர். சக்தி பல வடிவங்களாகவும், பல நிலைகளிலும் உள்ளது. ஒவ்வொரு வகையான சக்தியும் ஒவ்வொரு கடவுளாக

உருவகப் படுத்தப்பட்டுள்ளது.

எந்த ஒரு சக்தியாக இருந்தாலும் அதனுள் பாசிட்டிவ், நெகட்டிவ் என இரு சக்திகள் மறைந்துள்ளன. இந்த இரண்டும் இணையும்போதே சக்தி செயல்படத் துவங்கும். (உதாரணமாக மின்சார சக்தி).

நவீன விஞ்ஞானத்தால் கண்டுபிடிக்கப் பட்டதாகக் கருதப்படும் இந்த நேர் சக்தி, எதிர்சக்தி தத்துவம் பல்லாயிரம் ஆண்டுகளுக்கு முன்னரே நமது முன்னோர்களுக்குத் தெரிந்திருந்தது. அதனால்தான் நமது இந்தியக் கடவுள்கள் அனைவருமே ஆண் (நேர்சக்தி), பெண் (எதிர்சக்தி) என ஜோடி ஜோடியாக உள்ளனர்.

இந்தக் கடவுள்கள், அவர்களது துணை ஆகியவற்றை விளக்குவதே 18-ஆவது குறியீடு.

19. தீர்த்த தலங்களும் அவற்றின் தன்மைகளும்

மலைகள், ஆறுகள், கடல்கள் ஆகியவற்றின் அருகிலுள்ள சில இடங்களில் சக்தியின் அளவும், வெளிப்பாடும் மிகமிக அதிக நிலையில் இருக்கும். இந்த இடங்களையே தீர்த்த தலங்களாக நமது முன்னோர்கள் அமைத்தனர்.

ஒவ்வொரு தீர்த்த தலத்தின் சக்திநிலை, அந்த சக்தியின் தன்மைகள், அந்த இடத்திற்குச் சென்று வழிபடும் முறைகள், அதன் நன்மைகள் ஆகியவற்றை இந்த 19-ஆவது குறியீடு விளக்குகின்றது.

20. விரத அனுஷ்டானங்கள்

விரதங்களுக்கு இந்திய கலாச்சாரத்தில் மிக முக்கியமான இடமுண்டு. விரதங்களால் நமது சக்திநிலை உயரும். உடலும் மனமும் பண்படும். இந்த விரதங்களை அனுஷ்டிக்கும் முறைகளை 20-ஆவது குறியீட்டில் காணலாம்.

21 புனிதமானவை- புனிதமற்றவை

இந்திய கலாச்சாரத்தில் மட்டுமின்றி, தொன்மையான அனைத்து கலாச்சாரங்களிலும் சில பொருட்களைப் புனிதமானவை எனக் கொண்டாடும் வழக்கமும்; சிலவற்றை புனிதமற்றவை என விலக்கி வைக்கும் பழக்கமும் உள்ளது. எவை எவை புனிதமானவை- எவை

● டாக்டர் ஜான் பி.நாயகம் ●

எவை புனிதமற்றவை என்பதையும் அதற்கான காரணங்களையும் தந்திர யோகத்தின் 21-ஆவது குறியீடு பட்டியலிடுகிறது.

22. அரசர்களுக்கான தர்ம நெறிகள்

'அரசன் எவ்வழி, குடிகள் அவ்வழி' என்பது பழமொழி. ஒரு நாட்டை ஆளும் அரசன் தர்மநெறிகளுக்குக் கட்டுப்பட்டு நடந்தால்தான் அந்த நாடும் மக்களும் நலமாக இருக்க முடியும். அரசர்களுக்கான தர்மங்கள், நெறிகள் 22-ஆம் குறியீட்டில் விளக்கப் பட்டுள்ளன.

23. சாதாரண மக்களுக்கான தர்ம நெறிகள்
24. ஞானம் குறித்த விளக்கங்கள்

தந்திர யோகம் கற்றுக்கொள்ள விரும்பும் ஒருவர் இந்த 24 குறியீடுகளையும் கற்றுக்கொள்ள வேண்டுமா? பதிலை அடுத்து காணலாம்.

அவர்கள் வெளியே தேடுகிறார்கள்; நம்மவர்கள் உள்ளே தேடுகிறார்கள்

7

தந்திர யோகத்தின் இருபத்து நான்கு குறியீடுகள் குறித்து கடந்த அத்தியாயத்தில் கண்டோம். இவை அனைத்தையுமே கற்றுக்கொள்ள வேண்டுமா என்ற மலைப்பும் குழப்பமும் உங்களது மனதில் எழுந்திருக்கும்.

அந்த காலத்தில் தந்திர யோகம் கற்றுக் கொள்ள விரும்பினால் 12-ஆவது வயதில் ஒரு தந்திர யோக குருவிடம் சீடனாகச் சென்று சேர வேண்டும். அவரோடு தங்கி, பணிவிடைகள் செய்து, குருகுல வாசத்தின் மூலமே தந்திர யோகத்தைக் கற்றுக்கொள்ள முடியும்.

தந்திர யோகத்தின் இருபத்து நான்கு குறியீடுகளையும் கற்று ஒரு முழுமையான தந்திர யோகியாக

மாற இருபது ஆண்டுகள் ஆகும். பன்னிரண்டாம் வயதில் குருகுல வாசம் துவங்கினால் முப்பத்திரண்டாவது வயதில் தான் முழுமையான தந்திர யோகியாக வெளியே வரமுடியும்.

இத்தகைய குருகுல வாசம் இந்த காலகட்டத்திற்கு சரிப்பட்டு வராது. மேலும் தொன்மையான காலகட்டத்தில் வகுக்கப்பட்ட இந்த குறியீடுகளில் பல இக்கால கட்டத்திற்குத் தேவையற்ற வையாகவும், சில பொருத்த மற்றவையாகவும் உள்ளன.

ஷட் கர்மங்கள் போன்ற சில குறியீடுகள் தட்சிண சார முறை தந்திர யோகத்தில் விலக்கப்படுகின்றன. அப்படியானால் நாம் கட்டாயமாகக் கற்றுக்கொள்ள வேண்டியவை எவை?

இதற்கான பதிலை நமது சித்தர்கள் நமக்குத் தந்திருக்கிறார்கள். திருமூலர் துவங்கி, அனைத்து சித்தர்களும் தந்திர யோகிகளே. சித்தர் இலக்கியங்களை ஊன்றி கவனித்தால் (குறிப்பாக திருமந்திரம்) நாம் கற்றுக்கொள்ள வேண்டியவை எவை என்பதற்கான விடை கிடைக்கும்.

✸ யோகம்
✸ மூச்சுப் பயிற்சிகள்
✸ குண்டலினியை எழுப்பி சக்கரங்களை இயக்கும் பயிற்சிகள்

இவை மூன்று மட்டுமே சித்தர்கள் வலியுறுத்தும் தந்திர யோகப் பயிற்சிகளாகும்.

இவற்றை முழுமையாகச் செய்து பயன்பெற 'ஞானம்' அவசிய மாகிறது. பல சித்தர் பாடல்கள் இந்த ஞானத்தையே மீண்டும் மீண்டும் வலியுறுத்துகின்றன. ஞானம் என்றால் என்ன?

தந்திர யோக நூல்கள் ஐந்துவிதமான ஞானம் குறித்து பேசுகின்றன.

1. மதி ஞானம்

பிறக்கும்போதே ஒவ்வொரு உயிரினமும் ஒரு குறிப்பிட்ட அறிவோடு பிறக்கின்றன. இந்த இயற்கையான அறிவையே மதி ஞானம் என்கின்றனர். மூளை என்று தனியாக ஒரு உறுப்பு இல்லாத ஒரு செல் உயிரினங்களான பாக்டீரியா, வைரஸ் போன்ற

● டாக்டர் ஜாண் பி.நாயகம் ●

வைக்குக்கூட தம்மை தற்காத்துக் கொள்ளும்- இனப் பெருக்கம் செய்யும் அறிவு உள்ளது. தமது உயிர் வாழ்தலுக்குத் தேவையான அறிவை அவை கொண்டுள்ளன. தாவரங்களுக்குக்கூட இயற்கையான அறிவு உண்டு.

2. கிருத ஞானம்

நமது அனுபவங் களாலும், நாம் கற்கும் கல்வியினாலும் உருவாகும் ஞானமே கிருத ஞானம் எனப்படும்.

அனுபவ அறிவு மனிதர்களுக்கு மட்டுமின்றி, வேறு பல உயிரினங்களுக்கும் கூட உண்டு. நமது ஐம்புலன்களுக்கு இந்த அனுபவ அறிவில் மிக முக்கியமான பங்கு உண்டு.

கல்வி அறிவு என்பது மனிதர்களுக்கு மட்டுமே உரிய ஒரு ஞானமாகும்.

'தொட்டனைத்தூறும் மணற்கேணி மாந்தர்க்கு
கற்றனைத் தூறும் அறிவு'

என்பது வள்ளுவன் வாக்கு. நமது முயற்சி, உழைப்பு ஆகியவற்றிற்கு ஏற்ப நமது கல்வி ஞானம் பெருகும்.

3. அவதி ஞானம்

மதி ஞானம் அனைத்து உயிர்களுக்கும் உண்டு. கிருத ஞானத்தை கல்வியால் வளர்த்துக் கொள்ளலாம். ஆனால் இந்த மூன்றாவது ஞானமான அவதி ஞானத்தை தந்திர யோகப் பயிற்சிகளால் மட்டுமே பெறமுடியும்.

புலன்களின் துணையின்றி, சூட்சுமமானவற்றையும், தொலைவில் உள்ளவற்றையும் உணர்ந்து கொள்ளும்- அறிந்துகொள்ளும் ஞானமே அவதி ஞானமாகும்.

தொடர்ந்து தந்திர யோகப் பயிற்சிகளில் ஈடுபட்டு சில சக்கரங்களை குண்டலினி மூலம் இயங்கச் செய்யும்போதுதான் இந்த அவதி ஞானம் உருவாகும்.

4. மனப்பிரிய ஞானம்

இதுவும் தந்திர யோகப் பயிற்சிகளால் உருவாகும் ஒரு ஞானமாகும். குண்டலினியை எழுப்பி சில சக்கரங்களை திறக்கச் செய்யும்

போதுதான் இந்த ஞானம் உருவாகும்.

மனப்பிரிய ஞானம் ஒருவரிடம் உருவாகி விட்டால் அவரால் பிறரது எண்ண ஓட்டங்களை- அவர்கள் மனதில் நினைப்பதை புரிந்து கொள்ள முடியும். (Mind Reading).

மேலும் தனது முற்பிறவிகளில் நடந்தவையும், பிறரது முற்பிறவிகளில் நடந்தவற்றையும் அறிந்துகொள்ள முடியும்.

5. கேவல ஞானம்

தந்திர யோகப் பயிற்சிகளின் மூலமாகப் பெறப்படுகின்ற உச்சகட்ட ஞானமே கேவல ஞானம் எனப்படுகிறது. இதை 'திரிகால ஞானம்' என்றும் கூறுவார்கள்.

குண்டலினியால் ஆக்ஞை சக்கரத்தைத் திறக்கும்போதுதான் இந்த திரிகால ஞானம் உருவாகும். இந்த ஞானத்தைப் பெற்றவர்களே திரிகால ஞானிகள்.

கடந்த காலம், நிகழ்காலம், எதிர்காலம் ஆகிய மூன்று காலங்களையும் தெரிந்து கொள்ளும் ஞானமே திரிகால ஞானமாகும். தீவிரமான பயிற்சிகளால் மட்டுமே இதைப் பெறமுடியும்.

தந்திர யோகப் பயிற்சிகளால் பலவிதமான ஞானங்களைப் பெற முடியும். ஆனால் தந்திர யோகப் பயிற்சிகளில் ஈடுபட மெய்ஞ்ஞானம் என்ற ஒன்றும் அவசியமாகிறது. அது குறித்து காண்பது அவசியம்.

மெய்ஞ்ஞானம்

'மெய்' என்ற சொல்லுக்கு 'உண்மை' என்ற பொருளும்; 'உடல்' என்ற பொருளும் உண்டு. மெய்ஞ்ஞானம் என்றால் உண்மையான ஞானம் அல்லது நமது உடல் குறித்த ஞானம் என்று பொருள் கொள்ளலாம்.

ஆதிகாலம் தொட்டே மேல்திசை நாட்டு அறிஞர்களுக்கும், கீழ்திசை நாட்டு அறிஞர்களுக்கும் மிக முக்கியமான ஒரு வித்தியாசம் நிலவி வருகிறது.

மேலைநாட்டு அறிஞர்களின் 'தேடல்' புறத் தேடலாக இருந்தது. நம்மைச் சுற்றி இருப்பவை, நடப்பவை குறித்தே அவர்களின்

● டாக்டர் ஜான் பி.நாயகம் ●

தேடலும் ஆராய்ச்சிகளும் இருந்தன. அதனால்தான் வானவியல், இயற்பியல், வேதியியல் போன்ற பல விஞ்ஞானக் கலைகள் அங்கே வளர்ந்தன. இன்றளவும் இத்துறைகளில் பல புதிய கண்டுபிடிப்புகளும் அங்கிருந்தே வருகின்றன.

இந்தியா, சீனா போன்ற கீழை நாட்டு அறிஞர்களின் தேடல் இதற்கு எதிர் திசையில் அமைந்தது. புறத்தேடல் இருந்தாலும், அவர்களின் கவனம் அகத் தேடலிலேயே அதிகமாகக் குவிந்திருந்தது. வெளியில் நிகழ்பவற்றைவிட நமது உடலின் உள்ளே என்னென்ன நிகழுகிறது என்பதை அறிந்து கொள்வதிலேயே அவர்கள் அதிக ஆர்வம் காட்டினர். உடல் (மெய்) குறித்த ஞானமே உண்மையான ஞானம்- 'மெய்ஞ்ஞானம்' என்று அவர்கள் கருதினர்.

இந்த மெய்ஞ்ஞானத் தேடலின் விளைவாகவே மேலைநாட்டு அறிஞர்களால் கண்டுணர முடியாத உடல் குறித்த பல உண்மைகளை கீழைநாட்டு ஞானிகள் கண்டுபிடித்தனர்.

✴ குண்டலினி சக்தி
✴ சக்தி உடல்கள்
✴ நாடிகள்
✴ சக்கரங்கள்
✴ பிராண சக்தி
✴ பஞ்ச பூதங்கள்
✴ தச வாயுக்கள்

என இவர்களின் மெய்ஞ்ஞான கண்டு பிடிப்புகளின் பட்டியல் மிகமிக நீளமானது.

இறைவனோடு ஒன்றிணையும் முக்தி நிலையை அடைவதே பிறப்பின் லட்சியமாகும். இந்த கருத்தை உலகிலுள்ள அனைத்து மதங்களுமே ஒத்துக் கொள்கின்றன.

சித்தர்கள் தந்திர யோகத்தின் வழியாக முக்தி நிலை நோக்கிய பயணத்தை மேற் கொண்டவர்கள். முக்தி நிலையை அடைய உடல் எனும் கருவியின் துணை இன்றியமையாதது. எனவேதான் திருமந்திரம் இந்த உடலைப் பேணும் வழிமுறைகள் குறித்து

விரிவாகப் பேசுகிறது.

சுவர் இருந்தால்தான் சித்திரம் வரைய முடியும். முக்தி எனும் சித்திரத்தை முழுமையாக வரைந்து முடிக்க, உடல் எனும் சுவர் மிகமிக அவசியம். எனவேதான் உடல் குறித்த மெய்ஞ்ஞானத்திற்கு நமது சித்தர்கள் முக்கியத்துவம் கொடுத்தனர்.

இந்த உடலின் சூட்சுமங்களை- இயக்க முறைகளை முழுமையாகப் புரிந்துகொண்டால் மட்டுமே தந்திர யோகப் பயிற்சிகளை- அவற்றின் இயக்க முறைகளைப் புரிந்துகொள்ள முடியும்.

மெய்(உடல்)ஞானத்தின் அடிப்படையிலேயே தந்திர யோகம் உருவாக்கப்பட்டுள்ளது. உடலிலுள்ள பல சூட்சுமமான சக்திகளை- சக்தி மையங்களை இயக்குவதன் மூலமே மனிதன் உயர் சக்தி நிலைகளை அடைய முடியும்.

படிப்படியாக மனிதனின் சக்தி நிலை உயர்ந்து, இறுதியாக 'இறை' எனும் பிரபஞ்ச சக்தியின் நிலையை அடையும்போது, இரு சக்திகளும் ஒத்த நிலையை அடைந்து ஒன்றாகக் கலந்துவிடுகின்றன.

இதையே முக்தி நிலை என்பார்கள். பரமாத்மாவோடு ஜீவாத்மா ஒன்றாக இணைதல் என்பார்கள். இறை எனும் ஜோதியில் ஐக்கியமாகிவிடுதல் என்பார்கள்.

இது தவிர, இந்த பிரபஞ்சம் முழுவதுமே பலவிதமான சக்திகள் நிறைந்து காணப்படுகிறது. வலுக் குறைந்த சக்திகள், வலிமையான சக்திகள், நல்ல சக்திகள், தீய சக்திகள் என ஒவ்வொரு சக்திக்கும் தனித்தனி தன்மைகளும் குணங்களும் உள்ளன.

இந்த பலவிதமான சக்திகளையே தந்திர யோகம் பலவிதமான பெண் தெய்வங்களாக (சக்திகளாக) உருவகப்படுத்துகின்றது.

* காளி
* பரமேஸ்வரி
* ராஜ ராஜேஸ்வரி
* சாமுண்டி
* பைரவி

என பல பெயர்களில்- பல உருவங்களில் இந்த சக்திகள்

● டாக்டர் ஜான் பி.நாயகம் ●

வர்ணிக்கப்படுகின்றன. (லலிதா சகஸ்ர நாமம் இந்த சக்திகளின் பெயர்களையே பட்டியலிட்டு வாழ்த்துகிறது- வணங்குகிறது.)

'அண்டத்தில் உள்ளதே பிண்டத்திலும் உள்ளது' என்பது நம் முன்னோர்களின் கருத்து. பிரபஞ்சத்திலுள்ள அனைத்து சக்திகளுமே நமது உடலின் உள்ளும் உள்ளன.

உடலின் உள்ளே உள்ள சில குறிப்பிட்ட சக்திகளைத் தூண்டி விட்டு, பிரபஞ்சத்திலுள்ள அதேவகை சக்திகளை நம் வசமாக்குவதற்காகவே பலவிதமான தந்திர யோகப் பயிற்சிகள் உருவாக்கப்பட்டன.

இதுவரையில் நாம் பார்த்ததிலிருந்து கீழ்க்கண்ட உண்மைகளை நினைவில் நிறுத்திக் கொள்ளுங்கள்.

✳ உடல் எனும் கருவியின் துணையிருந்தால் மட்டுமே தந்திர யோகப் பயிற்சிகளின் மூலம் முக்தி நிலையை அடைய முடியும்.

✳ உடல் குறித்த ஞானமே மெய்ஞ்ஞானம்.

✳ மெய்ஞ்ஞானமே தந்திர யோகத்தின் முதல் படி.

✳ தந்திர யோகம் என்பதே ஒரு சக்தி விஞ்ஞானம். (Energy Science).

✳ சக்தி குறித்த விரிவான ஞானமும் தந்திர யோகப் பயிற்சிகளுக்கு அவசியம்.

பிந்து சக்கரத்தில் சுரக்கும் அமிர்தமே மூப்புக்கும் மரணத்துக்கும் காரணம்!

8

'பஞ்ச மகாரங்கள்' என்பவை தந்திர யோகத்தின் மிக முக்கியமான ஐந்து கர்மங்களை- செயல்பாடுகளைக் குறிக்கும் ஒரு சொல்லாகும். இவை தந்திர யோக நெறிக்கு மட்டுமே உரித்தான கர்மங்கள். தந்திர யோகம் குறித்து ஒருவித அச்சமும் அருவருப்பும் மக்களிடையே பரவலாகக் காணப்படுவதற்கும் இந்த பஞ்ச மகாரங்களே காரணமாக உள்ளன. எனவே அவை குறித்து விரிவாகக் காண்பது அவசியமாகிறது.

இதில் கூறப்படும் ஐந்து கர்மங்களின் பெயர்களும் 'ம' என்ற எழுத்தில் ஆரம்பிப்பதால் இவற்றை பஞ்ச மகாரங்கள் என்கிறோம். அவை-

1. மது (Madhya).

2. மாமிசம் (Mamsa).

3. மச்சம் (Matsya).

4. முத்திரை (Mudra).

5. மைதுனம் (Maithuna).

இந்த ஐந்து சொற்களும் நேரடியாக ஒரு அர்த்தத்தையும், மறை பொருளாக வேறு அர்த்தத்தையும் தரக்கூடியவை.

ரிக் வேதத்திலேயே பஞ்ச மகாரங்கள் பற்றிய குறிப்புகள் உள்ளன. 'தந்திர சாரம்' என்ற தந்திர யோக நூல் இவை குறித்து விரிவாகப் பேசுகிறது.

இந்த ஐந்து மகாரங்களுக்கும் நேரடியான சொற்பொருளை எடுத்துக் கொண்டு, அவற்றை அப்படியே நடைமுறைப்படுத்துவது வாமாசார தந்திர யோகம்.

சொற்பொருளைக் கொள்ளாது, அவற்றின் உட்பொருளை அறிந்து அதை பயிற்சிகளில் நடைமுறைப்படுத்துவது தட்சிணாசார தந்திர யோகமாகும்.

நேரடியான சொற்பொருளை எடுத்துக்கொள்ளும் வாமாசாரிகள் அதற்கு ஒரு விளக்கத்தையும் தருகின்றனர். மது, மாமிசம், மச்சம், முத்திரை, மைதுனம் ஆகிய ஐந்தும் மனிதனின் உடல்சார்ந்த இச்சைகளைத் திருப்திப்படுத்துபவை.

இந்த இச்சைகளைக் கடந்த பின்னரே ஒருவர் துறவு நிலையை அடைய முடியும். இவற்றில் ஏதாவது ஒன்றின்மீது நாட்டம் மிச்சமிருந்தாலும் அவரது துறவு முழுமையடையாது.

பஞ்ச மகாரங்களை முழுமையாக- போதும் போதும் என்ற அளவிற்கு அனுபவித்து முடித்துவிட வேண்டும். அதன்பின்னர் ஒரு கட்டத்தில் போதும் என்ற மனநிறைவு வந்த பின்னரே துறவு நிலை ஏற்க வேண்டும்.

ஒரு தந்திர யோகியை முழுமையான துறவு நிலைக்குத் தயார்ப்படுத்த இந்த ஐந்து மகாரங்களும் துணைபுரிகின்றன என்பதே வாமாசாரிகள் கூறும் விளக்கமாகும்.

வாமாசார தந்திர யோகத்தில் இந்த ஐந்து மகாரங்களும்

அனைத்து உயர் நிலைப் பயிற்சிகளிலும் பூஜைகளிலும் தவறாமல் இடம் பிடிக்கின்றன. இதுவே தந்திர யோகம் குறித்த பல தவறான புரிதல்களுக்கும் அச்சங்களுக்கும் காரணமாக உள்ளது.

தட்சிணாசார வழிமுறைகளில் ஐந்து மகாரங்களுக்கும் நேரடியான சொற்பொருளை எடுத்துக் கொள்வதில்லை. அவற்றின் சூட்சுமமான உட்பொருளை உணர்ந்து அவற்றையே தமது பயிற்சிகளில் பின்பற்றுகின்றனர்.

நாம் கற்றுத்தரும் தந்திர யோகப் பயிற்சிகளின் உயர்நிலைகளில் இந்த தட்சிணாசார வழிமுறைகளையே பின்பற்றுகிறோம். பஞ்ச மகாரங்களுக்கு தட்சிணாசாரம் கூறும் உட்பொருளின் சூட்சுமங்களை சற்றே விரிவாகக் காணலாம்.

1. மது

மது என்பதற்கு நேரடியான பொருள்- மனதை மயங்கச் செய்யும்

● டாக்டர் ஜாண் பி.நாயகம் ●

'கள்' அல்லது பானம் என்பதே. வேத காலத்திலேயே சோம பானம், சுரா பானம் போன்ற மது வகைகள் பார்லி, கோதுமை, பழவகைகள் ஆகியவற்றிலிருந்து தயாரிக்கப்பட்டதாக சரித்திரக் குறிப்புகள் உள்ளன.

யாகங்கள் முடிந்த பின்னர் புரோகிதர்களும் மற்றவர்களும், யாகத்தில் பலி கொடுக்கப்பட்ட மிருகத்தின் மாமிசத்தை இந்த மது பானங்களோடு சேர்த்து உண்டு, குதூகலமாக இருந்ததாக ரிக் வேதப் பாடல்கள் கூறுகின்றன.

மது அருந்தும்போது என்ன நிகழுகிறது? தன்னை மறந்த ஒரு மனநிலை உருவாகிறது. பிற கவலைகள் மறைந்து மனம் ஒரு ஆனந்த நிலையை அடைகிறது. சுய கட்டுப்பாடும் சுயநினைவும் படிப்படியாகக் குறைந்து, தன்னை மறந்த ஒரு போதை நிலை உருவாகிறது.

மதுவை அருந்தாமலே தன்னை இழந்து, 'தான்' என்ற அகங்காரமும் ஆணவமும் மறைந்து, இறைவனோடு மனம் ஒன்றிக்கும் நிலையில் ஏற்படும் பேரானந்த நிலையையே 'பரமானந்தம்' என்கிறோம்.

மதுவை அருந்தாமலே இந்த பரமானந்த நிலையை அடையும் வழிமுறைகளையே தட்சிணாசார தந்திர யோகம் கற்றுத் தருகிறது.

இங்கே மது என்பது நமது உடலின் உள்ளே ஊறும் ஒரு திரவத்தைக் குறிக்கிறது. மரணமற்ற வாழ்வைத் தரும் அமிர்தத்தையே இந்த 'மது' என்ற சொல் சுட்டிக் காட்டுகிறது.

நமது உடலுக்குத் தேவையான சக்தியை உருவாக்கும் சக்தி மையங்களையே சக்கரங்கள் என்கிறோம். இவற்றுள் ஏழு சக்கரங்களையே முதன்மைச் சக்கரங்கள் என்கிறோம்.

மூலாதாரம், சுவாதிஸ்டானம், மணிப்பூரகம், அனாகதம், விஷுத்தி, ஆக்ஞை, சகஸ்ராரம் ஆகிய ஏழுமே முதன்மைச் சக்கரங்கள். இவைதவிர பல துணைச் சக்கரங்களும், சிறு சக்கரங்களும் உடலில் உள்ளன. அமிர்தத்தைக் குறித்து புரிந்துகொள்ள இரு துணைச் சக்கரங்கள் குறித்தும் அறிந்துகொள்ள வேண்டும்.

ஆக்ஞை சக்கரத்திற்கும் சகஸ்ரார சக்கரத்திற்கும் இடையே

மூளையின் உட்பகுதியில் பிந்து சக்கரம் என்ற ஒரு துணைச் சக்கரம் உள்ளது. இதிலிருந்து 'அமிர்தம்' சொட்டு சொட்டாக சுரந்து கொண்டேயிருக்கும். அனைத்து மனிதர்களிடமும் இது தொடர்ந்து நடைபெற்றுக் கொண்டேயிருக்கிறது.

பிந்து சக்கரத்திற்கு 'சோம சக்கரம்' என்ற பெயரும் உண்டு. நாத சித்தர் பரம்பரையினர் இதை சோம சக்கரம் என்றே அழைப்பர். அதிலிருந்து சுரக்கும் திரவமே 'சோம பானம்'.

கௌல முறை தந்திர யோகிகள் இந்த அமிர்தத்தை 'கௌலாமிர்தம்' என்று அழைக்கின்றனர்.

நமது சித்தர்கள் தமது பாடல்களில் இந்த திரவத்தை வெவ்வேறு பெயர்களால் குறிக்கின்றனர்.

- உச்சிப் பால்.
- மாங்காய்ப் பால்.
- மதியமுது.
- அருளமுது.
- கறவாப்பால்.
- சோமாசலம்.

என சித்தர் இலக்கியத்தில் பல பெயர்களால் இது அழைக்கப் படுகிறது.

இந்த அமிர்தம் சாதாரண மனிதர்களுக்கு விஷம்! உடல் மூப்பு அடைவதற்கு இந்த அமிர்தமே காரணமாக உள்ளது. பிந்து சக்கரத்தி லிருந்து சுரக்கும் இந்த திரவம் தொண்டை சக்கரமான விஷுத்தியைத் தாண்டி, பிற கீழ் சக்கரங்களுக்கும் சென்று உடல் முழுவதும் பரவுகிறது.

தொண்டை சக்கரத்திற்கும் (விஷுத்தி) ஆக்ஞை சக்கரத்திற்கும் இடையே மேலண்ணத்தின் பின்பகுதியில் 'லலான சக்கரம்' என்ற ஒரு துணைச் சக்கரம் உள்ளது.

சில உயர்நிலை தந்திர யோகப் பயிற்சிகளின் மூலமாக இந்த லலான சக்கரத்தை நன்கு இயங்க வைத்தால், லலான சக்கரம் பிந்துவிலிருந்து சொட்டிக் கொண்டிருக்கும் அமிர்தத்தை

தொண்டை சக்கரப் பகுதியிலேயே தங்க வைத்துவிடும். அமிர்தம் தொண்டை சக்கரத்தைத் தாண்டி கீழேயுள்ள பிற சக்கரங்களுக்குச் செல்ல முடியாது.

தொண்டை சக்கரத்தின் தனிச் சிறப்பே- அது பலவிதமான அசுத்தங்களையும், விஷங்களையும் முறித்து, தூய்மைப் படுத்தும் சக்தி கொண்டது என்பதே.

இந்த விசேஷத் தன்மையைக் குறிக்கவே அந்த சக்கரத்திற்கு 'விஷுத்தி' என்று பெயரிட்டுள்ளனர். சமஸ்கிருத மொழியில் 'விஷ்' என்றால் விஷம்; 'சுத்தி' என்றால் சுத்தம் செய்யுதல்.

விஷ் + சுத்தி = விஷுத்தி!

லலான சக்கரம் தூண்டப்பட்டு தொண்டை சக்கரமும் முழு வீச்சில் செயல்படும்போதுதான் அமிர்தத்தின் விஷத்தன்மை சுத்தம் செய்யப்படும்.

இவ்வாறு சுத்தம் செய்யப்பட்ட அமிர்தமே உடலை மூப்பு, பிணி, திரை, மரணம் போன்றவற்றிலிருந்து பாதுகாக்கும். (காய கல்பம்). மரணமில்லா பெருவாழ்வைத் தரும்.

சித்தர்களும் தந்திர யோகிகளும் இந்த நிலையை அடையவே பல ஆண்டுகள் கடின தவமும் பயிற்சிகளும் செய்தனர்.

தேவர்களும் அசுரர்களும் மரணத்தை வெல்ல பாற்கடலைக் கடைந்ததாக புராணங்களில் கூறப்படும் கதையும் இதையே மறை முகமாக உணர்த்துகிறது! இது ஒரு உருவகக் கதை (Allegory).

தேவர்கள் நமது உடலிலுள்ள நல்ல சக்திகளையும், அசுரர்கள் தீய சக்திகளையும் குறிக்கும் உருவகம். (நல்ல பண்புகள், தீய பண்புகள் என்றும் எடுத்துக் கொள்ளலாம்.)

இவர்கள் பாற்கடலைக் கடைய பயன்படுத்திய 'மத்து' (மந்தார மலை) நமது சுழுமுனை நாடி.

கயிறாகப் பயன்படுத்திய வாசுகி பாம்பின் தலையும் வாலும் பிங்கலை, இடகலை ஆகிய இரு நாடிகளைக் குறிக்கும் உருவகம்.

பாற்கடலைக் கடையும்போது முதலில் வாசுகி கக்கிய ஆலகால விஷம் என்பது சாதாரணமாக பிந்து சக்கரத்திலிருந்து சுரந்து

கொண்டிருக்கும் அமிர்தத்தைக் குறிக்கிறது. இதுவே மூப்புக்கும் மரணத்திற்கும் காரணமாகும் ஆலகால விஷம்!

ஆலகால விஷத்தின் வெம்மை தாளாமல் மூன்று உலகங்களிலும் இருந்த உயிர்கள் அனைத்தும் அலறித் துடித்தன. தங்களைக் காப்பாற்றும்படி சிவபெருமானிடம் அவை முறையிட, சிவபெருமான் ஆலகால விஷத்தை விழுங்கிவிட்டதாக இந்தக் கதை செல்லுகிறது.

ஆலகால விஷம் உடல் முழுவதும் பரவிவிட்டால் தன் துணைவருக்கு என்ன நிகழுமோ என்று பயந்த பார்வதிதேவி, சிவனின் தொண்டைப் பகுதியை கெட்டியாகப் பிடித்துக் கொண்டதாகவும், விஷம் தொண்டைப் பகுதியிலேயே தங்கிவிட்டதால் அவரது தொண்டைப் பகுதி மட்டும் நீல நிறமாக மாறிவிட்டது- திருநீலகண்டன் என்ற பெயரும் சிவனுக்கு உண்டாயிற்று என்றும் புராணம் கூறுகிறது.

ஆலகால விஷம் (அமிர்தம்) தொண்டைப் பகுதியிலுள்ள விஷுத்தி சக்கரத்தால் சுத்தம் செய்யப்பட்டதால் உடலின் பிற பாகங்களுக்குப் பரவவில்லை.

ஆக, நமது புராணங்களில் கூறப்பட்டுள்ள பல கதைகளும் பல தந்திர யோகப் பயிற்சிகளை விளக்கும் குறியீட்டுக் கதைகளே!

'மது' என்று தந்திர யோகம் குறிப்பது கள்ளை அல்ல; நமது உடலின் உள்ளே சுரக்கும் அமிர்தத்தையே!

● டாக்டர் ஜாண் பி.நாயகம் ●

தேவிக்கு பலியிடப்பட வேண்டியவை எவை?

9

'**ம**து' என்ற மகாரம் வாமாசார தந்திர யோகத்தில் எவ்வாறு கையாளப்படுகிறது, தட்சிணாசார தந்திர யோகம் கூறும் சூட்சும அர்த்தம் என்ன என்பதை விரிவாகக் கண்டோம். இனி பிற நான்கு மகாரங்கள் குறித்துக் காணலாம்.

இரண்டாம் மகாரம்- மாமிசம்

'மாமிசம்' என்பதன் நேரடியான அர்த்தம் 'இறைச்சி' என்பதேயாகும். வாமாசார தந்திர யோகத்தின் பூஜைகளிலும் யாகங்களிலும் மாமிசம் ஒரு முக்கிய பங்கு வகிக்கிறது.

வழிபாடுகளில் உயிர்பலி கொடுப்பது என்பது, வழிபாடு என்ற ஒன்று தொடங்கிய காலத்திலிருந்தே தொடர்ந்து நடைபெற்று வருகிறது. இது மிக மிகத்

தொன்மையான ஒரு வழக்கமாகும்.

பைபிளின் பழைய ஏற்பாடு புத்தகத்தில் கடவுளுக்கு உயிர்பலி கொடுக்கும்போது பின்பற்ற வேண்டிய வழிமுறைகள் மிக விரிவாகக் கொடுக்கப்பட்டுள்ளன. பலி கொடுக்கப்படும் ஆடு எத்தகையதாக இருக்க வேண்டும் என்ற விளக்கமும்கூட காணப்படுகிறது.

ஆரியர்களின் ரிக் வேதத்திலும் உயிர்பலி குறித்த பல தகவல்கள் உள்ளன. மாடு, எருது, குதிரை போன்றவற்றை பலி கொடுத்ததாகச் செய்திகள் உள்ளன.

பலி கொடுக்கப்பட்ட விலங்கின் மாமிசத்தை யார் யார் எப்படி பங்கிட்டுக் கொள்ள வேண்டும் என்ற குறிப்பும் ரிக் வேதத்தில் காணப்படுகிறது.

யாகத்தை நடத்தும் எஜமானன் அல்லது அரசனுக்கு கணிசமான பங்கு தர வேண்டும் என்று கூறப்பட்டுள்ளது. ஆனால் யாகத்தை நடத்தித் தரும் புரோகிதர்களுக்கே மாமிசத்தின் தொடைக் கறியும், ஈரலும் (இவையே மிகச் சுவையானவை என கருதப்பட்டன) உரியது என்ற குறிப்பும் ரிக் வேதத்தில் உள்ளது.

மனு தர்ம சாஸ்திரத்திலும் எந்தெந்த விலங்குகள் உண்ணத் தகுந்தவை- எந்தெந்த விலங்குகளின் மாமிசம் உண்ணத்தகாதவை என்ற பட்டியல் உள்ளது.

வேத காலத்திலிருந்தே நம் நாட்டில் சாதி பேதங்கள் இருந்திருக்கின்றன. ஆனால் வேத காலத்தில் அனைத்து சாதியினரும் (உயர் சாதியினர் உட்பட) மாமிசம் உண்ணும் வழக்கம் இருந்திருக்கிறது.

பிராமணர்கள் மாமிசம் உண்ணக்கூடாது என்ற விதி மிகவும் பிற்காலத்தில் தோன்றிய ஒன்று.

ஆதி மனிதன் காட்டில் வேட்டையாடித் திரிந்தபோது மாமிசமும் பழங்களுமே அவனது உணவாக இருந்தது. மிகமிகப் பிற்காலத்தில்தான் (சுமார் 15,000 ஆண்டுகளுக்குமுன்) அவன் நதிக் கரைகளில் கூட்டங்களாகக் குடியேறி விவசாயம் செய்யக் கற்றுக்கொண்டான். அதன் பின்னரே தானியங்களும் அவனது உணவுப் பட்டியலில் இடம்பெற்றது.

● டாக்டர் ஜான் பி.நாயகம் ●

ஆக, மாமிசம் என்பது மிகத் தொன்மையான காலம் தொட்டே மனிதனின் இயல்பான உணவாக இருந்திருக்கிறது. விஞ்ஞான ரீதியாகவும் மனிதன் ஒரு மாமிசப் பட்சிணியே (CARNIVOROUS) என்பதும் இங்கே குறிப்பிடத்தக்கது.

மனிதன் தான் உண்ணும், தான் விரும்பும் உணவுகளையே தனது கடவுளுக்கும் படைத்தான் என்பதே சரித்திரம் கூறும் உண்மை. இதுவே இயல்பானது.

இந்த இயல்பான வழக்கத்தையே வாமாசார தந்திர யோகிகள் தங்களது பூஜைகளிலும் யாகங்களிலும் நடைமுறைப் படுத்துகின்றனர்.

வாமாசார தந்திர யோகத்தில் ஒவ்வொரு குறிப்பிட்ட பூஜைக்கும் குறிப்பிட்ட மாமிச வகைகளை (மதுவோடு) பூஜாதேவிக்கு படையலாகப் படைக்க வேண்டும் என்ற விதிமுறை உள்ளது.

பலி கொடுக்கும் முறை, படையலிடும் முறை, பூஜைக்குப் பின்னர் அந்த மாமிசத்தை உண்ணும் முறை என ஒவ்வொன்றும் விரிவாக விளக்கப்பட்டுள்ளன. யாகங்களின் போது பலியிடப்பட வேண்டிய விலங்குகள் எவை, எப்படி பலியிட வேண்டும், படையலிட வேண்டும் என்பதும் வாமாசாரத்தில் விளக்கப்பட்டுள்ளது.

பஞ்ச மகாரங்களின் சொற்பொருளை அப்படியே எடுத்துக் கொண்டு செயல்படுத்துபவர்கள் வாமாசார தந்திர யோகிகள் என்பதை ஏற்கெனவே கண்டோம். மனித குலத்தின் தொன்மையான வழக்கப்படி அவர்கள் தங்கள் பூஜைகளில் மாமிசத்தை படையல் இடுகின்றனர்.

தட்சிணாசார முறையில், பஞ்ச மகாரங்கள் ஒவ்வொன்றிலும் புதைந்து கிடக்கும் உட்பொருளை- உண்மையான அர்த்தத்தைப் புரிந்து கொண்டு அதன்படி நடப்பது முறையாக உள்ளது. 'மாமிசம்' என்ற சொல்லுக்கு தட்சிணாசாரம் கூறும் விளக்கம் என்ன?

தட்சிணாசாரத்தில் மாமிசம்

தட்சிணாசாரத்தில் மாமிசம் என்ற மகாரம் பருவுடலையும், அதன் இச்சைகளையும் குறிக்கும் குறியீடாக எடுத்துக்கொள்ளப் படுகிறது.

பருவுடலை மாமிசப் பிண்டம் என்றே நமது சித்தர்கள் வர்ணிக்கின்றனர். ஆனால் இந்தப் பருவுடலின் உள்ளே இறைவன் குடியிருப்பதால், அதை கோவில் என்றும் கொண்டாடுகின்றனர்.

பருவுடலின் உள்ளே இருக்கும் ஆத்மாவை உணர்ந்து கொள்வதே ஆத்ம தரிசனம். அந்த ஆத்மாவின் உண்மைத் தன்மையை, சுயரூபத்தைப் புரிந்து கொள்வதே ஆத்ம ஞானம் எனப்படுகிறது.

இந்த ஆத்மா என்பது இறைவனின் அம்சம் என்பதை உணர்ந்து அதை தரிசிப்பதே இறை தரிசனம். அந்த இறை ரூபத்தை உணர்ந்து கொள்வதே இறை ஞானம் அல்லது பிரம்ம ஞானம் எனப்படுகிறது.

தந்திர யோகத்தின் செயல்முறைகள் அனைத்துமே இந்த ஆத்ம ஞானம், பிரம்ம ஞானம் ஆகியவற்றையே குறிக்கோள்களாகக் கொண்டுள்ளன.

இந்த ஞானங்களை அடைய மிகப் பெரிய தடையாக இருப்பது

● டாக்டர் ஜான் பி.நாயகம் ●

பருவுடலின் இச்சைகளே! அந்த இச்சைக்களையே தட்சிணாசார தந்திர யோகம் மாமிசம் என்ற மகாரமாக எடுத்துக் கொள்கிறது.

இந்த இச்சைகளுக்கு ஆதாரமாக இருப்பவை நமது ஐந்து புலன்களே. ஆக, மாமிசம் என்பது நமது புலன்களைக் குறிக்கும் குறியீடாகவும் உள்ளது.

சில தட்சிணாசார தந்திர யோக நூல்கள் 'தான்' என்ற அகங்காரத்தையே (Ego) மாமிசம் என்ற மகாரம் உணர்த்துவதாகக் குறிப்பிடுகின்றன.

ஆக, மாமிசம் என்பது பருவுடலின் பல்வேறு பரிமாணங்களைக் குறிக்கும் ஒரு குறியீடு.

- பருவுடல்
- இச்சைகள்
- ஐம்புலன்கள்
- அகங்காரம்

ஆகிய அனைத்துமே மாமிசம் என்று தட்சிணாசாரம் கருதுகிறது.

தட்சிணாசார வழிபாடுகளின்போது இவையே தேவிக்கு பலியிடப்படுகின்றன. இவையே தேவிக்கு படையலிடப்படுகின்றன. இவையே உட்கொள்ளப் படுகின்றன.

மாமிசத்தை உண்டு முடிப்பவனே ஆத்ம தரிசனம் பெறமுடியும். ஆத்ம தரிசனத்தின் அடுத்த நிலையிலேயே இறை தரிசனமும், பிரம்ம ஞானமும் சாத்தியமாகும்.

அகங்காரம் அழிந்த நிலையிலேயே ஞானச் சுடர் உள்ளில் ஏற்றப் படும். ஆன்மாவும் இறைவனும் நமது உடலுக்கு உள்ளேயே இருந்தாலும்கூட, அவற்றை தரிசிக்க விடாமல் தடுக்கும் தடுப்புச் சுவராக அகங்காரம் எழுந்து நிற்கின்றது.

இந்த அகங்காரம் எனும் மாமிசத்தை தேவிக்கு பலியிட்டு காணிக்கையாக்கி விட்டால் ஞானத்தின் கதவுகள் தானாகவே திறக் கும். இதற்கான வழிமுறைகளை தட்சிணாசார தந்திர யோகம் கற்றுத் தருகிறது.

தவறான புரிதல்கள்

தந்திர யோக நூல்களில் பல செய்திகளும் குறியீடுகளாகவும், மறை பொருளாகவுமே கூறப்பட்டுள்ளன. பக்குவமடையாத சாதாரண மனிதர்கள் புரிந்து கொள்ளக்கூடாது என்ற நோக்கத்திலேயே நம் முன்னோர்கள் இவ்வாறு எழுதி வைத்தனர்.

நமது சித்தர்கள்கூட பல தந்திர யோக உண்மைகளை பரிபாஷையிலேயே எழுதிவைத்துள்ளனர். சித்தர்களின் சங்கேத மொழிகளைப் புரிந்து கொண்டவர்களால் மட்டுமே அவற்றின் உண்மையான அர்த்தத்தைத் தெரிந்து கொள்ள முடியும்.

எழுதி வைக்கப்படாமல் தந்திர யோகம் அழிந்து போய்விடக்கூடாது; அதே நேரத்தில் பாமரர்களிடம் சிக்கி 'குரங்கு கையில் சிக்கிய பூமாலையாக' ஆகிவிடவும் கூடாது என்ற உயர்ந்த நோக்கிலேயே தந்திர யோக உண்மைகள் மறைபொருட்களாக சங்கேத வார்த்தைகளில் எழுதி வைக்கப்பட்டன.

இந்த மறைபொருட்களின் சூட்சுமங்களை அறிந்த ஒரு குருவிடமிருந்தே நாம் அவற்றை முழுமையாகக் கற்றுக் கொள்ள முடியும்.

இவ்வாறு முழுமையான புரிதலின்றி, அரைகுறை ஞானத்தோடு தந்திர யோகத்தில் ஈடுபடுபவர்களின் எண்ணிக்கை தற்போது அதிகரித்து வருகிறது. இவர்களால்தான் தந்திர யோகம் என்றாலே மக்களிடம் ஒருவகை அச்சமும் அருவருப்பும் உருவாகிவிட்டது.

● மனித மாமிசத்தை தொடர்ந்து தின்றால் ஞானம் உருவாகும். மாமிசத்தை (உடலை) தின்று முடிப்பவனுக்கே பிரம்ம ஞானம் கிட்டும் என்கிறது தந்திர யோகம்.

மாமிசம் என்று இங்கே மறை பொருளாகக் குறிப்பிடப்படுவது இச்சைகளும் அங்காரமுமே. (வாமாசாரத்தில்- பலியிடப்படும் விலங்கின் மாமிசம்).

ஆனால் இதைத் தவறாகப் புரிந்து கொண்டு சுடுகாடுகளுக்குச் சென்று, எரிந்து கொண்டிருக்கும் பிணங்களின் மாமிசத்தைத் தின்னும் அவலம் நம் நாட்டில் சில பகுதிகளில் இன்றும்

● டாக்டர் ஜாண் பி.நாயகம் ●

காணப்படுகிறது.

இது தந்திர யோகம் கூறும் வழிமுறை அல்ல. தந்திர யோகம் குறித்த தவறான புரிதலால், அரைகுறை ஞானத்தால் ஏற்பட்ட அவல நிலை!

● தந்திர யோகம் குறித்து முழுமையான புரிதல் இல்லாத சில மந்திரவாதிகள் தலைச்சன் குழந்தையை பலிகொடுத்தால் அபரிமிதமான சக்திகள் கிடைக்கும் என நினைத்து, தலைச்சன் குழந்தைகளைக் கடத்திச் சென்று பலியிட்டு பூஜை செய்யும் கொடூரமும் நமது நாட்டில் அவ்வப்போது நடைபெற்று வருகிறது.

தந்திர யோகத்தில் மாமிசம் என்பது பருவுடல். அந்தப் பருவுடலின் தலைச்சன் பிள்ளை- அகங்காரம்.

தந்திர யோக பூஜை செய்பவர் தனது தலைச்சன் பிள்ளையான அகங்காரத்தையே தேவிக்குப் பலியிட வேண்டும். காணிக்கையாகச் செலுத்த வேண்டும். ஊரான் வீட்டு தலைச்சன் பிள்ளைகளை அல்ல!

● மைதுனம் என்ற மகாரத்தைத் தவறாகப் புரிந்து கொண்டு தந்திர யோகம் என்ற பெயரில் அரங்கேறிக் கொண்டிருக்கும் செக்ஸ் கூத்துகள் ஒரு தனி அவலம்.

ஆன்மாவின் சுதந்திரம் கர்ம வினைகளின் அழிவில்!

10

தந்திர யோகத்தின் ஐந்து மகாரங்களில் முதல் இரண்டு மகாரங்களான மது, மாமிசம் ஆகியவற்றின் சூட்சுமப் பொருள் குறித்து விரிவாகக் கண்டோம். இனி, மூன்றாவது மகாரமான 'மச்சம்' என்பதன் விளக்கத்தைக் காணலாம்.

மச்சம்

மச்சம் என்பதன் நேரடியான பொருள் மீன் என்பதுதான். வாமாசார தந்திர யோகிகள் அந்த நேரடியான பொருளை எடுத்துக் கொண்டு, தங்களது பூஜைகளில் தேவிக்குப் படையலிடும்போது மீனையும் சேர்த்துப் படையலிடு கிறார்கள். பூஜை முடிந்த பின்னர் மது, மாமிசம் இவற்றோடு இந்த மீனையும் உண்கிறார்கள்.

● டாக்டர் ஜாண் பி.நாயகம் ●

தட்சிணாசாரத்தின் வழிமுறை வேறு. இதில் நேரடியான பொருளை எடுத்துக் கொள்வதில்லை. 'மச்சம்' என்ற சொல்லின் சூட்சுமப் பொருளைப் (அர்த்தத்தை) புரிந்து கொண்டு, அதன்படி நடப்பதே தட்சிணாசார வழிமுறையாகும்.

இங்கே 'மச்சம்' என்பது இடநாடி, பிங்கலை நாடி ஆகிய இரு நாடிகளையும்; அவற்றில் ஓடும் உள்மூச்சு, வெளிமூச்சு ஆகிய இரு மூச்சுகளையும் சூட்சுமமாக உணர்த்துகிறது.

ஒரு கண்ணாடித் தொட்டியில் நீந்திக் கொண்டிருக்கும் மீன்களை சற்று நேரம் உற்று கவனியுங்கள். அவை சாதாரணமாக ஒரு இடத்தில் நிலையாக நிற்பதில்லை.

முன்பக்கமாக நீந்தி ஓடும்- உடனே திரும்பி பின்பக்கமாக ஓடும். மீண்டும் முன் பக்கம்- பின்பக்கம் என அவை முன்னும் பின்னுமாக தொடர்ந்து ஓடிக்கொண்டே இருக்கும்.

நமது மூச்சும் அவ்வாறே, முன்னும் பின்னுமாக நிற்காது ஓடிக்கொண்டே இருப்பதால்தான், அதற்கு உவமையாக மச்சத்தைக் கூறுகிறார்கள்.

மீனின் பின்பக்க ஓட்டம் நமது உள்மூச்சு; முன்பக்க ஓட்டம் வெளிமூச்சு. இந்த ஓட்டம், நில்லாது தொடர்ந்து நடந்துகொண்டே இருக்கிறது.

ஒரு மீனின் ஓட்டத்திற்கு எப்படி கட்டுப்பாடு இல்லையோ, அதுபோன்றே நமது மூச்சும் கட்டுப்பாடுகளின்றி உள்ளே வெளியே என்று அலைபாய்ந்து கொண்டே இருக்கிறது.

நமது மனதையும் சிந்தனைகளையும் கட்டுப்படுத்துவது மூச்சேயாகும். மூச்சின் ஓட்டம் நமது கட்டுப்பாட்டிற்குள் வராத வரையில் மனமும் நமது கட்டுக்குள் வராது. ஒரு மீனைப் போன்று நமது மனமும் சிந்தனைகளும் ஒரு இடத்தில் நில்லாமல் தொடர்ந்து அலைபாய்ந்து கொண்டேயிருக்கும்.

இந்த அமைதியற்ற மனநிலையே நமது அகங்காரம், ஆணவம், மனக்குழப்பங்கள், தடுமாற்றமான சிந்தனைகள் ஆகிய அனைத்திற்கும் காரணமாக உள்ளது.

இந்த நிலையிலுள்ள மூச்சையும் மனதையும் கடிவாளம் இல்லாத முரட்டுக் குதிரைக்கு ஒப்பிடுகிறார் திருமூலர். இந்தக் குதிரையை அடக்கும் கடிவாளமே மூச்சுப் பயிற்சிகளாகும்.

திருமந்திரத்தில் கூறப்பட்டுள்ள 'வாசி யோகம்' முழுக்க முழுக்க மூச்சை நமது கட்டுப்பாட்டிற்குள் கொண்டு வருவதற்கான மூச்சுப் பயிற்சிகளே.

யோகக் கலையில் கற்றுத் தரப்படும் 'பிராணாயாமம்' மனதை அடக்கும் ஒரு வழி முறையே. தந்திர யோகத்திலும் பலவிதமான மூச்சுப் பயிற்சி முறைகள் உள்ளன.

வாமாசாரம், தட்சிணாசாரம் இரண்டு முறைகளிலுமே,

● டாக்டர் ஜாண் பி.நாயகம் ●

அடிப்படையான நோக்கமும் குறிக்கோளாகவும் இருப்பது குண்டலினி சக்தியைத் தட்டி எழுப்புவதேயாகும்.

குண்டலினி சக்தியானது மூலாதாரச் சக்கரத்திற்கு அருகில் ஒரு பாம்பு போன்று சுருண்டு, அரைத்தூக்க நிலையில் உள்ளது. மூச்சுப் பயிற்சிகளின் மூலம் அதைத் தட்டி எழுப்பி, சுழுமுனை நாடி வழியே மேலே கொண்டு செல்ல வேண்டும். மூச்சுப் பயிற்சிகளால் இது சாத்தியமாகும். எப்படி?

மூச்சும் குண்டலினியும்

நமது மூச்சானது ஓய்வின்றி ஓடிக் கொண்டிருக்கும் மச்சத்தைப் போன்று, இடகலை நாடி, பிங்கலை நாடி ஆகிய இருநாடிகளில் மாறி மாறி ஓடிக் கொண்டே இருக்கிறது.

உள்மூச்சு, வெளிமூச்சு என இடைவெளி இல்லாத ஓட்டமாக இது உள்ள வரையில் குண்டலினி எழும்பாது.

மூச்சை உள்ளே இழுத்து சற்று நேரம் அதை உள்ளேயே நிறுத்துவதையே 'கும்பகம்' என்கிறோம். இந்த கும்பக நேரத்தில்தான் அடைபட்டுக் கிடக்கும் சுழுமுனை நாடி திறந்துகொள்ளும். தூங்கிக் கிடக்கும் குண்டலினி சுழுமுனையில் நுழைந்து, மேலேறும்.

ஒரு கண்ணாடித் தொட்டியில் இருக்கும் மீனுக்குத் தேவையான அளவு பிராண வாயு (ஆக்சிஜன்) கிடைக்காத நிலையில் அது என்ன செய்யும் என்பதைக் கவனித் திருக்கிறீர்களா?

அந்த நிலையில் அது முன் பின்னான தனது ஓட்டத்தை நிறுத்திக் கொண்டு கண்ணாடித் தொட்டியின் சுவர்களை தனது வாயால் மீண்டும் மீண்டும் முட்டிக் கொண்டிருக்கும்.

'கும்பகம்' செய்யும் போதும் நமது உடலில் அதுவே நிகழுகிறது. உள்ளே சென்ற மூச்சை உடனே வெளியே விடாமல் உள்ளுக்குள்ளேயே அடக்கி கும்பகம் செய்யும்போது, மூச்சு எனும் மச்சம் வெளியேற வழியின்றி, சுழுமுனை நாடியைத் தட்டத் துவங்கும்.

மூச்சு (மச்சம்) சுழுமுனையில் மீண்டும் மீண்டும் சென்று மோதும் போது, அடைந்து கிடக்கும் சுழுமுனை நாடி திறந்துகொள்கிறது.

மூச்சுப் பயிற்சிகளாலும் மந்திரம், யந்திரம் போன்ற பிற தந்திர

யோகப் பயிற்சிகளாலும் தூண்டப்பட்டு விழித்தெழும் குண்டலினி சக்தி, திறந்த நிலையில் இருக்கும் சுழுமுனை நாடியினுள் நுழைந்து கபாலம் வரையில் ஒரு மீனைப் போன்று (அல்லது ஒரு பாம்பைப் போன்று) சரசரவென மேல் நோக்கி எழும்பும்!

இவ்வாறு மேலே எழுகின்ற குண்டலினி சக்தியையே மச்ச பட்சணம் (மீன் உணவு) என தட்சிணாசார தந்திர யோக நூல்கள் விளக்குகின்றன. இந்த குண்டலினி எனும் மச்சத்தையே தட்சிணாசார தந்திர யோகிகள் உண்ண வேண்டும்.

இவ்வாறு மூச்சு எனும் மச்சத்தால் குண்டலினியை சுழுமுனையில் ஏற்றுகின்ற திறமை படைத்த தந்திர யோகிகளை சில தந்திர யோக நூல்கள் 'மச்ச சாதகர்கள்' என அழைக்கின்றன.

'தட்டுங்கள் திறக்கப்படும்' என்ற விவிலிய வசனமும் இங்கே பொருத்திப் பார்க்கத்தக்கது.

ஆக, வாமாசார முறையில் 'மச்சம்' என்பது 'மீன்' என்ற நேரடி அர்த்தத்தில் எடுத்துக் கொள்ளப்பட்டு, வழிபாடுகளில் பயன் படுத்தப்படுகிறது.

தட்சிணாசாரத்தில் அதன் சூட்சும அர்த்தங்களான நாடிகள், மூச்சு ஆகியவற்றைப் பயன்படுத்தி குண்டலினி சக்தியை சுழுமுனை யில் ஏற்ற உபயோகப் படுத்தப்படுகிறது.

நான்காவது மகாரம்- முத்திரை

'முத்திரை' என்ற சொல்லுக்கு பல அர்த்தங்கள் உண்டு.

✴ தானிய மணிகள்
✴ கை விரல்களால் செய்யப்படும் சைகைகள்
✴ தீய குணங்களை அகற்றுதல்
✴ கர்ம வினைகளை அழித்தல்
✴ உண்மையான இன்பத்தை உணருதல்

என பல அர்த்தங்கள் இந்த ஒரு சொல்லுக்கு கற்பிக்கப்பட்டுள்ளது.

இவற்றுள் தானிய மணிகள் என்பதும், கைகளால் செய்யப்படும் முத்திரைகள் என்பதும் நேரடி அர்த்தங்களாகும். வாமாசார தந்திர

● டாக்டர் ஜாண் பி.நாயகம் ●

யோகத்தில் இந்த இரண்டுமே பயன்படுத்தப்படுகின்றன.

வாமாசார பூஜைகளிலும், வழிபாடுகளிலும் பலவிதமான தானியங்கள் பயன்படுத்தப்படுகின்றன. வாமாசார தந்திர யோக யாகங்களி லும்கூட தானிய மணிகள் ஆகுதியாக யாக குண்டத்தில் வீசப்படுகின்றன.

எந்த விதமான பூஜை அல்லது யாகம் நடத்தப்படுகிறதோ, அதற்கு ஏற்ப தானிய மணிகளும் தேர்ந்தெடுக்கப்படும். கோதுமை, எள், அரிசி ஆகிய மூன்று தானியங்களே அதிக அளவில் பயன் படுத்தப்படுகின்றன. பிற தானி யங்களும் அரிதாகப் பயன்படுத்தப் படுகின்றன.

தட்சிணாசார தந்திர யோகத்தில்கூட, சில வழிபாடுகளின்போது யாக குண்டத்தைச் சுற்றி யந்திரம் அமைக்க தானியங்கள் பயன்படுத்தப்படுகின்றன.

கைகளால் செய்யப்படும் முத்திரைகளும்கூட இரண்டு வகை தந்திர யோகத்திலும் பயன்படுத்தப்படுகின்றன. ஒவ்வொரு கடவுளுக்கும் அல்லது சக்திக்கும் உபயோகப்படுத்த வேண்டிய முத்திரைகள் எது என்ற குறிப்புகள் தந்திர யோக நூல்களில் விரிவாகத் தரப்பட்டுள்ளன.

கடவுள்களை அல்லது சக்திகளை வசீகரம் செய்து தனக்கு சாதகமாகப் பயன்படுத்த- தன்வசப்படுத்த முத்திரைகள் மிக மிக முக்கியமானவை.

மந்திர உச்சாடனம் செய்யும்போதும், அந்த மந்திரத்திற்குரிய முத்திரையையும் சேர்த்துச் செய்யும்போதுதான் மந்திர சக்தியின் பலன் பூரணமாகக் கிடைக்கும். இரண்டு வகை தந்திர யோகத்திற்கும் இது பொதுவானது.

தட்சிணாசாரத்தில் மேலும் நுட்பமான, சூட்சுமமான அர்த்தங்களை எடுத்துக்கொள்கிறோம். 'தீய குணங்களை அகற்றுதல்' என்பதுவும் 'முத்திரைகள்' என்ற சொல்லின் சூட்சும அர்த்தமாகக் கொள்ளப்படுகிறது.

ஒரே ஒரு தானிய மணியால் யாருக்கு என்ன லாபம்? ஒரு கோதுமை மணியை அரைத்து உணவு சமைக்க முடியுமா?

● தந்திரயோகம் ●

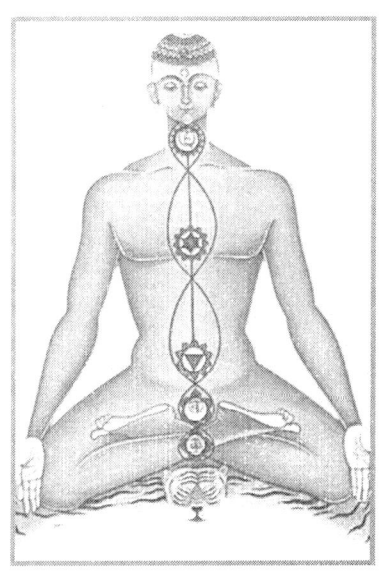

நமது மனதில் ஆசை, அவா, வெகுளி, அழுக்காறு, ஆணவம் என பல தானிய மணிகள் சிதறிக் கிடக்கின்றன. இந்த தனித்தனி மணிகளால் சாதகருக்கும் பலனில்லை; பிறருக்கும் பலனில்லை.

ஒரு கோதுமை மணியை மண்ணில் விதைக்கும்போது, அது தன்னை அழித்துக்கொண்டு ஒரு செடியாக புது உருவம் பெறுகிறது. அதன் கதிர்களிலிருந்து பலநூறு கோதுமை மணிகள் உருவாகி, பிறரது பசியைத் தீர்க்கிறது.

ஆனால் அந்த கோதுமை மணி விதைக்கப்படும் இடம் பண்பட்ட நிலமாக இருக்க வேண்டும். பாறையில் விதைத்தால் முளைக்காது. உழுது, பண்படுத்தப்பட்ட நிலத்தில் விதைத்தால் மட்டுமே அது முளைத்து வளரும்.

தந்திர யோகப் பயிற்சிகளின் மூலமாக மனதைப் பண்படுத்தி, பக்குவப்படுத்திய பின்னரே நமது தீய குணங்கள் என்ற தானிய மணிகளை அதில் புதைக்க முடியும்.

இவ்வாறு புதைக்கப்படும் தானிய மணிகள் (முத்திரைகள்) மடிந்து, செடியாக உருமாறும். இங்கே செடி என்பது நல்ல குணங்களைக் குறிக்கிறது. அந்தச் செடியிலிருந்து அறுவடை

● டாக்டர் ஜாண் பி.நாயகம் ●

செய்யப்படும் தானியங்கள் பலருக்குப் பயன்படும்.

தனக்கென வாழாது, பிறருக்காக வாழும் உயர்ந்த நிலையையும் இது சூட்சுமமாக உணர்த்துகிறது.

'கோதுமை மணி, மண்ணில் விழுந்து மடிந்தால் அன்றி பலன் தராது' என்ற விவிலிய வசனத்தையும் இங்கே பொருத்திப் பார்க்கலாம்.

தானியங்கள் என்ற பொருள் தவிர 'கர்ம வினைகள்' என்ற பொருளும் 'முத்திரை' என்ற மகாரத்தால் சுட்டிக்காட்டப்படுவதாக தட்சிணாசார தந்திர யோக நூல்கள் கூறுகின்றன.

தந்திர யோக வழிமுறைகளால் மனதைப் படிப்படியாகப் பண்படுத்தி பக்குவப்படுத்தும் போது, நமது கர்மவினைகள் என்ற தானியங்கள் (முத்திரைகள்) அதில் விழுந்து மக்கிப் போகும்- மடிந்து போகும்.

கர்மவினைகளிலிருந்து விடுதலை பெறும் போதுதான் 'ஆன்மா' உண்மையான சுதந்திரத்தைப் பெற முடியும்.

கர்ம வினைகளின் கட்டுகள் அறுந்த நிலையில் ஆன்மா தூய்மை யடைகிறது. தனது தளைகளிலிருந்தும், மாயையின் கட்டுகளிலி ருந்தும் விடுபட்டு, சுதந்திரமான ஆன்மாவாக உருமாற்றம் பெறுகிறது. படிப்படியாக ஜீவாத்மா, பரமாத்மாவின் நிலையை அடைகிறது.

ஆக, முக்தி என்ற நிலையை அடைய 'கர்ம வினைகள்' என்ற தானியங்கள் (முத்திரைகள்) அழிய வேண்டும்.

யாக குண்டங்களில் தானியங்களை ஆகுதியாகப் போட்டு எரிப்பதும் (சூட்சுமமாக) கர்ம வினைகளை அழிப்பதையே உணர்த்துகிறது.

'உண்மையான இன்பத்தை உணருதல்' என்ற பொருளும் தட்சிணாசாரத்தில் 'முத்திரை' என்ற சொல்லுக்குக் கற்பிக்கப்படுகிறது. கர்ம வினைகளிலிருந்து விடுபடும்போதுதான் ஆன்மா உண்மையான இன்பத்தை உணர முடியும் அல்லவா?

அடுத்து 'மைதுனம்' எனும் கடைசி மகாரம் குறித்து விரிவாகக் காணலாம்.

சித்தம் கலங்காத வித்தகன்!

11

தந்திர யோகத்தின் ஐந்து மகாரங்களான மது, மாமிசம், மச்சம், முத்திரை, மைதுனம் ஆகியவற்றில் முதல் நான்கு மகாரங்களுக்கான விளக்கங்களை இதுவரையில் கண்டோம். இனி ஐந்தாவது மகாரமான 'மைதுனம்' என்பதன் விளக்கத்தைக் காணலாம்.

மைதுனம் என்ற சொல்லுக்கு நேரடியான அர்த்தம் என 'காமக் கலவி', 'புணர்ச்சி', 'உடலுறவு' ஆகியவற்றைக் கூறலாம். ஒரு ஆணும் பெண்ணும் கூடுவதே மைதுனம்.

தந்திர யோக மகாரங்களில் மிகவும் சர்ச்சைக்குரிய மகாரம் இதுதான். தந்திர யோகத்தை பலர் இழிவாகக் கருத இந்த மகாரமும் ஒரு காரணமாக உள்ளது.

● தந்திரயோகம் ●

அதே நேரத்தில் மேலைநாட்டினரை தந்திர யோகத்தில் ஈர்ப்பு கொள்ளச் செய்வதும் இந்த மகாரமே!

வாமாசார தந்திர யோகத்தில் 'உடலுறவு' என்ற நேரடிப் பொருளே எடுத்துக் கொள்ளப்படுகிறது. தட்சிணாசார தந்திர யோகத்தில் மைதுனம் என்பதற்கு வேறு சூட்சுமமான பொருள் உண்டு. முதலில் வாமாசாரத்தில் மைதுனத்தின் பங்கு என்ன என்பதை விரிவாகக் காணலாம்.

காமத்தைக் கொண்டாடிய நாடு

காமம் என்பதும், ஆண்- பெண் கலவி என்பதும் உடல் இச்சையைத் தணித்துக் கொள்ளும் ஒரு வடிகால் என்பதாகவே இன்று சித்தரிக்கப்படுகின்றன; புரிந்துகொள்ளப்படுகின்றன.

மேற்கத்திய நாட்டுக் கலாச்சாரங்களில் உருவான ஒரு தவறான புரிதல் இது. கீழைநாட்டுக் கலாச்சாரங்களில் காமமும் கலவியும் வாழ்க்கையின் இயல்பான ஒரு அம்சமாகவே ஏற்றுக்கொள்ளப் பட்டுள்ளன.

குறிப்பாக, இந்திய கலாச்சாரத்தில் தொன்மையான காலம் தொட்டே காதலும் காமமும் ஆராதனைக்குரியவையாக- தெய்வீகத் தன்மை கொண்டவையாகவே கொண்டாடப்பட்டு வந்திருக்கின்றன.

இல்லற வாழ்க்கையை நிறைவாக வாழ்ந்து முடித்த பின்னரே வனவாசம் செல்வது நமது மரபாக இருந்திருக்கிறது. வனவாசம் செல்லும் ரிஷிகள்கூட தமது மனைவியரையும் உடன் அழைத்துச் சென்றதாக புராணங்களும் இதிகாசங்களும் கூறுகின்றன.

வனவாசத்தின்போது தவம் செய்யும் ரிஷிகளுக்குத் தேவையான பணிவிடைகளை அவர்களது ரிஷி பத்தினிகளே செய்து வந்திருக்கின்றனர்.

ஆக, இல்லற வாழ்க்கைக்கும், தவ வாழ்க்கைக்கும்கூட ஆணுக்குத் துணையாகப் பெண் இருந்திருக்கிறாள். பெண்ணை 'சக்தி' என்று கொண்டாடும் கலாச்சாரம் நம்முடையது.

நமது கடவுள்களைக்கூட கணவன்- மனைவியாகவே (இணை யுடனே) நமது புராணங்களும் இதிகாசங்களும் சித்தரிக்கின்றன.

● டாக்டர் ஜான் பி. நாயகம் ●

கோவில்களில்கூட சிற்பங்களின் வழியாக காமத்தைப் போதிக்கும் வழக்கம் இருந்திருக்கிறது.

ஆய கலைகள் 64-ல் மன்மதக் கலையும் ஒன்றாக கற்பித்த நாடு நமது நாடுதான். வாத்சாயனர் எழுதிய காமசூத்திரம் இன்றளவும் மிகச்சிறந்த பாலியல் கல்வி நூலாக உலகம் முழுவதும் கொண்டாடப்பட்டு வருகிறது.

ஆக, காமமும் கலவியும் இயல்பான ஒன்றாகவே இந்திய கலாச்சாரத்தில் ஏற்றுக்கொள்ளப்பட்டிருந்தது. கிறிஸ்துவ மதத்தின் அடிப்படையில் உருவான மேற்கத்திய கலாச்சாரங்களில்தான் காமமும் கலவியும் 'பாவச் செயல்கள்' என்ற சித்தாந்தம் உருவானது.

பல மேற்கத்திய கலாச்சாரங்கள் இந்தியாவில் வேரூன்றிவிட்டன. அவற்றுள் இந்த காமம் குறித்த கண்ணோட்டமும் ஒன்று! இன்று இந்தியாவிலும் காமமும் கலவியும் பாவச் செயல்களாகப் பார்க்கப் படுவது மிகவும் துரதிர்ஷ்டமான ஒன்று.

சித்தர்களும் ஏற்றுக்கொண்ட மைதுனம்

'பெண்ணாசையைக் கொண்டு

பேணித் திரிந்தக்கால்

விண்ணாசை வைக்க விதியிலையே

கன்மனமே!'

-இடைக்காடர்.

'மை அடர்ந்த கண்ணினார் மயக்கமும் மயக்கிலே

ஐ இறந்து கொண்டு நீங்கள் அல்லல் உற்று இருப்பிர்காள்!'
-சிவவாக்கியர்.

'எண்சா ணுடம்பும் மிழியும் பெருவழி;

மண்பாற் காமங் கழிக்கு மறைவிடம்!'

-பட்டினத்தார்.

என அனைத்து சித்தர்களுமே பெண்ணை ஆன்மிக வளர்ச்சிக்குத் தடையாக நிற்கும் சக்தியாகவே வர்ணிக்கின்றனர். பெண்ணாசை, மண்ணாசை, பொன்னாசை மூன்றையும் துறந்தவனுக்கே

ஞானத்தின் கதவுகள் திறக்கும் என்பதே நமது சித்தர்களின் போதனையாக உள்ளது.

ஆனால் நமது சித்தர்கள்கூட தந்திர யோக மகாரமான மைதுனத்தை ஏற்றுக்கொள்கின்றனர். 'மைதுனம்' என்பது உடல் இச்சையைத் தீர்ப்பதற்கு அல்ல; சில பிரத்தியேக பயிற்சிகளின் மூலம் மைதுனத்தை ஆன்மிக வளர்ச்சிக்கு உதவும் ஒரு கருவியாக அவர்கள் பயன்படுத்தினர்.

மைதுனம் எனும் மகாரத்தை திருமூலர் 'கட்டில்மேல் பயிலும் யோகம்' என வர்ணிக்கிறார். 'பரியங்க யோகம்' என்ற தலைப்பின்கீழ் 'மைதுனம்' திருமந்திரத்தில் மிக விரிவாக விளக்கப்பட்டுள்ளது.

ஒரு ஆணின் உடலில் 'விந்து' எவ்வாறு உருவாகிறது? அதன் செயல்பாடுகள் என்ன என்பன இப்பகுதியில் விரிவாக விளக்கப்பட்டுள்ளன.

வளர்பிறைக் காலத்தில் அல்லது தேய்பிறைக் காலத்தில் சம்சாரிகள் புணர்ச்சியில் ஈடுபட சரியான நேரம் எது? சிவ நெறியில் செல்லும் தவ யோகிகள் மைதுனத்தில் ஈடுபட சரியான நேரம் எது? அந்த நேரத்தில் மூச்சு எவ்வாறு இருக்க வேண்டும் என்பதும் இப்பகுதியில் விளக்கப்பட்டுள்ளது.

சாதாரணமாக மைதுனத்தின்போது ஆணின் விந்து கீழ் நோக்கிச் செல்லும் (வெளியேறும்). ஆனால் தந்திர யோக மைதுனத்தில் மூலாதாரத்தின் அருகே உறங்கிக் கிடக்கும் குண்டலினி சக்தியை (மூலக் கனல் என திருமந்திரம் கூறுகிறது) எழுப்பி, அதன்மூலம் விந்துவை எரித்து, அதன் சக்தியை சுழுமுனை நாடி வழியாக சகஸ்ரார சக்கரத்தில் ஏற்றும்போது, அங்கிருக்கும் சோதியின் (சிவனின்) தரிசனம் கிடைக்கும். அப்போதுதான் சந்திர மண்டலத்திலிருந்து (பிந்து சக்கரம்) அமுதம் ஊற்றெடுக்கும். அதை மீண்டும் மீண்டும் உண்பவரே சிவயோகியர் ஆவர். இதையே திருமந்திரத்தின் கீழ்க்கண்ட பாடல் விளக்குகிறது.

'வற்ற அனலைக் கொளுவி, மறித்து எரித்து
உற்ற சுழுனைச் சொருக்கிச் சொருக்கிச்
சுடர் ஊற்று

● டாக்டர் ஜாண் பி.நாயகம் ●

முற்றும் மதியத்து அமுதை முறை முறை

சென்று உண்பவரே சிவயோகியாரே!'

-திருமந்திரப் பாடல் எண்: 1927.

இதே கருத்தை விளக்கும் மற்றும் ஒரு திருமந்திரப் பாடலும் உள்ளது.

'வெள்ளி உருகிப் பொன்வழி ஓடாமே

கள்ளத் தட்டார் கரியிட்டு மூடினார்

கொள்ளி பறியக் குழல்வழி யேசென்று

வள்ளி உண்நாவில் அடக்கி வைத்தாரே!'

-திருமந்திரப் பாடல் எண்: 834.

இப்பாடலில் பல தந்திர யோக உண்மைகள் உவமைகள் மூலம் சூட்சுமமாக உணர்த்தப்பட்டுள்ளன. மேலோட்டமாகப் பார்க்கும்போது ஏதோ பொற்கொல்லர் வெள்ளியையும் பொன்னையும் உருக்குவது குறித்து விளக்கும் பாடலாகத் தோன்றும். ஆனால் இது பரியங்க யோகத்தை (தந்திர யோக மைதுனத்தை) விளக்கும் ஒரு அருமையான பாடலாகும்.

வெள்ளி என்பது ஆணின் சுக்கிலத்தையும் (விந்து), பொன் என்பது பெண்ணின் கருமுட்டையையும், 'கள்ளத் தட்டார்' என்பது தந்திர யோகியையும், 'குழல்' என்பது சுழுமுனை நாடியையும், வள்ளி (சந்திரன்) என்பது பிந்து சக்கரத்தையும் சூட்சுமமாகக் குறிக்கின்றன.

சாதாரணமாக கலவியில் ஒரு ஆணும் பெண்ணும் ஈடுபடும்போது, ஆணின் விந்து பெண்ணின் கருமுட்டையை நோக்கிச் செல்லும். இதுவே இயற்கையின் நியதி.

ஆனால் பரியங்க யோகத்தில் ஒரு ஆணும் பெண்ணும் இணையும்போது, ஆணின் சுக்கிலம் பெண்ணின் கருமுட்டையை நோக்கிச் செல்லாது.

கள்ளத்தட்டானாகிய தந்திர யோகி தனது மூலக் கனலாகிய குண்டலினியை எழுப்பி, அந்த விந்துவை எரியச் செய்து, அதன் சக்தியை சுழுமுனை நாடி வழியே மேலே கொண்டு செல்கிறான். இந்த சக்தியினால் அவனது பிந்து சக்கரம் தூண்டப்பட்டு அதிலிருந்து அமுதம் சுரக்கத் துவங்கும் என்பதே இப்பாடலின் கருத்தாகும்.

தந்திர யோக மைதுனத்தால் தந்திர யோகிக்கு என்ன பலன்? இதற்கான விடையையும் ஒரு திருமந்திரப் பாடலிலிருந்தே காணலாம்.

'வைத்த இருவரும் தம்மில் மகிழ்ந்து உடன்
சித்தம் கலங்காது செய்கின்ற ஆனந்தம்
பத்து வகைக்கும் பதினெண் கணத்துக்கும்
வித்தகனாய் நிற்கும் வெங்கதி ரோனே!'

–திருமந்திரப் பாடல் எண்: 835.

பரியங்க யோகக் கலவியில் ஒரு ஆணும் பெண்ணும் ஈடுபட்டு ஆனந்தம் அடையும் போது, பத்து திசையும் பதினெட்டு தேவர்களும் புகழ, தந்திர யோகி மேலான அறிவு பெற்ற வித்தகனாவான். சூரியனைப் போன்று அவன் பிரகாசிப்பான் என்பதே இந்தப் பாடலின் சுருக்கமான பொருளாகும்.

இந்தப் பாடலில் உள்ள மிக சூட்சுமமான வார்த்தை 'சித்தம் கலங்காது' என்பதேயாகும். சாதாரணமாக கலவியில் ஒரு ஆணும் பெண்ணும் ஈடுபடும்போது அவர்கள் தன்னிலை மறந்து (சித்தம் கலங்கி) அதில் ஈடுபடுகிறார்கள். புலன்கள் அனைத்தும் கிளர்ந்து எழுகின்றன. கலவியின் உச்ச கட்டத்தில் 'சித்தம்' என்பது அவர்கள் வசமில்லாத ஒரு பேரானந்த நிலையை அடைகின்றனர்.

ஆனால் பரியங்க யோக மைதுனத்தில் ஈடுபடும் யோகியின் சித்தமும் புலன்களும் அவனது கட்டுப்பாட்டிற்குள் இருக்கும். சித்தம் கலங்கிய நிலை இராது. இந்த ஞான நிலையை அடையும் ஒரு கருவியாகவே தந்திர யோகி பயன்படுத்திக் கொள்கிறான்.

வாமாசார தந்திர யோகத்தில் பெண்

வாமாசார தந்திர யோகத்தில் பெண்ணுக்கு மிக முக்கியமான ஒரு பங்கு உள்ளது. 'ஆண்' என்பவன் நிலை சக்தி (Static Energy); பெண் என்பவள் இயங்கு சக்தி (Active Energy). இவை இரண்டும் இணையும்போதுதான் 'சக்தி' முழுமையடைகிறது.

'சிவன் இல்லையேல் சக்தி இல்லை; சக்தியின்றி சிவனும் இல்லை' என்பதே வாமாசார தந்திர யோக கோட்பாடாகும். வாமசாரத்தில் பல பூஜைகளுக்கும், யாகங்களுக்கும்கூட ஒரு பெண்ணின் துணை

அவசியமாக உள்ளது.

வாமாசார தந்திர யோகம் பெண்ணை ஒரு போகப் பொருளாக மட்டும் கருதுவதில்லை. அவளே அனைத்திற்கும் மூலமான ஆதார சக்தி, பரசக்தி என்றே தந்திர யோகிகள் கொண்டாடுகின்றனர். பெண்ணை தாயாகவும்- சகோதரியாகவும்- தோழியாகவும்- குருவாகவும்கூட வாமாசார தந்திர யோகிகள் பாவித்து ஆராதிக்கின்றனர்.

ராமகிருஷ்ண பரமஹம்சர் வாமாசாரத்தைப் பின்பற்றிய மகாயோகி, மகாசித்தர். அவர் தனது மனைவி உட்பட அனைத்துப் பெண்களையும் தாயாகவும் பாவித்து பூஜித்தவர்! விவேகானந்தர் உலக மக்கள் அனைவரையுமே தனது சகோதர, சகோதரிகளாக வணங்கியவர்! பெண்ணை குருவாக வணங்கும் தந்திர யோகிகளும் உள்ளனர்.

அடுத்து தட்சிணாசார தந்திர யோகத்தில் 'மைதுனம்' என்பதன் உட்பொருள் என்ன? அது எவ்வாறு பயன்படுத்தப்படுகிறது என்பதைக் காணலாம்.

அர்த்த நாரீஸ்வர தத்துவம்!

12

பஞ்ச மகாரங்களின் உட்பொருளை உணர்ந்து அதைப் பின்பற்றுவதே தட்சிணாசார வழிமுறையாகும். வாமாசாரிகள் மைதுனத்திற்கு ஆண்- பெண் கலவி என்ற நேரடிப் பொருளை எடுத்துக் கொள்கின்றனர். தட்சிணாசாரத்தில் மைதுனம் எவ்வாறு கையாளப்படுகிறது என்பதை இப்போது காணலாம்.

ஆண்- பெண் இணைப்பு

ஆணும் பெண்ணும் இணைவதே மைதுனம். தட்சிணாசார விளக்கப்படி, ஆணும் பெண்ணும் நம் உடலின் உள்ளேயே உள்ளனர். (சக்தி- சிவம்). உடலின் உள்ளே உறைந்து நிற்கும் சக்தியும் சிவமும் ஒன்றாக இணைவதே தட்சிணாசார மைதுனமாகும். இதற்கு ஒரு

பெண்ணின் துணை அவசியமில்லை.

முதுகுத் தண்டின் அடிப்பகுதியில் மூலாதார சக்கரத்திற்கு அருகில் உறங்கிக் கிடக்கும் குண்டலினி சக்தியே பார்வதிதேவியாக (சக்தியாக) உருவகம் செய்யப்படுகிறது.

அனைத்து மனிதர்களுக்குமே குண்டலினி சக்தி ஒரு சிறிய அளவில் சுழுமுனை நாடி வழியே பாய்ந்து கொண்டேயிருக்கும். இந்தக் குண்டலினி சக்தியே நமது சக்கரங்களை இயக்குகிறது.

சாதாரணமாகவே பாய்ந்து கொண்டிருக்கும் இந்தக் குண்டலினி சக்தியின் அளவில் ஏதேனும் குறைபாடு இருந்தால் சக்கரங்களின் இயக்கங்களிலும் குறைபாடு தோன்றும்.

மொத்தமுள்ள குண்டலினி சக்தியில் சுமார் இரண்டு சதவிகித

குண்டலினியே இவ்வாறு சக்கரங்களுக்குச் செல்லுகிறது. மீதமுள்ள 98 சதவிகித சக்தியும் இயக்கமின்றித் தேங்கிக் கிடக்கிறது.

காஸ்மிக் எனர்ஜி என்று கூறப்படும் பிரபஞ்ச சக்தி சகஸ்ரார சக்கரத்தின் வழியே உடலினுள்ளே பாய்ந்து கொண்டேயிருக்கும். கபாலப் பகுதியில் நிறைந்து நிற்கும் பிரபஞ்ச சக்தியையே 'சிவம்' (ஆண்) என்று உருவகம் செய்கிறது தட்சிணாசார தந்திர யோகம்.

எந்த ஒரு சக்தியாக இருந்தாலும் அதில் நேர் சக்தி- எதிர் சக்தி என இரண்டு கூறுகள் இருக்கும். இவை இரண்டும் இணையும் போதுதான் அந்த சக்தி ஓட்டம் முழுமை பெறும் என்பது அடிப்படையான இயற்பியல் விதி. நமது உடலில் உள்ள சக்தியும் இதற்கு விதிவிலக்கல்ல.

ஒவ்வொரு மனிதனுக்குள்ளும் இந்த நேர் சக்தியும், எதிர் சக்தியும் உண்டு. இந்திய கலாச்சாரத்தில் இதை 'சக்தி- சிவம்' என்கிறோம். சீனர்கள் இதையே 'யின்-யாங்' என்று அழைக்கின்றனர்.

நமது இந்திய கலாச்சாரம் இறைவனையே ஆண் தன்மையும், பெண் தன்மையும் நிறைந்த அர்த்தநாரீஸ்வரனாக, உமையொரு பாகனாக வர்ணிக்கிறது. உடலின் ஒரு பாதி ஆண் தன்மை கொண்டது; மறுபாதி பெண் தன்மை கொண்டது.

சக்தி- சிவம் இணைப்பு

சாதாரண நிலைகளில் குண்டலினி சக்தியும், சிவசக்தியும் தனித்தனியாகவே இருக்கும். இணைந்து செயலாற்றுவதில்லை. கடுமையான தந்திர யோகப் பயிற்சிகளின் மூலம், நமது உடலின் உள்ளே இருக்கும் ஆண்- பெண் சக்திகளை இணைந்து செயலாற்ற வைப்பதே தட்சிணாசார தந்திர யோகத்தில் 'மைதுனம்' எனப் படுகிறது.

சீனர்களின் 'ஷீஹாங்' என்ற உயர்நிலைப் பயிற்சியும் ஓரளவு இதை ஒத்ததே. ஆனால் தந்திர யோகப் பயிற்சிகளின் மூலமாக ஏற்படும் முழுமையான இணைப்பு ஷீஹாங் முறையில் சாத்தியமில்லை. தந்திர யோகத்தில் மட்டும் இது எப்படி சாத்தியமாகிறது?

உயர்நிலை தந்திர யோகம்

தந்திர யோகம் என்பதே ஒரு சக்தி விஞ்ஞானம். உடலிலுள்ள பிராண சக்தி, குண்டலினி சக்தி ஆகியவற்றை அதிகரிப்பதன் மூலம் சக்கரங்களை அவற்றின் முழுத்திறனோடு இயங்க வைப்பதே தந்திர யோகப் பயிற்சிகளின் அடிப்படையான நோக்கமாக உள்ளது.

தந்திர யோகத்தில் கற்றுத் தரப்படும்

- எளிய மூச்சுப் பயிற்சிகள்
- எளிய உடற்பயிற்சிகள்
- முத்திரைகள்
- மந்திரங்கள்
- யந்திரங்கள்
- மூலிகைகள்

ஆகிய அனைத்துமே குண்டலினியை எழுப்பி சக்கரங்களை இயக்குவதற்காக வடிவமைக்கப்பட்ட வழிமுறைகளே ஆகும். இவை குறித்து சுருக்கமாகக் காணலாம்.

1. மூச்சுப் பயிற்சிகள்

தந்திர யோக மகாரங்களில் ஒன்றான 'மச்சம்' என்பது மூச்சையே குறிக்கிறது என்பதை ஏற்கெனவே கண்டோம். குண்டலினியைத் தட்டி எழுப்பும் முக்கியமான வழிமுறைகளில் மூச்சுப் பயிற்சியும் ஒன்று. எனவேதான் நம் முன்னோர்கள் 'மூச்சில் இருக்குது சூட்சுமம்' என்று கூறி வைத்துள்ளனர்.

திருமந்திரத்தில் விவரிக்கப்படுகின்ற 'வாசி யோகம்' முழுக்க முழுக்க மூச்சை அடிப்படையாகக் கொண்ட ஒரு பயிற்சி முறை யாகும். இவை தவிர வேறு பல மூச்சுப் பயிற்சிகளும் தந்திர யோகத்தில் உள்ளன. இவற்றை ஒரு தந்திர யோக குருவிடமிருந்தே நேரடியாகக் கற்றுக்கொள்ள வேண்டும்.

நாங்கள் நடத்தும் தந்திர யோகப் பயிற்சிகளில் இந்த மூச்சுப் பயிற்சிகள் பல நிலைகளில் கற்றுத் தரப்படுகின்றன.

● டாக்டர் ஜான் பி.நாயகம் ●

2. எளிய உடற்பயிற்சிகள்

தந்திர யோக உடற்பயிற்சிகள் அனைத்துமே மிக எளிமை யானவை. அதே நேரத்தில் மிகமிக வலிமையானவை. சிறுவர்கள் முதல் முதியவர்கள் வரை எவர் வேண்டுமானாலும் இவற்றை எளிதாகச் செய்ய முடியும்.

தந்திர யோக உடற்பயிற்சிகள் குண்டலினியைத் தட்டி எழுப்பவும், சக்கரங்களை இயக்கவும் நம் முன்னோர்கள் கண்டுபிடித்த எளிய வழிமுறைகளாகும். இந்தப் பயிற்சிகளைத் தொடர்ந்து செய்வதன் மூலம் குண்டலினி சக்தியைத் தூண்டிவிட்டு, சக்கரங்களின் செயல் பாட்டை அதிகரிக்க முடியும். இவற்றையும் நேரடிப் பயிற்சிகளின் மூலம் ஒரு குருவிடமிருந்தே கற்றுக்கொள்ள முடியும்.

3. முத்திரைகள்

தந்திர யோகத்தில் முத்திரைகளின் பங்கு மிக முக்கியமானது. சாதாரண முத்திரைகளை புத்தகங்கள் வாயிலாகவே கற்றுக் கொள்ளலாம். தொடர்ந்து செய்து பலன் பெறலாம். இத்தகைய சாதாரண முத்திரைகள் குறித்து நான் விரிவாக பல புத்தகங்கள் எழுதியுள்ளேன். ஆர்வம் உள்ளவர்கள் அவற்றை வாங்கிப் படிக்கவும்.

உயர்நிலை தந்திர யோக முத்திரைகளை புத்தகங்கள் வாயிலாகக் கற்றுக்கொள்ள இயலாது. இவற்றையும் ஒரு குருவிடமிருந்து நேரடிப் பயிற்சிகளாகவே கற்றுக்கொள்ள வேண்டும். பல உயர்நிலை தந்திர யோக முத்திரைகளில் சில நிமிடங்களிலேயே உடலின் சக்திகள் சரசரவென்று உயருவதை நீங்கள் உணரமுடியும்.

உடலின் சக்தி நிலையை அதிகரிக்க, குண்டலினியைத் தட்டி எழுப்ப என பல உயர்நிலை முத்திரைகள் உள்ளன. சக்கரங்களைக் கூட முத்திரைகளின் வழியாக இயக்க முடியும். ஒவ்வொரு சக்கரத் திற்கும் தனித்தனி முத்திரைகள் உள்ளன.

எமது இரண்டாம் நிலை, மூன்றாம் நிலைப் பயிற்சிகளில் இந்த உயர்நிலை தந்திர யோக முத்திரைகளை விரிவாகக் கற்றுத் தருகிறோம்.

4. மந்திரங்கள்

ஒவ்வொரு மந்திரமும் ஒவ்வொரு விதமான சக்தி அலைகளை உருவாக்குகின்றன. ஒவ்வொரு சக்கரத்தை இயக்கவும் தனித்தனி மந்திரங்கள் உள்ளன.

மந்திரங்களைப் பொறுத்தவரையில் சரியான உச்சரிப்பும், பிரயோகமும் மிகமிக அவசியம். சரியாக உச்சரிக்கப்படாத மந்திரங் களால் பயன் ஏதும் இராது.

மந்திரங்களை உச்சரிக்கும் விதம், அவற்றைப் பிரயோகிக்கும் வழிமுறைகள் ஆகிய வற்றையும்கூட நீங்கள் நேரடிப் பயிற்சிகளின் மூலமாக ஒரு குருவிடமிருந்தே கற்றுக்கொள்ள வேண்டும்.

5. யந்திரங்கள்

யந்திரங்களில் உள்ள கோடுகள், புள்ளிகள் அனைத்துமே ஒவ்வொரு விதமான சக்தி நிலையை உருவாக்கும். உடலினுள்ளே பல சக்தி மாற்றங்களை நடத்தும்.

யந்திரங்களை வரைவது, தியானம் செய்வது, பூஜை செய்வது என பல வழிமுறைகள் தந்திர யோகத்தில் உள்ளன. இவையும் சக்தியை உருவாக்க வடிவமைக்கப்பட்டவையே.

6. மூலிகைகள்

பலவிதமான மூலிகைகளும், தாதுக்களும்கூட உடலினுள்ளே சிவ- சக்தி இணைப்பிற்கு உதவும். இவை குறித்து பஞ்ச பட்சி சாத்திரத்திலும், பல தொன்மையான தந்திர யோக நூல்களிலும் விரிவாக விளக்கப்பட்டுள்ளன. அந்த வழிமுறைகளையும் புத்தகங்கள் வாயிலாக முழுமையாகப் புரிந்துகொள்ள முடியாது. ஒரு குருவின் துணையும், வழிகாட்டுதலும் அவசியம்.

சக்தி- சிவம் இணைப்பு உடலினுள்ளே நடை பெறும்போது உடலில்- மனதில் ஏற்படும் மாற்றங்கள், அவற்றின் பலன்கள் குறித்து அடுத்து காணலாம்.

● டாக்டர் ஜாண் பி.நாயகம் ●

தூங்கிக் கிடக்கும் பாம்பு! துயிலெழுப்பு!

13

தட்சிணாசார தந்திர யோகத்தில் 'மைதுனம்' என்பது, உடலின் உள்ளே இருக்கும் சக்தியும் சிவனும் (பெண் சக்தியும், ஆண் சக்தியும்) ஒன்றாக இணைவதே என்பதையும்; அதை சாதிப்பதற்கான தந்திர யோக வழிமுறைகள் எவை என்பதையும் சுருக்கமாகக் கண்டோம். இந்த ஆண் சக்தி-பெண் சக்தி இணைப்பு குறித்து இப்போது சற்றே விரிவாகக் காணலாம்.

பெண் சக்தி– குண்டலினி

நமது உடலில் 'குண்டலினி' எனும் மாபெரும் சக்தி தூங்கிக் கொண்டிருக்கிறது. இது நமது முதுகுத் தண்டின் கீழ்ப்பகுதியில் மூலாதாரச் சக்கரத்தின் அருகில் ஒரு பாம்பு சுருண்டு கிடப்பது போன்று தூக்க நிலையில்

● டாக்டர் ஜாண் பி.நாயகம் ●

● தந்திரயோகம் ●

இருப்பதாக தந்திர யோக நூல்கள் கூறுகின்றன.

குண்டலினி சக்தியே நமது உடலிலுள்ள 'பெண் சக்தி' அல்லது எதிர்சக்தி. (Negative Energy). இந்த சக்தி உடலின் கீழ்ப்பகுதியிலிருந்து மேல்நோக்கிச் செல்லும் தன்மை கொண்டது.

சக்கரங்கள் இயங்கத் தேவையான சக்தியை குண்டலினியே தருகிறது. குண்டலினி சக்தியை உறங்கிக் கிடக்கும் சக்தி என்று கூறினாலும்கூட, சாதாரண மனிதர்களுக்கும் சிறிய அளவில் குண்டலினி சக்தி பாய்ந்து கொண்டுதான் இருக்கிறது. இந்த சக்தி பாய்வதால்தான் சக்கரங்கள் இயங்குகின்றன.

கடந்த அத்தியாயத்தில் பல தந்திர யோக வழிமுறைகள் குறித்து (உதாரணமாக முத்திரைகள், யோகாசனங்கள், மந்திரங்கள், யந்திரங்கள்) கண்டோம். இந்த வழிமுறைகளில் குண்டலினி சக்தியைத் தட்டி எழுப்பும் போது, தூங்கிக் கிடக்கும் குண்டலினி சக்தி மெள்ள மெள்ள எழத்துவங்கும்.

அதிக அளவில் குண்டலினி பாயத் துவங்கும்போது, அதன் அளவிற்கு ஏற்ப சக்கரங்களின் செயல்திறனும் அதிகரிக்கும்.

மூலாதாரத்திலிருந்து மேலெழும் குண்டலினி சக்தி முதலில் மூலாதாரச் சக்கரத்தைத் தூண்டிவிட்டு அதன் செயல்திறனை அதிகரிக்கும். மூலாதாரச் சக்கரம் ஒரு குறிப்பிட்ட அளவிற்குத் தூண்டப்பட்ட பின்னரே குண்டலினி சக்தி அந்த சக்கரத்தைத் தாண்டி அடுத்த சக்கரமான சுவாதிஷ்டானத்திற்குள் நுழையும்.

சுவாதிஷ்டானத்தின் இயக்கம் சீரடைந்து, தூண்டப்பட்டு, ஒரு குறிப்பிட்ட அளவிற்குமேல் அதிகமாக இயங்கத் துவங்கும்போது, குண்டலினி சுவாதிஷ்டானத்திலிருந்து அதற்கு மேலேயுள்ள மணிப்பூரகச் சக்கரத்தைச் சென்றடையும்.

மூலாதாரம், சுவாதிஷ்டானம் ஆகிய இரு சக்கரங்களிலும் குண்டலினியை எளிதாகக் கொண்டு சென்றுவிடலாம். தந்திர யோகத்தில் ஈடுபடும் பலருக்கும் இது எளிதாக நடைபெற்றுவிடும். ஆனால் சுவாதிஷ்டானத்தைத் தாண்டி மணிப்பூரகச் சக்கரத்திற் குள் குண்டலினியைக் கொண்டு செல்வதுதான் சற்றே சிரமமான காரியம்.

குண்டலினி மணிப்பூரகத்தைச் சென்றடையும் வரையில், பல மாதங்கள் அல்லது வருடங்கள் குண்டலினி மூலாதாரத்திற்கும் சுவாதிஷ்டானத்திற்கும் இடையே மேலும் கீழுமாக ஊசலாடிக் கொண்டேயிருக்கும்.

வெகு அரிதாக, சில பயிற்சிகளின்போது குண்டலினி மணிப்பூரகத்தை அடைந்தாலும் உடனே கீழே இறங்கிவிடும்.

தொடர்ந்த பயிற்சிகளின் மூலம் மூலாதாரத்திலிருந்து குண்டலினியை எழுப்பி, சுவாதிஷ்டானத்தையும் கடந்து, மணிப்பூரகச் சக்கரத்தினுள் நிலைகொள்ளச் செய்துவிட்டால் பின்னர் அது கீழே இறங்காது!

மூலாதாரமும், சுவாதிஷ்டானமும் கீழ்நிலைச் சக்கரங்கள். (பூமி சார்ந்த சக்கரங்கள்). இவற்றின் ஆளுமையில் இருக்கும்வரை மனிதனின் சிந்தனைகளும் செயல்களும் பூமி சார்ந்தவையாகவே இருக்கும்.

சுவாதிஷ்டானத்தின் ஆளுமையிலிருந்து விடுபட்டு இடைநிலைச் சக்கரமான மணிப்பூரகத்தினுள் குண்டலினி நுழையும்போது மனிதனின் உணர்வுகளும் சிந்தனையும் மனித நிலையிலிருந்து மேம்பட்ட ஒரு நிலையை அடையும்.

மணிப்பூரகம், அனாஹதம், விஷுத்தி ஆகிய மூன்று சக்கரங்களும் இடைநிலைச் சக்கரங்களாகும். குண்டலினி மணிப்பூரகத்தை அடைந்த பின்னர் அடுத்ததாக அனா ஹதம், விஷுத்தி ஆகிய சக்கரங்களுக்குச் செல்லும்.

பயிற்சிகளைத் தொடர்ந்து செய்யும்போது குண்டலினி இந்த மூன்று சக்கரங்களுக்கு இடையே மேலும் கீழுமாகச் சென்று கொண்டிருக்கும். விஷுத்தியைத் தாண்டிச் செல்ல கடினமான, தொடர்ந்த பயிற்சிகள் தேவையாக இருக்கும்.

விஷுத்தியைத் தாண்டிச் செல்லும்போதுதான் உயர்நிலைச் சக்கரமான ஆக்ஞை தூண்டப்படும். இந்நிலையில்தான் திரிகால ஞானம், பரமஹம்ச நிலை போன்றவை உருவாகும்.

சக்கரங்களும் உணர்வு நிலைகளும்

ஒவ்வொரு சக்கரமும் குறிப்பிட்ட சில உணர்வு நிலைகளோடு

● டாக்டர் ஜாண் பி.நாயகம் ●

இணைக்கப்பட்டுள்ளன. குண்டலினி ஒரு சக்கரத்தினுள் நுழைந்து அதைத் தூண்டும்போது, அந்த சக்கரத்தோடு தொடர்புடைய உணர்வு நிலைகளும் தூண்டப்படும்.

ஒரு மனிதன் எத்தகைய உணர்வு நிலையில் இருக்கிறான் என்பதை வைத்தே அவன் எந்த சக்கரத்தின் ஆளுமையில் உள்ளான் என்பதைக் கூறிவிட முடியும்

இது தவிர பருவுடலிலும் சக்தி உடல்களிலும்கூட பல மாற்றங்கள் நிகழும். இந்த மாற்றங்கள் சக்கரத்திற்கு சக்கரம் மாறுபடும்.

சித்திகள்

குண்டலினி ஒரு சக்கரத்தினுள் நுழைந்து, அதைத் தூண்டித் திறக்கச் செய்யும்போது, அந்த சக்கரத்தோடு தொடர்புடைய சில சித்திகள் கிடைக்கக் கூடும். ஆனால் சித்திகளைப் பெறுவது தந்திர யோகத்தின் குறிக்கோள் அல்ல. சித்திகளிலே மதிமயங்கி தங்கி விடுபவர்களால் ஆன்மிகப் பாதையில் தொடர்ந்து முன்னேற முடியாது. ஆக, சித்திகள் என்பவை உங்களது ஆன்மிகப் பாதையில் போடப்படும் வேகத்தடைகளே.

குண்டலினியும் நாடிகளும்

நமது உடலிலுள்ள நாடிகளில் சுழுமுனை, இடகலை, பிங்கலை ஆகிய மூன்று நாடிகளே முதன்மை நாடிகள் எனப்படுகின்றன. குண்டலினி சக்தி மேலே எழும்போது, இந்த மூன்று நாடிகளில் ஒரு நாடி வழியாகவே மேலே எழ முடியும்.

ஒவ்வொரு நாடியிலும் வெவ்வேறு விதமான விளைவுகள் தோன்றும். சுழுமுனை நாடியில் குண்டலினி நுழைந்து மேலே எழும்பினால் மட்டுமே அது சகஸ்ரார சக்கரத்தை அடைந்து, கபாலத்தில் இருக்கும் ஆண் சக்தியான சிவத்துடன் இணைய முடியும். தந்திர யோக மைதுனம் நிகழும்.

பிற இரு நாடிகளும் (இடகலை, பிங்கலை) ஆக்ஞை சக்கரத்துடன் முடிந்துபோகும். எனவே இந்த நாடிகளில் ஒன்றின் வழியாக குண்டலினி எழுந்தால் தந்திர யோக மைதுனம் நிகழாது. வேறு வகையான பலன்கள் கிடைக்கும்.

சக்தி- சிவம் இரண்டும் இணைந்து தந்திர யோக மைதுனம் உடலினுள் நிகழும்போதுதான் எல்லையற்ற 'பரமானந்த நிலை'யும், அதற்கு அடுத்தபடியான 'முக்தி' நிலையும் கிடைக்கும். இதற்கு முறை யான, தொடர்ந்த பயிற்சிகள் அவசியம்.

சிலவகை தந்திர யோகிகள் சுழுமுனை நாடியில் குண்டலினி செல்வதைத் தவிர்த்து, இடகலை அல்லது பிங்கலை நாடிகளின் வழியே குண்டலினியை எழுப்புகிறார்கள். இதற்கு தனியான விசேஷ பயிற்சிகள் உள்ளன.

இந்தப் பயிற்சிகள் அனைத்துமே மிக உயர் நிலை பயிற்சிகளாகும். ஒரு குருவிடமிருந்தே நேரடியாக இவற்றைக் கற்றுக்கொள்ள முடியும். சரியான முன் தயாரிப்புகளும், வழிகாட்டுதலும் இன்றி இவற்றில் ஈடுபட்டால் விளைவுகள் விபரீதமாக இருக்கும்.

தந்திர யோகப் பயிற்சிகள் அனைத்துமே மிகமிக சக்திவாய்ந்தவை. குறிப்பாக குண்டலினியை எழுப்பும் பயிற்சிகள் தீயுடன் விளையாடு வது போன்றது. கவனமாக இல்லையெனில் சுட்டுவிடும்! ஒரு சிறந்த குருவின் மேற்பார்வையிலேயே இவற்றைத் துவங்க வேண்டும்.

நாங்கள் நடத்தும் தந்திர யோகப் பயிற்சி வகுப்புகளில் இந்த பயிற்சிகளை நான்கு நிலைகளாகக் கற்றுத் தருகிறோம். தொடர்ந்த, முறையான பயிற்சிகளின் மூலமே இவற்றை சாதிக்க முடியும். குருவின் ஆசிகளும் இறைவனின் அருளும் வேண்டும்.

தந்திர யோகம் கூறும் சூட்சும உடல்

பருவுடல்- சூட்சும உடல் என இரு உடல்கள் நமக்கு உள்ளன. நமது புலன்களால் உணரக்கூடியதே பருவுடல். பருவுடல் குறித்த உண்மை களை மிக நுட்பமாக நவீன விஞ்ஞானம் ஆராய்ந்துவிட்டது. ஆனால் சூட்சும உடலின் ரகசியங்கள் இன்னமும் விஞ்ஞானத்திற்கு பிடிபடாத ஒன்றாகவே உள்ளது.

விஞ்ஞானத்தால் இதுவரையில் கண்டுபிடிக்க முடியாத சூட்சும உடலின் ரகசியங்களை பல்லாயிரம் ஆண்டுகளுக்கு முன்னரே 'மெய் ஞானத்தால்' நம் முன்னோர்கள் கண்டுபிடித்து விட்டனர்.

இந்த மெய்ஞ்ஞான உண்மைகளே தந்திர யோகப் பயிற்சிகள் அனைத்திற்கும் ஆதாரமாக உள்ளன. நீங்கள் தந்திர யோகம்

கற்றுக்கொள்ள வேண்டுமானால் முதலில் நமது சூட்சும உடல் குறித்து முழுமையாக அறிந்துகொள்ள வேண்டும்.

* குண்டலினி சக்தி
* சக்கரங்கள்
* நாடிகள்
* சக்தி உடல்கள்

ஆகியவை குறித்த முழுமையான புரிதல் இருந்தால் மட்டுமே தந்திர யோகப் பயிற்சிகளை முழுமையாகப் புரிந்துகொள்ள முடியும்.

இதுவரையில் தந்திர யோகம் குறித்த பொதுவான செய்திகளைக் கண்டோம். இவை அனைத்தும் தந்திர யோகம் குறித்த ஒரு பொதுவான புரிதலை உங்களிடம் உருவாக்கியிருக்கும். தந்திர யோகம் கற்க இந்தப் புரிதல் அவசியம்.

அடுத்ததாக தந்திர யோகம்- இரண்டாம் பாகத்தில் சூட்சும சரீரம் குறித்த மெய்ஞ்ஞான ரகசியங்களை விரிவாகக் காணலாம்.

தந்திர யோகம்
(இரண்டாம் பாகம்)

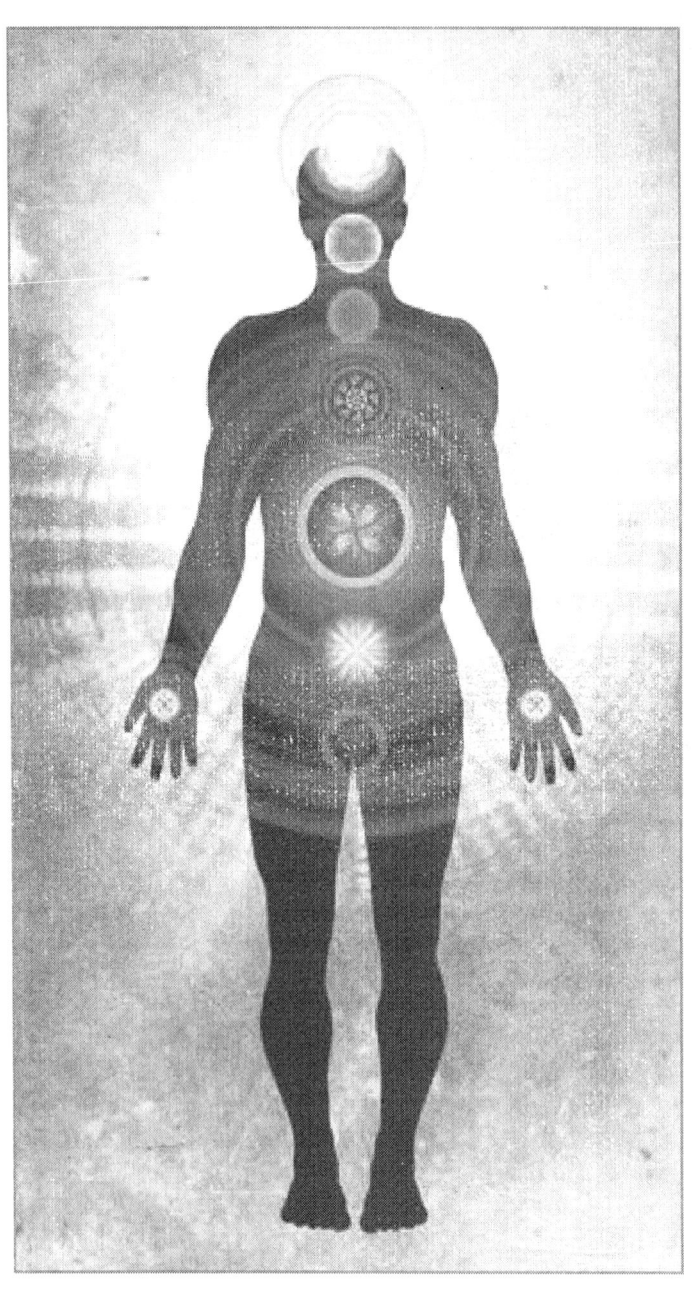

● தந்திரயோகம் ●

1

புலன்களுக்கு எட்டாத உலகம்

இந்த உலகத்தையும் பிரபஞ்சத்தையும் நாம் நமது புலன்களாலேயே உணர்ந்து கொள்கிறோம். நமது புலன்களுக்கு எட்டியவை மட்டுமே 'உண்மை' என்று நினைக்கிறோம். நமது புலன்களுக்கு எட்டாதவற்றை 'கட்டுக்கதைகள்' அல்லது 'சாத்தியமற்றவை' என்று ஒதுக்கித் தள்ளி விடுகிறோம்.

நவீன விஞ்ஞானமும் இதே தவறை பலமுறை செய்திருக்கிறது. தொடர்ந்து செய்துகொண்டும் இருக்கிறது. விஞ்ஞானத்தின் விதிகளுக்குள் அடைபடாதவை, விஞ்ஞானக் கருவிகளால் அளக்க முடியாதவை அனைத்துமே பொய் என நவீன விஞ்ஞானம் ஒதுக்கித் தள்ளிவிடுகிறது.

நமது புலன்களுக்கு எட்டாத ஒரு சூட்சும உலகம் குறித்தே இந்த இரண்டாம் பாகத்தில் விரிவாகக் காண இருக்கிறோம்.

● டாக்டர் ஜான் பி.நாயகம் ●

● புலன்களுக்கு எட்டாதவற்றை புலன்களால் உணரும் வழிமுறைகள்.

● விஞ்ஞானத்தால் ஏற்றுக்கொள்ளப்படாதவற்றை விஞ்ஞானத்தின் துணை கொண்டே நிரூபிக்கும் நவீன விஞ்ஞான முறைகள் ஆகியவற்றைக் காண இருக்கிறோம்.

நமது புலன்களுக்கு எட்டாத சூட்சும சரீரத்தின் முக்கிய அங்கங்கள் என கீழ்கண்டவற்றைப் பட்டியலிடலாம்:

● சக்தி உடல்கள்

● நாடிகள்

● சக்கரங்கள்

● குண்டலினி சக்தி

இவை அனைத்துமே நாம் கருவில் உருவான காலம் தொட்டே நம்முடன்தான் உள்ளன. ஆனால் நமது புலன்களுக்கு இவை எட்டாமல் இருப்பதால் இதுவரை இவை குறித்த உணர்வோ, புரிதலோ நமக்கு இல்லை! முதலில் சக்தி உடல்கள் குறித்துக் காணலாம்.

சக்தி உடல்கள் (Energy Bodies)

கண்ணுக்குத் தெரிகின்ற நமது பருவுடலைச் சுற்றி, கண்ணுக்குத் தெரியாத ஒரு சக்தி உடல் உள்ளது. ஒரு மெல்லிய புகைப்படலம் போன்று இது இருக்கும். பல வண்ணங்களில் ஜொலிக்கும் இந்த உடலையே 'ஆரா' (Aura) என்கிறார்கள்.

நமது இந்திய சிந்தாந்தப்படி இந்த சக்தி உடலில் ஐந்து அடுக்குகள் உள்ளன. ஒவ்வொரு அடுக்குக்கும் தனித்தனிப் பெயர்களும் உண்டு.

முதல் அடுக்கு- அன்னமய கோசம்

இரண்டாம் அடுக்கு- பிராணமய கோசம்

மூன்றாம் அடுக்கு- மனோமய கோசம்

நான்காம் அடுக்கு- விஞ்ஞானமய கோசம்

ஐந்தாவது அடுக்கு- ஆனந்தமய கோசம்

இந்த ஒவ்வொரு அடுக்கிற்கும் தனித்தனித் தன்மைகளும்,

பண்புகளும் உண்டு. ஒவ்வொன்றிற்கும் தனித்தனி செயல்களும், பணிகளும் உள்ளன.

சக்தி உடலின் ஒவ்வொரு அடுக்கின் பண்புகள், அவை பாதிக்கப்படுவதால் பருவுடலில் ஏற்படும் மாற்றங்கள் அல்லது பாதிப்புகள் குறித்து தந்திர யோகம் விரிவாகப் பேசுகிறது.

இந்த அடுக்குகள் ஒவ்வொன்றையும் உறுதிப்படுத்தும் வழிமுறைகளையும் தந்திர யோகம் கற்றுத் தருகிறது. இவை அனைத்தையும் பின்னர் விரிவாகக் காணலாம். அதற்கு முன்னால் சக்தி உடல்கள் குறித்த சில அடிப்படையான உண்மைகளை மனதில் இருத்திக் கொள்ளுங்கள்.

- மனிதர்களுக்கு மட்டுமின்றி, உயிருள்ள அனைத்திற்குமே சக்தி உடல்கள் உண்டு. பறவைகள், விலங்குகள், தாவரங்கள் என அனைத்து உயிரினங்களுக்கும் அவற்றின் பருவுடலைச் சுற்றி ஒரு சக்தி உடல் உள்ளது.
- பருவுடலுக்கு அழிவு உண்டு. ஆனால் சக்தி உடலுக்கு அழிவு கிடையாது. மரணம் நிகழ்ந்த பின்னர் பருவுடல் அழிந்து போகும். சக்தி உடல் பருவுடலை விட்டு விலகிச் சென்றுவிடும். மீண்டும் ஒரு பிறவி எடுக்கும்போது இந்த சக்தி உடல் ஒரு புதிய கருவினுள் நுழைந்து புதிய உயிராகப் பிறக்கும்.
- சக்தி உடலில் பல வண்ணங்கள் இருக்கும். ஒவ்வொரு அடுக்கிலும் பல்வேறு வண்ணங்கள் இருந்தாலும், ஏதாவது ஒரு வண்ணம் மிகுதியாக இருக்கும்.
- சக்தி உடல்கள் நமது உணர்வுகளோடும், சிந்தனையோடும் (மனம்) இறுகப் பிணைக்கப்பட்டுள்ளன.
- நமது உணர்வுகளிலும், சிந்தனையிலும் ஏற்படும் மாற்றங்கள் சக்தி உடல்களில் பிரதிபலிக்கும்.
- உணர்வுகளுக்கு ஏற்ப, சிந்தனைகளுக்கு ஏற்ப சக்தி உடல்களின் வண்ணங்களிலும் மாறுதல்கள் ஏற்படும்.
- பெரும்பாலான நோய்கள் முதலில் நமது சக்தி உடல்களில்தான் உருவாகுகின்றன. படிப்படியாக அவை வளர்ந்து, ஒரு குறிப்பிட்ட அளவிற்கு மேல் செல்லும்போது தான் பருவுடலில் நோயாக

வெளிப்படும்.

- ஆக, பெரும்பாலான நாள்பட்ட நோய்களுக்கு மூல காரணம் சக்தி உடலில்தான் இருக்கும்.

- சக்தி உடலில் இருக்கும் இந்தச் சீர்கேட்டை சரிசெய்தால் மட்டுமே பருவுடலில் உள்ள நோயை முழுமையாக குணப்படுத்த முடியும்.

- தீவிரமான எதிர்மறை சிந்தனைகள், உணர்வுகள் அனைத்துமே 'எண்ணப் பதிவுகளாக' (Thought Forms) நமது சக்தி உடல்களில் தங்கிப்போகும்.

- இந்த எண்ணப் பதிவுகள் சக்தி உடலில் சக்தித் தடைகளை உருவாக்கும். இவையே நோய்கள் உருவாக அடிப்படைக் காரணம்.

- சக்தி உடலில் உள்ள சக்தித் தடைகளை எளிய தந்திர யோகப் பயிற்சிகளின் மூலம் சரி செய்துவிட முடியும்.

இவையனைத்தையும் குறித்து பின்னர் விரிவாகக் காணலாம். அடுத்து சக்தி உடலிலுள்ள ஐந்து அடுக்குகள் (கோசங்கள்) குறித்துக் காணலாம்.

2

சக்தி உடலின் ஐந்து அடுக்குகள்

நமது பருவுடலைச் சுற்றி நிற்கும் சக்தி உடல்களில் மொத்தம் ஐந்து அடுக்குகள் உள்ளன. அதில் முதல் அடுக்கு அன்னமய கோசம் என்று அழைக்கப்படுகிறது. அந்த கோசம் குறித்து காணும் முன்னர் பருவுடலுக்கும், சக்தி உடலுக்கும் உள்ள தொடர்பு குறித்துக் காண்பது அவசியம்.

'காயமே இது பொய்யடா, வெறும் காற்றடைத்த பையடா' என்பது சித்தர் வாக்கு. நாம் கண்ணால் காண்கின்ற, பிற புலன்களாலும் உணரமுடிகின்ற பருவுடலை ஏன் சித்தர்கள் 'பொய்' என்றார்கள்? கண்ணாலும், பிற புலன்களாலும் காண முடியாத, உணரமுடியாத சக்தி உடல்களை 'பொய்' என்று சொன்னால்கூட அதில் ஓரளவு நியாயம் இருக்கும்! புலன்களுக்கு எட்டிய பருவுடலை ஏன் பொய் என்கிறார்கள்? இதற்கு ஒரு காரணம் உண்டு.

நாம் நமது பருவுடலின் இயக்கங்கள் என நினைத்துக்கொண்டிருக்கும் எதுவுமே உண்மையில் பருவுடலின் இயக்கங்கள் அல்ல! சக்தி உடல்களின் இயக்கங்களே பருவுடல் வழியாக வெளிப்படுகின்றது.

● டாக்டர் ஜாண் பி.நாயகம் ●

சக்தி உடல்கள் இயங்க உதவும் ஒரு கருவியாக மட்டுமே இந்தப் பருவுடல் உதவுகிறது. அதனால்தான் காயத்தை (பருவுடலை) பொய் என்றார்கள் சித்தர்கள். இதை ஒரு எளிய உதாரணத்தின் மூலம் விளக்கினால் புரிந்து கொள்வது எளிதாக இருக்கும்.

ஒரு கணினியில் முக்கியமானவை இரண்டு- வன்பொருள் (HARDWARE), மென்பொருள் (SOFT WARE). கணினியில் உள்ள பிளாஸ்டிக், உலோகங்கள், சர்க்யூட்டுகள், ஒயர்கள் என அதன் அடிப்படைக் கட்டமைப்புகளே 'வன்பொருள்' எனப்படுகிறது.

இந்த வன்பொருளை நமது பருவுடலுக்கு ஒப்பிடலாம். ஒரு கணினியில் இருக்க வேண்டிய பாகங்கள் அனைத்தும் இருந்தாலே அதை கணினி என்று கூறலாம். அதுபோலவே ஒரு உடலில் இருக்க வேண்டிய பாகங்களும் உறுப்புகளும் இருந்தால் அதை ஒரு உடல் என்று கூறுகிறோம்.

கணினியில் தேவையான மென்பொருளை ஏற்றினால் மட்டுமே அது ஒரு கணினியாக இயங்க முடியும். மென்பொருள் உள்ளே ஏற்றப்படாதவரையில் அது பல பாகங்களால் உருவாக்கப்பட்ட ஒரு 'டப்பா'. மென்பொருள் இல்லாமல் அது ஒரு கணினியாகச் செயல்பட முடியாது! மென்பொருள் இல்லாத (வன்பொருள் மட்டுமே கொண்ட) டப்பாவை கணினி எனக் கூற முடியாது. அவ்வாறு கூறினால் அது பொய்தானே?

அதுபோலவே நமது பருவுடலும் பல திசுக்களாலும், உள் உறுப்புகளாலும் கட்டமைக்கப்பட்டுள்ளது. இது கணினியின் 'வன்பொருளு'க்குச் சமமானது.

நமது சக்தி உடல்கள் என்ற மென்பொருள் உடலில் நுழையும்போதுதான் அது ஒரு 'உடலாக' செயல்பட முடியும். என வேதான் பருவுடலை சித்தர்கள் 'பொய்' என்றனர். பருவுடலின் எந்த இயக்கமும் பருவுடலைச் சார்ந்ததல்ல!

சக்தி உடல்களின் இயக்கங்களே பருவுடலின் இயக்கங்களாக வெளிப்படுகின்றன. சக்தி உடல்கள் இல்லையெனில் பருவுடல் ஒரு சதைப் பிண்டம் மட்டுமே!

தாயின் வயிற்றில் ஒரு கரு உருவாகும்போதே அதனுள் உயிர் இருப்பதில்லை. தாயின் கரு முட்டையும், தந்தையின் விந்தணுவும்

● டாக்டர் ஜான் பி.நாயகம் ●

இணைந்து ஒரு கருமுட்டையாக உருவாகும். இது படிப்படியாக வளரும். அந்த நிலையில் அது ஒரு செல்களின் குவியல் அல்லது இணைப்பு என்றே கொள்ளப்படுகிறது. (தசைப் பிண்டம்).

மறுபிறவி எடுக்கும் ஒரு சக்தி உடல் அந்த தசைப் பிண்டத்தினுள் நுழையும்போதுதான் அது உயிருள்ள ஒரு கருவாக உருமாறுகிறது.

நினைவில் கொள்ள வேண்டியவை

- ஒரு கருவுக்கு உயிரைத் தருவது சக்தி உடல்களே.
- பருவுடலை இயங்க வைப்பதும் சக்தி உடல்களே.
- இறப்பின்போது பருவுடல் மட்டுமே அழிந்து போகும். சக்தி உடல்கள் மீண்டும் ஒரு பருவு வில் புகுந்து மறுபிறவி எடுக்கும்.

இந்த அடிப்படையான உண்மைகளை மனதில் இருத்திக்கொண்டு மேலே படியுங்கள்.

1. அன்னமய கோசம்

'அன்னம்' என்பது உணவைக் குறிக்கும் சொல். நாம் உண்ணும் உணவு, அருந்தும் நீர் ஆகிய இரண்டும் 'அன்னம்' என்பதனுள் அடங்கும்.

உணவு, நீர் ஆகிய இரண்டிலுமிருந்து பெறப்படும் சக்தியால் இயங்கும் சக்தி உடலே அன்னமய கோசம் என்று அழைக்கப்படுகிறது.

பருவுடலோடு இணைந்து, ஒட்டி நிற்கும் முதல் சக்தி உடல் அடுக்கு இது. பிற நான்கு சக்தி உடல்களைவிட இந்த முதல் சக்தி உடலே பருவுடலோடு நெருங்கிய தொடர்பில் உள்ளது.

நமது பருவுடலில் இருக்கும் அனைத்து பாகங்களும், உள்ளுறுப்புகளும் இந்த அன்னமய கோசத்திலும் இருக்கும். பருவுடலை வார்க்கப் பயன்படுத்தப்படும் அச்சு என்று அன்னமய கோசத்தைக் கூற லாம்.

அன்னமய கோசமே அசல். பருவுடல் அதன் நகல் (Copy).

இதற்கு முன்னர் எடுத்த ஜென்மங்களில் செய்த கர்ம வினைகளின் பலனாக அன்னமய கோசத்தில் ஏதேனும் குறைபாடுகள் ஏற்பட்டிருந்தால் அவை இந்தப் பிறவியில் எடுத்த பருவுடலில் வெளிப்படும்.

உதாரணமாக, சில குழந்தைகள் பிறக்கும்போதே சில ஊனங்களுடன் பிறக்கின்றன. சில குழந்தைகள் இதயத்தில் ஓட்டை போன்ற பிறவி நோய்களுடன் பிறக்கின்றன. அன்னமய கோசம் பழுதுபட்டிருந்தால் இது நிகழும்.

மூன்று பூதங்கள்

- நிலம், நீர், நெருப்பு

ஆகிய மூன்று பூதங்களின் ஆளுமைக்கு உட்பட்டே அன்னமய கோசம் இயங்குகிறது.

- நாம் உண்ணும் திடப் பொருட்கள் அனைத்துமே நிலம் எனும் பூதத்தைச் சார்ந்தவை.

- நாம் அருந்தும் நீர், பானங்கள் அனைத்தும் நீர் எனும் பூதத்தைச் சார்ந்தவை.

- திடப் பொருட்களும், நீரும் செரிமானமாகி உடலில் சத்தாகச் சேர நெருப்பு என்ற பூதத்தின் துணை தேவையாக உள்ளது.

இந்த மூன்று பூதங்களின் சம நிலைகளில் ஏற்படும் மாறுதல்கள் அன்னமய கோசத்தை பாதிக்கும். இந்த பாதிப்பே நோயாக பருவுடலில் உணரப்படும்.

சக்கரங்கள்

- நிலம் எனும் பூதத்தோடு தொடர்புடைய சக்கரம் மூலாதாரம்.
- நீர் எனும் பூதத்தால் ஆளப்படும் சக்கரம் சுவாதிஷ்டானம்.
- நெருப்பு எனும் பூதத்தால் இயக்கப்படும் சக்கரம் மணிப்பூரகம்.

இந்த மூன்று சக்கரங்களே அன்னமய கோசத்தை இயக்கும் சக்கரங்களாகும். இந்த சக்கரங்கள் நலமாக இயங்கும்போது அன்னமய கோசமும் நலமாக இருக்கும்.

இந்த சக்கரங்களில் சக்தித் தடைகளோ தேக்கங்களோ உருவாகும்போது அன்னமய கோசத்திலும் தடைகளும் தேக்கங்களும் உருவாகும். பருவுடலில் அது நோயாக வெளிப்படும். உதாரணமாக...

- மூலாதார சக்கரத்தில் சக்தித் தடைகள் ஏற்படும்போது அது அன்னமய கோசத்தை பாதிக்கும். இதனால் பருவுடலில் மலச்சிக்கல்,

● டாக்டர் ஜாண் பி.நாயகம் ●

மூலநோய் போன்ற நோய்கள் உருவாகலாம்.

• சுவாதிஷ்டான சக்கரத்தில் சக்தித் தடைகள் தோன்றினால் அன்னமய கோசம் பாதிக்கப்பட்டு பருவுடலில் இனப்பெருக்க உறுப்புகளிலும், சிறுநீரகங்களிலும் பாதிப்பு ஏற்படலாம்.

• மணிப்பூரகச் சக்கரத்தில் சக்தித் தேக்கங்கள் உருவானால் அது அன்னமய கோசத்தை பாதிக்கும். பருவுடலில் வயிறு, குடல், கல்லீரல், மண்ணீரல், பித்தப்பை, கணையம் போன்ற உள்ளுறுப்புகளில் ஏதேனும் பாதிக்கப்படலாம். அவற்றோடு தொடர்புடைய நோய்கள் உருவாகலாம். உதாரணமாக, கணையத்தின் இயக்கங்கள் பாதிக்கப்படுவதால் சர்க்கரை நோய் உருவாகலாம்.

இந்த நோய்களின் வெளிப்பாடு பருவுடலில் இருந்தாலும், அதன் மூலகாரணம் அன்னமய கோசத்திலும், சக்கரங்களிலும், பஞ்ச பூதங்களிலும் இருக்கும் என்பதை நினைவில் வைத்துக்கொள்ளுங்கள்.

இந்திரியங்கள்

நமது பருவுடலில் இந்திரியங்கள் உள்ளதாக நினைக்கிறோம். ஆனால் அந்த இந்திரியங்களை இயக்குவது அன்னமய கோசமே! இந்த இந்திரியங்களை இரண்டு வகையாகப் பிரிக்கலாம்.

• ஞானேந்திரியங்கள்.
• கர்மேந்திரியங்கள்.

ஞானேந்திரியங்கள்

நமது புலன் உறுப்புகளே (பொறிகள்) ஞானேந்திரியங்கள் எனப்படுகின்றன.

• மெய் (தொக்கு)
• வாய் (சிங்குவை)
• கண் (சட்சு)
• மூக்கு (ஆக்கிராணம்)
• செவி (சோத்திரம்)

ஆகியவையே ஐந்து பொறிகள் எனப்படும் ஞானேந்திரியங்களாகும்.

• தந்திரயோகம் •

இந்த ஐந்து பொறிகளும் பருவுடலில் உள்ள உறுப்புகள் மட்டுமே.

இந்த உறுப்புகளின் 'புலன்களே' தன்மாத்திரைகள் எனப்படுகின்றன. இந்த புலன்களை ஆளுவது அன்னமய கோசம், பிராணமய கோசம் ஆகிய இரு கோசங்களே! ஐம்பொறிகளின் புலன்கள் எவை என்பதை தனித்தனியே காணலாம்.

தன்மாத்திரைகள் (ஐம்புலன்கள்)

1. மெய் (தோல் அல்லது தொக்கு)

'ஸ்பரிசம்' எனப்படும் தொடு உணர்ச்சியே மெய்யின் புலனாகும். இந்த மெய்யினால்-

- குளிர்ச்சி
- வெப்பம்
- மென்மை
- வன்மை

போன்ற நான்குவிதமான தொடு உணர்வுகளை சக்தி உடல்கள் உணர்ந்து கொள்ளும்.

தோல் என்பது வாயுவின் அம்சம். அதை ஆளும் சக்கரம் அனாஹதம். அவற்றோடு தொடர்புடைய சக்தி உடல் நமது இரண்டாவது சக்தி உடலான பிராணமய கோசம். ஆக, தொடுவுணர்ச்சி என்ற புலனை ஆளுவதும், உணர்ந்து கொள்வதும் பிராணமய கோசமே!

2. வாய் (நாக்கு- சிங்குவை)

சுவை என்பதே வாய் எனும் பொறியின் புலன். இதனை வடமொழியில் 'ரசம்' என்பார்கள்.

- உவர்ப்பு
- புளிப்பு
- இனிப்பு
- கசப்பு

● டாக்டர் ஜாண் பி.நாயகம் ●

- கைப்பு
- துவர்ப்பு

போன்ற ஆறுவகையான சுவைகளை நாக்கு உணர்ந்து கொள்ளும். இவற்றையே நாக்கு எனும் உறுப்பின் தன்மாத்திரைகள் என்கிறோம்.

நாக்கும் சுவையும் நீரின் அம்சம். சுவாதிஷ்டான சக்கரத்தால் ஆளப்படுகின்றன. அன்னமய கோசத்தோடு தொடர்பு கொண்டவை.

நாக்கு எனும் புலன் உறுப்பு பருவுடலில் இருந்தாலும், அறுசுவைகளை உணர்ந்து கொள்வது அன்னமய கோசமே தவிர பருவுடல் அல்ல.

3. கண் (சட்சு)

ஒளி, ரூபம் ஆகிய இரண்டையும் கண் எனும் உறுப்பு பகுத்தறியும். கண் எனும் புலன் உறுப்புக்கு உரியவை என மொத்தம் பத்து தன்மாத்திரைகள் உண்டு. அவை:

- ஒளி
- கருப்பு
- சிவப்பு
- பச்சை
- நீலம்
- மாசிர நிறம்
- நீளம்
- குட்டை
- பருமன்
- மெலிவு

ஆகிய பத்துமே கண் எனும் உறுப்பின் தன்மாத்திரைகளாகும்.

இது நெருப்பு எனும் பூதத்தின் அம்சமா கும். நெருப்பை ஆளுவது மணிப்பூரகச் சக்கரம். இவற்றோடு தொடர்புடைய அன்னமய கோசமே கண் எனும் உறுப்பின் தன் மாத்திரைகளை உணர்ந்து கொள்ளும்.

● தந்திரயோகம் ●

4. மூக்கு (ஆக்கிராணம்)

வாசனைகளைப் பிரித்துணரும் மோப்பத் தன்மையே மூக்கு எனும் பொறியின் புலனாகும்.

- சுகந்தம்
- துர்கந்தம்

ஆகிய இருவகையான கந்தங்களை மூக்கு எனும் புலனால் பிரித்தறிய முடியும்.

இது நிலம் எனும் பூதத்தின் அம்சமாகும். தொடர்புடைய சக்கரம் மூலாதாரம். அதனுடன் தொடர்புடைய சக்தி உடல் அன்னமய கோசம்.

'மூக்கு' எனும் உறுப்பு பருவுடலில் இருந்தாலும், பலவிதமான வாசனைகளை உணர்ந்து கொள்வது 'அன்னமய கோசம்' எனும் சக்தி உடலே!

5. காது (சோத்திரம்)

பலவிதமான ஒலிகளையும், ஓசைகளையும் உணர்ந்து கொள்ளும்-பிரித்தறியும் திறனே 'கேட்டல்' என்ற தன்மாத்திரையாகும்.

இது ஆகாயம் எனும் பூதத்தின் அம்சமாகும். விஷுத்தி சக்கரமே ஆகாயத்தால் ஆளப்படும் சக்கரம். அதனுடன் தொடர்புடைய சக்தி உடல்- பிராணமய கோசம்.

காது எனும் உறுப்பு மட்டுமே பருவுடலில் உள்ளது. கேட்கும் திறன் என்பது பிராணமய கோசம் எனப்படும் இரண்டாவது சக்தி உடலின் செயலாக உள்ளது.

கர்மேந்திரியங்கள்

கர்மேந்திரியங்களை தமிழில் தொழில் உறுப்புகள் என்று கூறலாம்.

1. வாக்கு

பேச்சு அல்லது வசனம் என்றும் இதைக் கூறலாம். வாய் என்ற தொழில் உறுப்பின் தொழில் வாக்கு. வாய் என்ற தொழில் உறுப்பு பருவுடலில் இருந்தாலும், வாக்கு அல்லது பேச்சு என்ற தொழிலைச் செய்வது பிராண மய கோசமாகும்.

2. பாணி (கை)

கை என்ற தொழில் உறுப்பு பருவுடலில் உள்ளது. ஆனால், அதன் கர்மங்களான கொடுத்தல், வாங்கல், பிடித்தல், விடுதல் ஆகியவற்றை இயக்குவது பிராணமய கோசமாகும்.

3. பாதம் (கால்)

கால் என்ற தொழில் உறுப்பு பருவுடலில் இருந்தாலும் அதன் கர்மங்களான நிற்றல், நடத்தல், அமர்தல், எழுதல் போன்றவற்றை இயக்குவது அன்னமய கோசம் என்ற சக்தி உடலாகும்.

4. பாயுரு (குதம் அல்லது மலவாய்)

மலவாய் என்ற கர்மேந்திரியம் பருவுடலில் உள்ளது. ஆனால் அதன் கர்மமான மல, ஜலங்களை வெளியேற்றும் பணியைச் செய்வது அன்னமய கோசமே.

5. உபஸ்தம் (கருவாய்)

ஆண்- பெண் இனப்பெருக்க உறுப்புகள் அனைத்துமே 'உபஸ்தம்' என்ற கர்மேந்திரியமாக வகைப்படுத்தப்பட்டுள்ளன. இந்த உறுப்புகள் அனைத்தும் பருவுடலில் இருந்தாலும், சிறுநீர் கழிப்பது, உடலுறவு கொள்வது, இனப்பெருக்கம் செய்வது போன்ற கர்மங்களைச் செய்வது (பருவுடலின் துணையோடு) அன்னமய கோசம் எனும் சக்தி உடலே!

3

உணவென்னும் மருந்து

நமது பருவுடலைச் சுற்றி நிற்கும் சக்தி உடல்களில் முதல் உடலான அன்னமய கோசம் குறித்த சில அடிப்படையான உண்மைகளைக் கண்டோம். அடுத்ததாக, அன்னமய கோசத்தை வலுப்படுத்தும் வழிமுறைகள் குறித்துக் காணலாம்.

அன்னமும் அன்னமய கோசமும்

'அன்னம்' என்பது நாம் உண்ணும் உணவைக் குறிக்கிறது. உணவினால் சக்தி பெறுகின்ற, வலுவடைகின்ற சக்தி உடலே அன்னமய கோசமாகும். உணவு என்பதனுள் நாம் அருந்தும் நீரும் அடங்கும்.

நாம் உண்ணும் உணவு, நீர் சரியாக இருந்தால் அன்னமய கோசமும் வலுவாக இருக்கும். உணவு முறை சரியாக இல்லையெனில் அன்னமய கோசம் வலுவிழக்கும்- நோய்களும் உருவாகும்.

உணவு உண்பதைக்கூட நம் முன்னோர்கள் விஞ்ஞான அடிப்படையிலேயே அணுகினர். அதற்கென பல வழிமுறைகளையும், சட்ட திட்டங்களையும் வகுத்தனர்.

✴ எந்த நேரத்தில் உணவு உண்பது?
✴ எப்படிப்பட்ட உணவை உண்ணலாம்?

● டாக்டர் ஜாண் பி.நாயகம் ●

* எத்தகைய உணவுகளைத் தவிர்க்க வேண்டும்?

* எந்த நாளில் எதைத் தவிர்க்க வேண்டும்?

* உணவு உண்ணும்போது செய்யவேண்டிய முத்திரைகள்.

* உணவு உண்ணும் முன்னும், உணவு உண்ட பின்னும் செய்யக்கூடாதவை.

* உடலின் கூறுக்கு ஏற்றபடி உண்ணுதல்.

என பல வழிமுறைகளை நம் முன்னோர்கள் கூறிவைத்துள்ளனர். இந்த வழிமுறைகளைப் பின்பற்றி, உணவு உண்ணும்போது அன்னமய கோசம் வலுவாகும். அன்னமய கோச பாதிப்பால் உருவான நோய்களும் மறைந்து போகும்.

உணவு குறித்து விரிவாக எழுதவேண்டும் என்றால் தனியாக ஒரு தொடரே எழுதவேண்டும்! தற்போது சில அடிப்படையான, மிக முக்கியமான தகவல்களை மட்டும் அறிந்து கொள்ளலாம்.

* சூரிய உதயத்திற்குப் பின்னரே உணவு உட்கொள்ளத் துவங்க வேண்டும்.

* இரவு உணவை சூரிய அஸ்தமனத்திற்கு முன்னரே முடித்துவிட வேண்டும். இன்றைய வாழ்க்கை முறையில் இது சாத்தியமற்ற ஒன்றாகத் தோன்றலாம். ஆனால் இன்றும் ஜெயின் மதத்தைத் தீவிர மாகப் பின்பற்றும் பலர் இதைக் கடைப்பிடித்து வருகின்றனர்.

* உண்ட உணவு முழுமையாக செரிமானம் ஆன பின்னரே அடுத்த முறை உண்ண வேண்டும்.

* உண்ணும் உணவில் அறுசுவைகளும் தேவையான விகிதத்தில் இருக்க வேண்டும்.

* உண்ணும் உணவு சரிவிகித உணவாக இருப்பது அவசியம்.

* உணவை நன்றாக மென்று விழுங்க வேண்டும்.

* காரத்தன்மை (Alkaline) கொண்ட உணவுகளை அதிகமாகவும், அமிலத்தன்மை (Acidic) கொண்ட உணவுகளைக் குறைந்த அளவிலும் சேர்த்துக்கொள்ள வேண்டும்.

* ஒன்றுக்கொன்று முரணான உணவுகளை சேர்த்து உண்ணக்கூடாது.

● தந்திரயோகம் ●

உதாரணமாக, தயிர் + நெய், தயிர் + கீரை.

* காலநிலை, தட்பவெப்பநிலை ஆகியவற்றிற்கு ஏற்ற உணவுகளை உண்ண வேண்டும். உதாரணமாக கோடைகாலத்தில் குளிர்ச்சித் தன்மைகொண்ட உணவுகளை அதிகமாக சேர்த்துக்கொள்ளுதல். குளிர்காலத்தில் வெப்பத்தன்மை கொண்ட உணவுகளை உண்ணுதல்.

* உங்களது உடல்கூறு வாதம், பித்தம், கபம் ஆகிய மூன்றில் எது என்பதை அறிந்து, அதற்கேற்ற உணவுகளை உண்ண வேண்டும்.

* ஒவ்வொரு வகையான உடற்கூறுக்கும் ஏற்ற உணவுகள் எவை, தவிர்க்க வேண்டிய உணவுகள் எவை என்ற பட்டியல் ஆயுர்வேதத்தில் விரிவாகத் தரப்பட்டுள்ளது.

* இதன் அடிப்படையில் உணவு முறையை அமைத்துக் கொண்டால் அன்னமய கோசம் வலுவாக இருக்கும். நோய் நொடிகள் அணுகாது.

சுருக்கமாகக் கூறுவதாக இருந்தால் உணவை நமது முன்னோர்கள் மருந்தாகவே கருதினர். உடலின் தன்மைக்கு ஏற்ப, தேவைக்கு ஏற்ப

● டாக்டர் ஜாண் பி.நாயகம் ●

உணவைத் தேர்ந்தெடுத்து உண்ணும்போது அது மருந்தாகிறது. அன்னமய கோசத்தை வலுவாக்குகிறது.

உடல்கூறுக்கு ஒவ்வாத, தட்பவெப்ப நிலைக்கு ஏற்காத உணவுகளை உண்ணும்போது அதுவே விஷமாகிறது. அன்னமய கோசத்தை பாதிக்கிறது. பருவுடலில் பல நோய்கள் உருவாக அதுவே அடிப்படையான காரணமாகி விடுகிறது.

உபவாசம்

பருவுடலை சுத்தம் செய்யவும், அன்னமய கோசத்தை வலுப்படுத்தவும் நம் முன்னோர்கள் கண்டுபிடித்த அற்புதமான விஞ்ஞான வழிமுறையே உபவாசமாகும்.

உபவாசத்தில் பல வகைகள் உள்ளன. ஒவ்வொரு வகை உபவாசத் திற்கும் சில சட்டதிட்டங்கள் உள்ளன. இவற்றை சரியாகப் பின்பற்றி உபவாசம் இருந்தால் மட்டுமே முழுமையான பலன்கள் கிடைக்கும்.

உடல்கூறின் அடிப்படையில், உடல் நிலையின் அடிப்படையில் உங்களது உடலுக்கு எந்த வகை உபவாசம் தேவை என்பதை ஒரு குருவின் துணையோடு கண்டுபிடித்து, முறையாக உபவாசம் இருந்தால் அன்னமய கோசத்தில் இருக்கும் சக்தித் தடைகள் நீங்கும். அன்னமய கோசம் வலுவாகும். பல நோய்களும் அகலும்.

அன்னமய கோசத்தை வலுவாக்கும் வழிமுறைகள்

நமது பருவுடலோடு மிக நெருங்கிய தொடர்பில் இருப்பது நமது முதல் சக்தி உடலான அன்னமய கோசமே.

அன்னமய கோசம் வலுவிழந்தால் பருவுடலும் வலுவிழக்கும். அன்னமய கோசத்தில் சக்தித் தடைகள் உருவானால் அது பருவுடலில் நோயாக பிரதிபலிக்கும். இத்தகைய நோய்களை முற்றிலுமாக குணப்படுத்த, அன்னமய கோசத்தை வலுவாக்க வேண்டும். அதிலுள்ள சக்தித் தடைகளையும், தேக்கங்களையும் சரி செய்யவேண்டும்.

மருந்து, மாத்திரைகள் உட்கொள்ளும்போது அவை பருவுடலில் மட்டுமே வேலை செய்யும். பருவுடலில் நோயின் தீவிரம் குறையுமே தவிர, நோய் முழுமையாக குணமடைவதில்லை.

நமது சக்தி உடல்களில் உள்ள சீர்கேடுகளைச் சரிசெய்தால் மட்டுமே பருவுடலில் உள்ள நோய்கள் முழுமையாக குணமடையும். இதை

மருந்து, மாத்திரைகளால் சாதிக்க முடியாது.

ஒவ்வொரு சக்தி உடலையும் சரி செய்யும், வலுவாக்கும் தந்திர யோக வழிமுறைகளை பலநூறுஆண்டுகளுக்கு முன்னரே நம் முன்னோர்கள் கண்டுபிடித்துள்ளனர். அன்னமய கோசத்தை சீர்செய்யும் வழிமுறைகள் குறித்து சுருக்கமாகக் காணலாம்.

அன்னமய கோசத்தை சீர்செய்யும் வழிமுறைகளில் முக்கியமானவை என கீழ்க்கண்டவற்றைக் குறிப்பிடலாம்.

✷ சரியான உணவு முறை

✷ உடற்பயிற்சிகள்

✷ யோகாசனங்கள்

✷ மூலாதாரம், சுவாதிஷ்டானம், மணிப்பூரகம் ஆகிய மூன்று சக்கரங்களையும் வலுப்படுத்தும் தந்திர யோகப் பயிற்சிகள்.

இந்த வழிமுறைகளை முறையாக, தொடர்ந்து பின்பற்றி வந்தால் அன்னமய கோசம் வலுவாகும். அன்னமய கோசத்தில் உள்ள சக்தித் தேக்கங்களும், சக்தித் தடைகளும் அகலும். அன்னமய கோசத்தின் சீர்கேட்டினால் பருவுடலில் உருவான நோய்கள் அனைத்தும் முற்றிலுமாக மறைந்து போகும்.

இந்த வழிமுறைகள் அனைத்தையுமே நாங்கள் நடத்தும் தந்திர யோக முத்திரைப் பயிற்சி வகுப்புகளில் விரிவாகக் கற்றுத் தருகிறோம். நோயின்றி வாழ விரும்பும் அனைவரும் இந்தப் பயிற்சி வகுப்புகளில் கலந்துகொண்டு இவற்றைக் கற்றுக்கொள்ளலாம்.

தந்திர யோக வழிமுறைகள் மிகமிக எளிமையானவை. ஆறு வயதிற்கு மேற்பட்ட எவரும் இவற்றைக் கற்றுக் கொள்ளலாம். கற்றுக்கொள்வதும், செய்வதும் சுலபம்.

இவற்றைக் கற்றுக்கொள்ள எந்த ஒரு விசேஷ தகுதியும் தேவையில்லை. சாதி, மதம், இனம் என்ற பாகுபாடு கிடையாது. கற்றுக்கொள்ள வேண்டும் என்ற ஆர்வம் மட்டும் இருந்தால் போதும்.

அடுத்து இரண்டாவது சக்தி உடலான பிராணமய கோசம் குறித்து விரிவாகக் காணலாம்.

● தந்திரயோகம் ●

4

சக்தி உடலின் இரண்டாம் நிலை பிராணமய கோசம்!

பருவுடலை அடுத்து நிற்கும் முதல் சக்தி உடலான அன்னமய கோசம் குறித்து இதுவரையில் கண்டோம். இனி, அடுத்த சக்தி உடலான பிராணமய கோசம் குறித்த சில அடிப்படையான உண்மைகளைக் காணலாம்.

பிராணன்

பிராணன் என்பது மூச்சைக் குறிக்கும் ஒரு சொல்லாகும். மூச்சு மட்டுமின்றி, 'உயிர்' என்பதையும் இது குறிக்கின்றது. பிராணன் உடலில் சரிவர இயங்க வில்லை என்றால் உடலிலிருந்து உயிர் பிரிந்துவிடும்.

எனவேதான் ஒருவர் மரணமடைந்து விட்டால் அவர் 'பிராணனை விட்டுவிட்டார்' என்கிறோம். பருவுடலின் இருப்பும் இயக்கமும் பிராணனையே அடிப்படையாகக் கொண்டுள்ளது.

பிராணனில் இருவகை உண்டு.

1. ஸ்தூல பிராணன்.

2. சூட்சும பிராணன்.

ஸ்தூல பிராணன்

நாம் சுவாசிக்கும்போது உள்ளே இழுக்கும் மூச்சுக்காற்றோடு பிராண வாயுவும் (ஆக்சிஜன்), பிரபஞ்ச சக்தியும் (பிரபஞ்ச பிராணன்) நம் உடலுக்குள் செல்கின்றன. இவ்வாறு வெளியிலிருந்து உள்ளே வருகின்ற பிராண சக்தியையே 'ஸ்தூல பிராணன்' என்கிறோம்.

நம் உடலின் ஒவ்வொரு செல்லும் இந்த ஸ்தூல பிராணனில் இருந்து பெறப்படும் சக்தியினால்தான் இயங்குகிறது.

நவீன விஞ்ஞானப்படி சுவாசத்தின்போது உள்ளே வருகின்ற ஆக்சிஜன் மட்டுமே பிராணன் எனப்படுகிறது. ஆனால் தந்திர யோகப்படி இந்த ஆக்சிஜன் முக்கியமானதுதான் என்றாலும் அதைவிட முக்கியமானது சுவாசத்தின் மூலம் உள்ளே இழுக்கப்படும் பிரபஞ்ச பிராணன்.

சுவாசம் நின்றுபோனால் (ஸ்தூல பிராணன் உள்ளே வருவது நின்று போனால்) உடலின் செல்களும் உள்ளுறுப்புகளும் ஒவ்வொன்றாகச் செயலிழக்கத் துவங்கும்.

இரண்டு நிமிடங்களுக்குமேல் சுவாசம் தடைப்பட்டால் மூளை செயலிழக்கத் துவங்கி விடும். எட்டு நிமிடங்கள் சுவாசம் தடைப்பட்டால் மூளையின் செல்கள் இறந்துபோகும். இதையே மூளைச்சாவு ((Brain Death)) என்கிறோம். இந்த மூளைச்சாவு ஏற்பட்டுவிட்டாலே ஒருவர் உயிரிழந்துவிட்டார் என்று பொருள்.

ஆக, ஸ்தூல பிராணன் இன்றி மனிதனால் எட்டு நிமிடங்களுக்குமேல் உயிர்வாழ முடியாது.

தச வாயுக்கள்

உள்சுவாசத்தின்போது உடலின் உள்ளே நுழையும் பிராணசக்தி பத்து விதமான வாயுக்களாகப் பிரிகிறது. இவற்றையே தச வாயுக்கள் என்கிறோம்.

1. பிராணன்

2. அபானன்

3. சமானன்

● தந்திரயோகம் ●

4. உதானன்

5. வியானன்

ஆகிய ஐந்து வாயுக்களை முதன்மை வாயுக்கள் என்கிறோம். இவை ஒவ்வொன்றிற்கும் உடலில் தனித்தனி பணிகள் உண்டு.

6. நாகன்

7. கூர்மன்

8. கிருகரன்

9. தேவதத்தன்

10. தனஞ்செயன்

ஆகிய ஐந்து வாயுக்களை துணை வாயுக்கள் என்கிறோம். முதன்மை வாயுக்கள் அளவிற்கு இவை முக்கியமானவை அல்ல என்றாலும், இவற்றிற்கும் உடலில் தனித்தனி பணிகள் உள்ளன. இந்த பத்து வாயுக்களே தச வாயுக்கள் என்று அழைக்கப்படுகின்றன. இந்த தச வாயுக்களுக்கும் அடிப்படை ஸ்தூல பிராணன். அதிலிருந்தே இந்த பத்து வாயுக்களும் உருவாகின்றன.

தச வாயுக்களின் பணிகள் குறித்து சுருக்கமாகக் காணலாம்.

1. பிராணன்

பிராணாவிலிருந்து (பிராண சக்தி) உருவாகும் ஒரு முதன்மை வாயு-பிராண வாயு. இது நமது மார்புப் பகுதியில் இயங்குகிறது. சுவாசம், இதயத்துடிப்பு ஆகியவற்றைக் கட்டுப்படுத்துவது இந்த பிராண வாயுவின் பணியாகும்.

இந்த பிராணவாயு குறைபடும்போது நுரையீரல்களின் இயக்கங்களும், இதயத்தின் இயக்கங்களும் பழுதுபடும். அவற்றில் நோய்கள் உருவாகும்.

(இந்த பிராணன் எனும் வாயுவின் அடிப்படையிலேயே நமது சுவாசம் நடை பெறுகிறது. சுவாசத்தை வெளிசுவாசம், உள்சுவாசம் என இரண்டு வகையாகப் பிரிக்கலாம்.

வெளிக்காற்றை உள்ளே இழுத்து, வெளியே விடுவது வெளிசுவாசம். இந்த சுவாசத்தின்போது உள்மூச்சில் இருக்கும் பிராண வாயு (ஆக்சிஜன்) நுரையீரலால் உறிஞ்சப்பட்டு ரத்தத்தில் கலக்கிறது.

● டாக்டர் ஜாண் பி.நாயகம் ●

ரத்தத்திலிருக்கும் கரியமில வாயு (கார்பன் டை ஆக்ஸைடு), ரத்தத்திலிருந்து நுரையீரல் வழியாகக் காற்றில் கலந்து வெளிமூச்சினால் வெளியேற்றப்படுகிறது.

உடலிலுள்ள ஒவ்வொரு செல்லின் இயக்கத்திற்கும் பிராண வாயு தேவை. செல்களின் இயக்கங்களால் உருவாகும் கழிவுப் பொருளான கரியமில வாயு செல்களிலிருந்து வெளியேற வேண்டும்.

ரத்தக் குழாய்களில் உள்ள ரத்தத்திலிருந்து பிராண வாயு பிரிந்து செல்களின் உள்ளே செல்வதும், செல்களிலிருந்து கரியமில வாயு வெளியேறி ரத்தத்தில் கலப்பதும் 'உள்சுவாசம்' எனப்படுகிறது.

இந்த இருவகை சுவாசமும் பிராண வாயுவின் பணியாக உள்ளது.)

தச வாயுக்களில் மிகமிக முக்கியமான முதன்மை வாயு பிராண வாயுவே!

2. அபானன்

அபான வாயுவின் இருப்பிடம் கீழ் வயிற்றுப் பகுதியாகும். வயிற்றின் உள்ளே இருக்கும் அனைத்து உள்ளுறுப்புகளும் (Intra abdominal organs) இந்த அபான வாயுவினாலேயே இயக்கப்படுகின்றன.

வயிறு, சிறுகுடல், பெருங்குடல், கல்லீரல், மண்ணீரல், பித்தப்பை, கணையம், சிறுநீரகங்கள் ஆகிய அனைத்து உறுப்புகளும் அபான வாயுவின் ஆளுமையின் கீழ்தான் இயங்குகின்றன.

அபான வாயு கீழ்நோக்கி இயங்கும் ஒரு வாயுவாகும். உடலில் உருவாகும் கழிவுப் பொருட்கள் வெளியேற அபான வாயு அவசியம்.

மலம், சிறுநீர் ஆகியவற்றை உடலிலிருந்து வெளியேறச் செய்வது அபான வாயுவின் பணிகளில் ஒன்று. ஆண்களுக்கு இந்திரியம் வெளியேறுவது, பெண்களுக்கு மாதவிடாய் ஏற்படுவது போன்றவையும்கூட அபானனின் தூண்டுதலில்தான் நடைபெறுகின்றன.

பிரசவத்தின்போது கருப்பையில் இருக்கும் குழந்தையை உந்தித் தள்ளி, வெளியே வரச் செய்வதும் அபான வாயுவே. அபான வாயுவில் குறைபாடு தோன்றினால் சுகப் பிரசவம் நிகழுவதில் சிக்கல் ஏற்படும்.

இவை தவிர, நுரையீரல்கள், இதயம் ஆகியவற்றின் நலமான

இயக்கத்திற்கும் அபான வாயு தேவைப்படுகிறது. இந்த இரு உறுப்பு களையும் பிராண வாயு ஆளுகிறது என ஏற்கெனவே கண்டோம். பிராண வாயுவோடு அபான வாயுவும் சேர்ந்து இயங்கினால் மட்டுமே இதயமும் நுரையீரல்களும் முழுத்திறனோடு இயங்க முடியும்.

3. சமானன்

சமான வாயு மேல் வயிற்றுப் பகுதியில் இருந்து செயல்புரிகிறது. தொப்புளுக்கும் மார்புக்கும் இடைப்பட்ட பகுதியையே மேல் வயிறு என்கிறோம்.

மார்புப் பகுதியில் பிராண வாயு இயங்குகிறது. தொப்புளுக்குக் கீழுள்ள கீழ்வயிற்றுப் பகுதியில் அபான வாயு இயங்குகிறது. இவை இரண்டிற்கும் இடையிலுள்ள மேல் வயிற்றுப் பகுதியில் சமான வாயு இயங்குகிறது.

பிராண வாயு மேல்நோக்கிச் செல்லும் தன்மை கொண்டது. அபான வாயு கீழ்நோக்கிச் செல்லும் தன்மை கொண்டது. இந்த வகையில் பார்த்தால் இந்த இரு வாயுக்களும் ஒன்றுக்கொன்று எதிரான தன்மை கொண்டவை.

எதிர் இயக்கம் கொண்ட இந்த இரு வாயுக்களையும் சமநிலைப்படுத்துவதே சமான வாயு! சமானன் என்ற சொல்லுக்குப் பொருளே சமநிலைப்படுத்துபவன் என்பதுதான்.

சமான வாயு சரிவர இயங்காமல் போனால் இந்த சமநிலை பாதிக்கப்படும். உள்ளுறுப்புகளின் இயக்கங்களில் பழுது ஏற்படும்.

மேல் வயிற்றுப் பகுதியிலேயே நமது செரிமான உறுப்புகள் உள்ளன. வயிற்றிலும் சிறுகுடலிலுமே செரிமானம் நடைபெறுகிறது. செரிமானத் திற்குத் தேவையான செரிமான நீர்களைச் சுரக்கும் பித்தப்பை, கல்லீரல், கணையம் போன்ற உறுப்புகளும் மேல் வயிற்றுப் பகுதியில்தான் உள்ளன.

செரிமான நீர்கள் சரிவரச் சுரக்கவும், செரிமானம் நன்கு நடைபெற வும் சமான வாயு உதவுகிறது.

செரிமானமான உணவின் சத்துக்கள் (அன்னசாரம்) முழுமையாக உடலில் சேர மண்ணீரலின் துணை அவசியம். இந்த அன்னசாரத்தை உடலில் உறிஞ்சிக் கொள்ளும் பணி சமான வாயுவின் ஆளுமையின்

கீழ்தான் நடைபெறுகிறது.

அன்னசாரம் ரத்தத்தின் வழியாக செல்களைச் சென்றடைந்த பின்னர் அது செல்களின் உள்ளே சக்தியாக மாற்றப்பட வேண்டும். இதற்கு கணையத்திலிருந்து சுரக்கும் இன்சுலின் அவசியம். கணையத்தின் சுரப்புகளை ஊக்குவிப்பதும் சமான வாயுவே.

சமான வாயுவின் செயல்பாடுகளில் அல்லது அளவில் குறைபாடு தோன்றினால்,

- உணவு செரிமானமாதல்
- அன்னசாரம் ரத்தத்தில் சேருதல்
- செல்களில் சக்தி உருவாதல்

ஆகிய மூன்று பணிகளிலும் பாதிப்பு ஏற்படும்.

4. உதானன்

கை, கால்கள், தொண்டை, தலை ஆகிய பகுதிகளில் நிறைந்து செயல்படும் வாயு உதானன். உதானனின் இருப்பிடமாகத் தொண்டைப் பகுதியை குறிப்பிட்டாலும், மேற்கூறிய அனைத்து இடங்களிலும் உதானன் நிறைந்து நிற்கும்; செயல்படும்.

தொண்டையிலிருக்கும் குரல் நாண்களை இயக்குவது உதான வாயுதான். பேச்சு சரிவர இருக்க உதான வாயு சரிவர இயங்க வேண்டும்.

நமது ஐம்புலன்களையும் இயக்குவதும் உதானனே. கண், காது, மெய், நாக்கு, மூக்கு ஆகிய ஐந்து புலன்களும் உதானனின் ஆளு மைக்குக் கட்டுப்பட்டே இயங்குகின்றன. உதானனில் குறைபாடு இருந்தால் புலன் இயக்கங்களிலும் குறைபாடுகள் தோன்றும்.

ஐந்து புலன்களோடு தொடர்புடைய ஐந்து கர்மேந்திரியங்களையும் இயக்குவதும் உதானனின் பணியாகும்.

- வாய்
- கை
- கால்
- மலவாய்

● தந்திரயோகம் ●

- கருவாய்

ஆகிய ஐந்து கர்மேந்திரியங்களின் இயக்கங்களும் சரிவர நடைபெற உதானன் சரிவர இயங்க வேண்டும்.

நவீன ஆங்கில மருத்துவத்தில் கூறப்படும் சிம்பத்தெட்டிக் நரம்பு மண்டலம், பேரா சிம்பத்தெட்டிக் நரம்பு மண்டலம் ஆகிய இரண்டையும் இயக்குவதும் உதானனின் முக்கியமான பணிகளில் ஒன்று.

5. வியானன்

உடல் முழுவதும் நிறைந்து நிற்பது (வியாபித்திருப்பது) வியான வாயு. இதை சேமித்து வைக்கப்பட்டிருக்கும் சக்தி என்றும் கூறலாம்.

நாம் ஒரு நேரத்தில் ஒரு பணியில் ஈடுபடும்போது ஒரு வாயுவின் சக்தி அதிகமாகத் தேவைப்படலாம். உதாரணமாக-

- உடற்பயிற்சி செய்யும்போது பிராண சக்தி அதிகம் தேவை.
- உணவு உண்ணும்போது அதை விழுங்க உதானன் தேவை.
- உணவு செரிமானமாக சமானன் அதிகப் படியாகத் தேவைப்படும்.
- மலம் வெளியேற அபானனின் அளவு அதிகரிக்க வேண்டும்.

இவ்வாறு நாம் செய்யும் செயல்களுக்கு ஏற்ப, உடலின் இயக்கங்களுக்கு ஏற்ப ஒவ்வொரு வாயுவின் அளவு அதிகரிக்க வேண்டும்.

ஒரு வாயுவின் தேவை அதிகமாகும்போது வியான வாயு செயல்பட்டு, அந்த அதிகப்படியான சக்தியைத் தருகிறது. சேமித்து வைக்கப்பட்டுள்ள வியான சக்தி, தேவைக்கேற்ப பிராண சக்தியாகவோ, அபானன், உதானன் அல்லது சமான சக்தியாகவோ உருமாறும்.

அடுத்து ஐந்து துணை வாயுக்கள் குறித்தும், பிராணமய கோசம் குறித்த பிற செய்திகளையும் காணலாம்.

● டாக்டர் ஜாண் பி.நாயகம் ●

● தந்திரயோகம் ●

5

உடலை ஆளும் வாயுக்கள்

தச வாயுக்களில் முதன்மை வாயுக்கள் ஐந்தின் இயல்புகள் குறித்துக் கண்டோம். அடுத்து துணை வாயுக்கள் ஐந்தின் பணிகள் குறித்துக் காணலாம்.

6. நாகன்

தமிழ் சித்த மருத்துவ நூல்களில் நாகன் வாயுவை 'விழிக் காற்று' என்று குறிப்பிடுகின்றனர். நமது கண்களுக்கு பார்வையைக் கொடுப்பது நாகன்தான்.

நாகன் வாயுவின் அளவு குறையக் குறைய பார்வைத் திறனும் குறையும். தொண்டைப் பகுதியில் நாகன் செயல்புரிந்து வாந்தி உருவாகவும் காரணமாகிறது.

உடலுக்கு ஒவ்வாத ஏதேனும் உடலுக்குள் நுழைந்துவிட்டால், அதை வாந்தி மூலமாக உடலைவிட்டு வெளியேற்றுவது நாகனின் பணியாகும்.

இவை தவிர, சோம்பல் முறித்தல், முக்குதல், திமிறுதல் போன்றவையும் நாகனின் தூண்டுதலால்தான் நிகழுகின்றன.

● டாக்டர் ஜாண் பி.நாயகம் ●

7. கூர்மன்

கூர்மன் வாயுவின் தமிழ்ப் பெயர் 'இமைக் காற்று' என்பதாகும். நமது கண் இமைகளின் இயக்கத்திற்குக் காரணமான வாயு இது.

கண்களைத் திறந்து மூடுதல், கண் இமைத்தல் போன்றவை கூர்மன் வாயுவின் செயல்களாகும். இவை தவிர-

- மயிர்க்கூச்செறிதல்
- சிரித்தல்
- முக லட்சணம்

ஆகியவையும் கூர்மன் வாயுவின் பணிகளாகும்.

8. கிருகரன்

தும்மலை வரவழைக்கும் காற்று கிருகரனாகும். தமிழில் இதைத் தும்மல் காற்று என்றே அழைக்கின்றனர்.

தும்மல் என்பது உடலைப் பாதுகாக்கும் ஒரு தடுப்புச் செயலாகும். நாம் உள்ளே இழுக்கும் மூச்சுக் காற்றோடு சேர்ந்து தூசி, பலவகையான மாசுக்கள், நோய் உருவாக்கும் பாக்டீரியாக்கள், வைரஸ்கள் போன்ற வையும் உடலுக்குள் செல்லும் வாய்ப்பு உள்ளது.

இவ்வாறு உடலுக்கு ஊறு விளைவிக்கும் பொருட்கள் மூக்கின் வழியே உடலினுள் சென்றுவிடும்போது, அதை உடனடியாக உடலை விட்டு வெளியேற்றிவிடவே தும்மல் உருவாகிறது. ஓங்கித் தும்மும்போது உடலுக்கு ஒவ்வாதவை வேகமாக வெளிவரும் காற்றோடு சேர்ந்து உடலைவிட்டு வெளியே தள்ளப்பட்டு விடுகின்றன.

கிருகரன் வாயு நலமாக இயங்கினால் மட்டுமே இந்தப் பணி சரிவர நடைபெறும். பலவகையான நோய்களிலிருந்து உடல் பாதுகாக்கப்படும்.

கிருகரன் வாயு சரியாக இயங்காதபட்சத்தில் காற்றின் வழியே பரவும் தொற்று நோய்கள் (உதாரணமாக - காச நோய், இன்புளுயன்சா காய்ச்சல் போன்றவற்றைக் கூறலாம்) உடலைத் தாக்கும்.

9. தேவதத்தன்

தமிழில் இந்தக் காற்றை கொட்டாவிக் காற்று என்கிறோம். கொட்டாவி விடுதல், விக்கல் போன்றவற்றிற்கு காரணமாக

● தந்திரயோகம் ●

அமைவது தேவதத்தன் எனும் வாயுவே.

மூளை சோர்வடையும்போது, குறிப்பாக மூளைக்குத் தேவையான அளவில் பிராணவாயு கிடைக்காதபோது கொட்டாவி வரும். சிலருக்கு விக்கல்கூட ஏற்படலாம்.

மூளைக்குத் தேவையான அளவில் குளுகோஸ் (சக்தி) கிடைக்காத போதும் மூளைச்சோர்வு ஏற்படும். கொட்டாவி, விக்கல் போன்றவை ஏற்படும்.

மூளையின் இயக்கங்களோடு நெருங்கிய தொடர்புடைய வாயு தேவதத்தன். இந்த வாயுவின் அளவில் அல்லது இயக்கத்தில் ஏதேனும் குறைபாடு இருந்தால் அது மூளையின் இயக்கத்தையும் பாதிக்கும்.

10. தனஞ்செயன்

கோமா போன்ற மயக்க நிலை, சுய நினைவற்ற நிலை ஆகியவற்றை உருவாக்குவது தனஞ்செயன் வாயுவாகும். தனஞ்செயன் வாயுவின் இயக்கத்தில் அல்லது அளவில் குறைபாடுகள் தோன்றும்போதுதான் இவை ஏற்படும்.

ஒரு மனிதன் இறக்கும்போது பிற ஒன்பது வாயுக்களும் உடலைவிட்டு வெளியேறிவிடும். தனஞ்செயன் வாயு மட்டுமே மூன்று நாட்கள் வரையில் உடலில் தங்கி நிற்கும்.

மூன்று நாட்களுக்குப் பின்னர் தனஞ்செயன் வாயு கபாலம் வழியாக வெளியேறும். (கபாலத்திலுள்ள பிரம்மரந்திரம் என்ற ஓட்டையின் வழியாக தனஞ்செயன் உடலை விட்டு வெளியேறும்!)

மூன்று நாட்களுக்கு முன்னரே உடலை எரித்துவிட்டால் உடனே அந்த வாயு வெளியேறிவிடும்.

இறந்த உடல்களை வீங்க வைப்பதும், அழுக வைப்பதும் இந்த தனஞ் செயன் வாயுவே!

ஒரு பெண் குழந்தை பெறும்போது, அந்தக் குழந்தையை கருப்பையிலிருந்து உந்தி வெளியே தள்ளுவது தனஞ்செயன் வாயுவே! தனஞ்செயன் வாயுவின் அளவில் அல்லது செயல்பாட்டில் குறை இருந்தால் சுகப்பிரசவம் நடப்பது கடினமாகும்.

● டாக்டர் ஜாண் பி.நாயகம் ●

பிற வாயுக்கள்

இந்த பத்து வாயுக்கள் (தச வாயுக்கள்) தவிர வேறு சில வாயுக்களும் உடலில் செயலாற்றுகின்றன. அவற்றுள் முக்கியமானவை என கீழ்க்கண்டவற்றைக் குறிப்பிடலாம்.

- முக்கியன்
- வைரவன்
- அந்திரியாமி
- பிரவஞ்சனை

இவற்றின் செயல்பாடுகள் குறித்து சில வரிகளில் சுருக்கமாகக் காணலாம்.

முக்கியன்

- இந்த வாயு கைப் பகுதியில் செயல்படும் ஒரு வாயுவாகும்.
- உடலின் உள்ளுறுப்புகளுக்குத் தேவையான சக்தியைத் தருவது இந்த முக்கியனின் பணியாகும்.
- முக்கியன் வாயு சரிவர இயங்காதபோது நமது உள்ளுறுப்புகள் அனைத்துமே பாதிக்கப்படும். அவற்றின் செயல்திறன் குன்றும்.
- பல நோய்கள் உருவாகும்.

வைரவன்

- கபத்தை உருவாக்குவது இந்த வைரவனே.
- இருமலுக்கும் காரணமாகிறது.
- தும்மலைப் போன்று இருமலும் ஒருவகை பாதுகாப்புச் செயலே.
- நுரையீரல்களினுள் அல்லது மூச்சுக் குழலினுள் நுழைந்துவிட்ட மாசுகளையும், நோய்க் கிருமிகளையும் உடலிலிருந்து வெளியேற்றவே இருமல் உருவாகிறது. உடல் பல நோய்களிலிருந்து பாதுகாக்கப்படுகிறது.
- வைரவன் வாயுவின் அளவில் அல்லது செயல்பாடுகளில் குறைவு நேரும்போது இருமல் வழியே இவை வெளியேற்றப்படுவது சரிவர நிகழாது. இதனால் உடல் பல பாதிப்புகளுக்கும் நோய்களுக்கும்

உட்படும் அபாயம் உருவாகும்.

அந்திரியாமி

- அந்திரியாமி வாயுவின் பணி பிராணனை உருவாக்குவதாகும்.
- அந்திரியாமி வாயு குறைபட்டால் அல்லது சரிவர இயங்காது போனால் உடலில் பிராண சக்தி உற்பத்தி குறைபடும்.
- உடல் வலுவிழக்கும்.
- உடற்சோர்வு, மூளைச்சோர்வு போன்றவை ஏற்படும்.
- எந்த வேலைகளையும் முழுமையாகச் செய்து முடிக்க முடியாது.
- மூச்சுத் திணறல், நடந்தால் மூச்சு இரைப்பது போன்ற பல நோய்கள் உருவாகும்.
- ஆஸ்துமா போன்ற நோய்களின் தீவிரம் அதிகமாகும்.

பிரவஞ்சனை

- உடலினுள்ளே இருக்கும் பிரணவ சக்தியை உருவாக்கும் வாயு பிரவஞ்சனை வாயுவாகும்.
- பிரணவ சக்தியே அனைத்து சக்திகளுக்கும், படைப்புகளுக்கும் ஆதாரமான ஆதி சக்தி.
- உயிருக்கு ஆதாரமாக இருப்பதும் இந்த பிரணவ சக்தியே.
- இந்த பிரபஞ்சம் முழுவதுமே நிறைந்து நிற்கும் ஆதார சக்தியையே, அனைத்தும் உருவாகக் காரணமாக இருந்த ஆதிபர சக்தியையே பிரணவ சக்தி என்கிறோம்.
- பிரபஞ்சத்தில் நிறைந்திருப்பதுபோலவே நமது உடலினுள்ளும் இந்த பிரணவ சக்தி நிறைந்துள்ளது.
- இந்த பிரணவ சக்தி நலமாக இயங்க பிரவஞ்சனை வாயுவின் துணை அவசியம்.
- பிரவஞ்சனை சக்தியின் அளவு குறைந்தால் அல்லது அதன் செயல்பாடுகளில் ஏதேனும் குறைபாடுகள் தோன்றினால் பிரணவ சக்தியின் செயல்பாடுகளும் பாதிக்கப்படும்.

● டாக்டர் ஜான் பி.நாயகம் ●

அந்திரியாமி, பிரவஞ்சனை ஆகிய இரு வாயுக்களும் உயிர் வாழ்வதற்கு இன்றியமையாத வாயுக்களாகும் என்ற குறிப்பு சில தந்திர யோக நூல்களில் உள்ளன. ஆகவே இந்த இருவாயுக்களும் முதன்மை வாயுக்கள் அளவிற்கு முக்கியத்துவம் வாய்ந்தவை எனக் கருதப்படுகின்றன.

குறிப்பு

உடலில் இயங்கும் அனைத்து வாயுக்களும் இணைந்து உருவானதே நமது பிராணமய கோசம் என்ற இரண்டாவது சக்தி உடலாகும்.

பிராணமய கோசத்தை வலுப்படுத்தும் வழிமுறைகள் குறித்து அடுத்து காணலாம்.

நமது தொன்மையான தந்திர யோக நூல்களிலும், மருத்துவ நூல்களிலும் பிராணன், அபானன், உதானன், வியானன், சமானன் ஆகிய ஐந்து முதன்மை வாயுக்கள் குறித்த செய்திகளே அதிகம் உள்ளன.

துணை வாயுக்கள் குறித்த செய்திகளும்; முக்கியன், வைரவன், அந்திரியாமி, பிரவஞ்சனை ஆகிய பிற வாயுக்கள் குறித்த செய்திகளும் மிகமிக அரிதாகவே காணப்படுகின்றன. அங்கொன்றும், இங்கொன்றுமாக பல நூல்களில் தேடிக் கண்டுபிடித்த அரிய செய்திகளையே இங்கே உங்களுக்குத் தொகுத்து தந்திருக்கிறேன். இந்த வாயுக்கள் குறித்து மேலும் விவரமான தகவல்கள் உங்களிடம் இருந்தால், என்னோடு பகிர்ந்து கொண்டால் மிகவும் மகிழ்ச்சிஅடைவேன்.

6

பிராண சக்தியை முழுமையாக ஈர்ப்பது எப்படி?

நமது பருவுடலைச் சுற்றி நிற்கும் சக்தி உடல்களின் இரண்டாவது அடுக்கு பிராண மய கோசம். இது பத்து வகையான வாயுக்களால் (தச வாயுக்கள்) ஆன ஒரு கோசம். தச வாயுக்கள் ஒவ்வொன்றிற்கும் தனித்தனியான பணிகள் உள்ளன. அவை என்னென்ன என்பதை ஏற்கெனவே கண்டோம்.

இவற்றில் பிராண மய கோசத்தை வலுப்படுத்தும் வழிமுறைகள் குறித்துக் காணலாம்.

சுவாசம்

நமது சுவாசத்தின் அடிப்படையிலேயே பிராண மய கோசம் இயங்குகிறது. சுவாசம் நலமாக இருந்தால் பிராண மய கோசமும் நலமாக இயங்கும். இதற்கான வழிமுறை களை தந்திர யோகம் கற்றுத்தருகிறது.

சுவாசம் என்பதை இரண்டு வகைகளாகப் பிரிக்கலாம்.

1. வயிறு சுவாசம்
2. மார்பு சுவாசம்

● டாக்டர் ஜாண் பி.நாயகம் ●

● தந்திரயோகம் ●

இந்த இரு சுவாசங்களுக்குமிடையே உள்ள வித்தியாசத்தையும், அதன் முக்கியத்துவத்தையும் புரிந்துகொள்வது அவசியம்.

சுவாச மண்டலம்

* வாய்
* மூச்சுக் குழல்
* நுரையீரல்கள்
* உதரவிதானம்
* சுவாச தசைகள்

ஆகிய அனைத்தும் இணைந்ததே சுவாச மண்டலம் என்று அழைக்கப்படுகிறது.

'சுவாசம்' என்பதில் முக்கியமான பங்கு உதரவிதானத்திற்கு உள்ளது. உதரவிதானம் என்பது நமது மார்பையும், வயிறையும் பிரிக்கும் ஒரு வலுவான தசையாகும். இது விரியும் தன்மை (Elasticity) கொண்டது. மேலும் கீழும் அசையக் கூடியது.

இயல்பான சுவாசம்

நமது இயல்பான சுவாசம் என்பது 'வயிறு சுவாசமே.' பிறந்த குழந்தைகள் தூங்கும்போது அவை எவ்வாறு சுவாசிக்கின்றன என்பதை உற்று கவனித்தால் இந்த உண்மை புரியும். சுவாசிக்கும்போது அவர்களது வயிறு மட்டுமே முன் பின்னாக அசையும். மார்புப் பகுதி முன் பின்னாக அசைவதில்லை.

மனிதர்கள் மட்டுமின்றி, பிற உயிரினங்களிலும் வயிற்று சுவாசமே நடைபெறுகிறது. படுத்திருக்கும் ஒரு நாயை அல்லது கன்றுக்குட்டியை கவனித்துப் பாருங்கள். அவை சுவாசிக்கும்போது அதன் வயிறுதான் முன் பின்னாக அசையும். அனைத்து உயிரினங்களுக்கும் இந்த வயிறு சுவாசமே இயல்பான சுவாசமாகும்.

ஆனால் குழந்தைகள் வளர வளர அவர்களது வயிறு சுவாசம் மாறி மார்பு சுவாசமாகிவிடுகிறது. 'வயிறை வெளியே தள்ளாதே', 'மார்பை நிமிர்த்தி நில்', 'மூச்சை நல்லா இழுத்துவிடு', 'நெஞ்சுக்கூடு நல்லா விரியட்டும்' என நாம்தான் சிறிது சிறிதாக சுவாச முறையை மாற்றிவிட்டு விடுகிறோம்.

● டாக்டர் ஜாண் பி.நாயகம் ●

என்.சி.சி., ஊர்க்காவலர் படை, சாரணர் இயக்கம், காவல்துறை, ராணுவம் ஆகிய அனைத்திலும் நெஞ்சை நிமிர்த்தி மார்பினால் ஆழமாக சுவாசிக்கும் பயிற்சியே தரப்படுகிறது என்பது கவனிக்கத்தக்கது.

இப்படி பல வகைகளிலும் நமது இயல்பான 'வயிறு சுவாசம்' மாற்றப் பட்டு, செயற்கையான 'மார்பு சுவாசம்' உருவாக்கப்பட்டுவிடுகிறது. இதுவே பல பிரச்சினைகளுக்குக் காரணமாகிவிடுகிறது. எப்படி?

வயிறு சுவாசம்

வயிறு சுவாசத்தில் வயிற்று தசைகளே (Abdominal muscles) முன்னும் பின்னுமாக அசையும்.

வயிற்று தசைகள் முன்புறமாகச் செல்லும்போது வயிற்றினுள்ளே ஒரு வெற்றிடம் உருவாகும். இந்த எதிர்மறை அழுத்தத்தால் உதரவிதானம் கீழ்நோக்கி நகரும்.

இவ்வாறு உதரவிதானம் கீழ்நோக்கி நகரும்போது மார்புக் கூட்டின் கொள்ளளவு அதிகரிக்கும். எனவே அங்கு ஒரு வெற்றிட மும், எதிர்மறை அழுத்தமும் (Negative Pressure) உருவாகும். இதை சரிசெய்ய வெளியிலிருந்து காற்று மூச்சுக் குழல் வழியாக வந்து நுரையீரல்களை நிரப்பும். (உள் சுவாசம்).

வயிற்று தசைகள் உள்நோக்கி நகரும்போது உதரவிதானம் மேல் நோக்கிச் செல்லும். இதனால் உருவாகும் அழுத்தத்தால் நமது முயற்சியின்றியே நுரையீரல்களிலுள்ள காற்று வெளியே சென்றுவிடும். (வெளிசுவாசம்).

ஆக, உள்சுவாசம், வெளிசுவாசம் இரண்டுமே, அதிக சக்தி விரயமின்றி எளிதாக நடைபெற்றுவிடும். இதை (Passive Respiration) சக்தி செலவில்லாத அல்லது முயற்சி தேவையில்லாத சுவாசம் என்கிறோம்.

மார்பு சுவாசம்

நமது விலா எலும்புகளுக்கு இடையே சிறுசிறு தசைகள் உள்ளன. ஒரு விலா எலும்பை அதன் அடுத்த விலா எலும்போடு இந்த சிறு தசைகளே இணைக்கின்றன.

இந்த தசைகளே 'சுவாச தசைகள்'என்று அழைக்கப்படுகின்றன. இந்த சுவாச தசைகள் விரிவடையும்போது நெஞ்சுக்கூட்டின் கொள்ளளவு

சற்றே அதிகரிக்கும். காற்று உள்ளே செல்லும்.

சுவாச தசைகள் சுருங்கும்போது நெஞ்சுக் கூட்டின் கொள்ளளவு குறையும். காற்று வெளியே செல்லும்.

சுவாச தசைகள் மிகச் சிறிய தசைகள்.அது விரியவும், சுருங்கவும் சக்தி அதிக அளவில் செலவிடப்படுகிறது.

மேலும் இந்த சிறு சுவாச தசைகளால் மட்டுமே சுவாசம் முழுமையாக நடைபெற முடியாது. கழுத்துப் பகுதியிலுள்ள தசைகளும் சேர்ந்து இயங்க வேண்டும்.

இப்படி, பல சிறு தசைகளின் கூட்டு முயற்சி இருந்தால் மட்டுமே மார்பு சுவாசம் சாத்தியமாகும்.

மார்பு சுவாசத்தின்போது பல தசைகள் இயங்க வேண்டியதிருப்பதால் சக்தி அதிகம் செலவிடப்படுகிறது.

இந்த தசைகள் அனைத்துமே அளவில் மிகச் சிறியனவாக இருப்பதால் எளிதில் சோர்வடைந்து விடுகின்றன.

ஆஸ்துமா நோய் உள்ளவர்களுக்கு நோயின் தீவிரம் அதிகமாகும்போது மூச்சுக் குழல்கள் சுருங்கிவிடும். அந்த நிலையில் மூச்சுக் காற்று உள்ளே செல்ல அதிக முயற்சி தேவைப்படும்.

மார்பு சுவாசம் உள்ள ஆஸ்துமா நோயாளிகள் இதை ஈடுகட்ட இழுத்து இழுத்து மூச்சுவிடுவார்கள். விலாக்களுக்கு இடையே உள்ள சுவாச தசைகள் அதிகமாக வேலை செய்வதால் விலாப் பகுதிகளில் வலி உருவாகும்.

கழுத்திலுள்ள தசைகளும் அதிக அளவில் சுருங்கி விரிவதால் கழுத்துப் பகுதியிலும் வலி துவங்கிவிடும்.

நீண்ட நேரம் மூச்சுத் திணறல் இருக்கும்போது இந்த தசைகள் அனைத்துமே களைப்படைந்து போகும். இதை 'தசைச் சோர்வு' (Muscle-Fatique) என்கிறோம்.

ஒரு கட்டத்திற்குமேல் தொடர்ந்து வேலை செய்யும் தசைகளின் செல்களில் லாக்டிக் அமிலம் போன்ற கழிவுப் பொருட்கள் அதிகமாகச் சேர்ந்துவிடும். அந்த நிலையில் சுவாச தசைகள் முற்றிலும் செயல்படாத நிலையை அடைந்து

விடுகின்றன. இதையே சுவாச தசைகள் செயல்படாத நிலை- Respiratory Muscle Failure- என்கிறோம்.

இது மிகவும் ஆபத்தான நிலை. உடனடியாக பிராண வாயு செலுத்தி சிகிச்சை தராவிட்டால் உயிர் பிரியும் அபாய நிலை! இதை ஆங்கிலத்தில் Status Asthmaticus என்கிறோம்.

வயிறு சுவாசத்தின் நன்மைகள்

✳ சக்தி விரயம் மிகக் குறைவு.

✳ வயிறு தசைகள் உடலிலுள்ள பெரிய தசைகள் வகையைச் சார்ந்தவை.

✳ தொடர்ந்து வெகுநேரம் இயங்கினாலும் இந்த வயிறு தசைகளில் தசைச் சோர்வோ, தசை செயல்படாத நிலையோ உருவாவதில்லை.

✳ ஆஸ்துமா நோயாளிகள் தங்களது மார்பு சுவாசத்தை வயிறு சுவாசமாக மாற்றியமைத்துக் கொண்டால் அபாய நிலை உருவாகாமல் தடுத்துக் கொள்ளலாம்.

ஆஸ்துமா நோயால் மட்டுமின்றி, மாரடைப்பு வரும்போதும், மூளையில் ரத்தக் கசிவு (Stroke) வரும்போதும்கூட சுவாசிப்பதில் சிரமங்கள் உருவாகும்.

ஏற்கெனவே உங்களது இயல்பான சுவாசம் 'வயிறு சுவாசமாக' இருக்கும் பட்சத்தில், இத்தகைய நோய்கள் உருவாகும்போதுகூட சுவாச சிரமங்கள் அதிகம் ஏற்படாது.

அதிக அளவில் பிராண சக்தி

வயிறு சுவாசத்தின்போது வயிற்று தசைகள் அதிக அளவில் விரிவதால் அதிக அளவில் காற்று (பிராண சக்தி) நுரையீரல்களுக்குள்ளே செல்லும். நுரையீரல்களின் கீழ்ப்பாகம் வரையிலும் காற்றினால் நிறையும்.

வெளி சுவாசத்தின்போது வயிற்று தசைகள் அதிக அளவில் சுருங்குவதால் நுரையீரல்களிலுள்ள காற்று முழுமையாக வெளியேறிவிடும். இதையே 'முழு சுவாசம்' என்கிறோம்.

மார்பு சுவாசத்தின்போது சுவாச தசைகள் சிறிய அளவிலேயே விரிந்து சுருங்குகின்றன. எனவே உள்ளே செல்லும் காற்றின்

அளவும் குறைவாகவே இருக்கும். வெளிசுவாசத்தின்போதும் நுரையீரல்களில் இருக்கும் காற்று முழுமையாக வெளியேறுவதில்லை. இது 'அரைகுறை சுவாசம்' என்றே கருதப்பட வேண்டும்.

தந்திர யோகப் பயிற்சிகள்

நமது உடல்நலத்தைப் பாதுகாக்கவும், ஆபத்தான நோய்த் தருணங்களில் சுவாசம் பாதிக்கப்படாமல் இருக்கவும், பிராண மய கோசம் வலுவாகவும் நாம் செய்யவேண்டிய முதல் வேலை நமது சுவாசத்தை வயிறு சுவாசமாக மாற்றியமைப்பதுதான்.

இதற்கான எளிய வழிமுறைகளை தந்திர யோகம் கற்றுத்தருகிறது.

✼ உங்களது சுவாசம் மார்பு சுவாசமா, வயிறு சுவாசமா என்பதை எப்படி அறிந்துகொள்வது?

✼ மார்பு சுவாசத்தை எப்படி வயிறு சுவாசமாக மாற்றிக் கொள்வது?

● டாக்டர் ஜாண் பி.நாயகம் ●

● தந்திரயோகம் ●

7

மார்பு சுவாசத்தை வயிறு சுவாசமாக மாற்றுவது எப்படி?

மார்பு சுவாசம், வயிறு சுவாசம் ஆகிய இரு சுவாச முறைகளுக்கும் இடையே உள்ள வேறுபாடுகளையும், வயிறு சுவாசமே சிறந்தது என்பதற்கான காரணங்களையும் கண்டோம்.

உங்களது இயல்பான சுவாசம் மார்பு சுவாசமாக உள்ளதா அல்லது வயிறு சுவாசமாக உள்ளதா என்பதைக் கண்டுபிடிப்பது எப்படி என்பதைக் காணலாம்.

கண்டுபிடிக்கும் முறை

பெரும்பாலான மனிதர்களும் மார்பு வழியாகவே சுவாசிக்கின்றனர். உங்களது சுவாசம் மார்பு சுவாசமாக இருக்கும்பட்சத்தில் நீங்கள் ஒவ்வொரு முறை மூச்சை உள்ளே இழுக்கும்போதும் உங்களது மார்புக்கூடு விரியும்; முன்னே வரும். மூச்சை வெளியே விடும்போது மார்புக்கூடு சுருங்கும்; பின்னே செல்லும்.

உங்களது சுவாசம் வயிறு சுவாசமாக இருக்கும் பட்சத்தில், நீங்கள் ஒவ்வொரு முறை மூச்சை உள்ளே இழுக்கும்போதும் வயிறு முன்னே வரும். மூச்சை

● டாக்டர் ஜாண் பி.நாயகம் ●

வெளியே விடும்போது வயிறு உட்புறமாகச் சுருங்கும்.

இதைக் கண்டுபிடிப்பதில் உங்களுக்கு சிரமம் இருந்தால், கீழ்க்கண்ட இரு முறைகளில் ஏதாவது ஒன்றின் மூலம் எளிதாகக் கண்டுபிடித்துவிடலாம்.

வழிமுறை-1

- ஒரே அளவுள்ள இரண்டு புத்தகங்களை எடுத்துக்கொள்ளுங்கள்.
- உங்களது படுக்கையில் நேராகப் படுத்துக்கொண்டு ஒரு புத்தகத்தை உங்கள் மார்புமீதும், மற்றொன்றை வயிற்றின்மீதும் வைத்துக்கொள்ளுங்கள்.
- ஆழ்ந்து சுவாசியுங்கள்.
- எந்தப் புத்தகம் அதிகமாக மேலும் கீழும் அசைகிறது என்பதைப் பாருங்கள்.
- ஒவ்வொரு சுவாசத்தின்போதும் உங்களது மார்பின்மீது இருக்கும் புத்தகம் மேலும் கீழும் அதிகமாக அசைந்தால் உங்களது சுவாசம் மார்பு சுவாசம்.
- மாறாக, வயிற்றின்மேல் வைத்த புத்தகம் அதிகமாக அசைந்தால் உங்களது சுவாசம் வயிறு சுவாசம் என முடிவு செய்யலாம்.

வழிமுறை-2

- ஒரு இஞ்ச் டேப்பை எடுத்து, மூச்சை முழுவதுமாக வெளியே விட்ட நிலையில் உங்களது மார்பின் சுற்றளவை அளந்துகொள்ளுங்கள்.
- அடுத்ததாக மூச்சை முழுவதுமாக வெளியேவிட்ட நிலையில் உங்களது வயிற்றின் சுற்றளவை அளந்து குறித்துக்கொள்ளுங்கள்.
- அடுத்து மூச்சை முழுதாக உள்ளே இழுக்கும்போது மார்பு எத்தனை சென்டிமீட்டர்கள் விரிகிறது, வயிறு எத்தனை சென்டிமீட்டர்கள் விரிகிறது என்பதை அளந்துகொள்ளுங்கள்.
- மார்பு அதிகம் விரிந்தால் உங்களது சுவாசம் மார்பு சுவாசம்.
- மாறாக வயிறு அதிகமாக விரிந்தால் உங்களது சுவாசம் வயிறு சுவாசம்.

இந்த இருமுறைகளில் ஏதாவது ஒன்றின் மூலம் உங்களது சுவாசம் எந்த வகை என்பதை முதலில் தீர்மானியுங்கள். அது மார்பு சுவாசமாக இருந்தால், அதை வயிறு சுவாசமாக மாற்றியமைக்க வேண்டும். அதற்கான எளிய வழிமுறையைக் காணலாம்.

வயிறு சுவாசப் பயிற்சி

பிராணயாமம் கற்றுக்கொண்ட பலர் அதைத் தொடர்ந்து பயிற்சி செய்வதில்லை. ஏன் என்று கேட்டால் பெரும்பாலும் நேரமின்மையையே காரணமாகக் கூறுவார்கள்.

இந்த வயிறு சுவாசப் பயிற்சியைப் பொறுத்தவரையில், அதற்கென தனியே ஒரு நேரத்தை ஒதுக்கிச் செய்யவேண்டியதில்லை. ஒருநாளில் எப்போதெல்லாம் நேரம் கிடைக்கிறதோ அப்போதெல்லாம் செய்யலாம்.

- உங்கள் உள்ளங்கைகளை வயிற்றின்மேல் வைத்துக்கொள்ளுங்கள்.
- நாற்காலியில் அமர்ந்த நிலையிலேயே இந்தப் பயிற்சியைச் செய்யலாம்.
- ஆழ்ந்து மூச்சை உள்ளே இழுங்கள். மூச்சை உள்ளே இழுக்கும்போது வயிற்று தசைகள் முன்னோக்கி நகரவேண்டும். மார்புப் பகுதியில் அதிக அசைவு வேண்டாம்.
- மூச்சை உள்ளே இழுத்து முடிந்தபின் சில நொடிகள் அதை வெளியே விடாமல் உள்ளேயே தக்க வைத்துக்கொள்ளுங்கள்.
- அடுத்து மூச்சை முழுவதுமாக வெளியே விடுங்கள். இப்போது உங்களது வயிற்றுப் பகுதி தசைகள் முழுவதுமாக உள்நோக்கிச் செல்லவேண்டும்.
- முழுவதும் மூச்சை வெளியே விட்டபின் சில நொடிகள் அதே நிலையில் இருந்தபின்னர் அடுத்த மூச்சை உள்ளே இழுக்கவும்.
- மூச்சை நிதானமாகவும், ஆழமாகவும் இழுத்து விடுங்கள்.
- இவ்வாறு பத்து முறை வயிறு சுவாசம் செய்தபின் நிறுத்திக் கொள்ளலாம்.
- ஒரு நாளில் 10 முதல் 20 முறை வரையிலும் இந்தப் பயிற்சியை அவ்வப்போது செய்யவும்.

● டாக்டர் ஜாண் பி.நாயகம் ●

- ஒவ்வொரு முறையும் பத்து சுவாசங்கள் போதும்.

- பயணம் செய்யும்போதும் அல்லது அலுவலகத்தில் நேரம் கிடைக்கும்போதும் இதைச் செய்யலாம்.

- ஒருமுறை பயிற்சி என்பது பத்து சுவாசங்கள் மட்டுமே. இதற்கு அதிகபட்சமாக 90 நொடிகள் (ஒன்றரை நிமிடங்கள்) மட்டுமே ஆகும்.

- உணவு உண்டவுடனே மட்டும் இப்பயிற்சியைச் செய்யவேண்டாம். பிற வேளைகளில் எப்போது வேண்டுமானாலும் செய்துகொள்ளலாம்.

பலன்கள்

- ஒரு நாளில் 10 முதல் 20 முறை வரையில் இந்த பயிற்சியைச் செய்வது அனைவருக்கும் சாத்தியமான ஒன்றுதான்.

- தொடர்ந்து இவ்வாறு செய்துவரும்போது படிப்படியாக உங்களது மார்பு சுவாசம் வயிறு சுவாசமாக மாறிவிடும்.

- சுமார் மூன்று மாதத்திலிருந்து ஆறு மாதங்களுக்குள்ளாக உங்களது சுவாசம் முழுமையாக வயிறு சுவாசமாக மாறிவிடும்.

இதை எந்த வயதினரும் செய்யலாம். வயது வரம்பு எதுவும் கிடையாது. படுத்துக்கொண்டும்கூட இந்தப் பயிற்சியைச் செய்யலாம்.

பிராணமய கோசத்தை வலுவாக்கும் பிற வழிமுறைகள்

சுவாசம் சரியான முறையில் இல்லையெனில் நமது பிராணமய கோசம் பாதிக்கப்படும். இந்த பாதிப்பு ஒரு குறிப்பிட்ட அளவிற்குமேல் செல்லும்போது நோய்கள் உருவாகும்.

இவ்வாறு உருவாகும் நோய்களை குணப்படுத்த மருந்து மாத்திரைகள் மட்டும் போதாது. பிராணமய கோசத்தை தகுந்த மூச்சுப் பயிற்சிகளின் மூலம் வலுப்படுத்தினால் மட்டுமே அந்த நோய்கள் முழுமையாக அகலும்.

நமது முன்னோர்கள் பலவகையான பிராணாயாம முறைகளைக் கண்டுபிடித்து வைத்துள்ளனர். நோயின் தன்மையைப் பொறுத்து, நோயாளியின் உடல்கூறின் அடிப்படையில் அவருக்கு எந்த வகை பிராணாயாமப் பயிற்சி அளிப்பது என்பதை முடிவு செய்யவேண்டும்.

யோகாசனங்களிலும் மூச்சுக்கு மிக முக்கியமான பங்கு உள்ளது.

ஆசனம் (உடல்), மனம், மூச்சு ஆகிய மூன்றும் ஒன்றாக இணையும் போதுதான் யோகாசனங்களின் முழுப் பலனையும் பெறமுடியும். பிராணமய கோசத்தை வலுவாக்கும் யோகாசன மூச்சுப் பயிற்சிகளும் உள்ளன.

சாதாரண மூச்சுப் பயிற்சிகளைவிடவும் மிகவும் சக்திவாய்ந்த பயிற்சிகள் தந்திர யோகத்தில் உள்ளன. தந்திர யோக உயர்நிலை (மூன்றாம் நிலை) பயிற்சிகளில் இவற்றைக் கற்றுத் தருகிறோம்.

தந்திர யோக மூச்சுப் பயிற்சிகளில் முத்திரைகளோடு இணைந்து செய்யும் சில மூச்சுப் பயிற்சிகள் உள்ளன. இவற்றுள் முக்கியமானவை என கீழ்க்கண்டவற்றைக் கூறலாம்.

- பிராண முத்திரை பிராணாயாமம்
- ஞான முத்திரை பிராணாயாமம்
- சின் முத்திரை பிராணாயாமம்
- ஆதி முத்திரை பிராணாயாமம்
- பூமி ஸ்பாரிச முத்திரை பிராணாயாமம்
- கீச்சாரி (கேசரி) முத்திரை பிராணாயாமம்

இந்த தந்திர யோகப் பிராணாயாம முறைகளை ஒரு தந்திர யோக குருவிடமிருந்து நேரடியாகக் கற்றுக்கொள்வதே சரியான முறையாகும்.

பிராணாயாமத்தின் பல வகைகள்

சாதாரண பிராணாயாமப் பயிற்சிகளிலேயே வெவ்வேறு வகைகள் உள்ளன. இந்தியாவின் பல்வேறு பகுதிகளில் வெவ்வேறு வகையான மூச்சுப் பயிற்சிகள் கற்றுத் தரப்படுகின்றன. இவற்றுள் பிரபலமானவை என சுமார் 40 வகையான பிராணாயாம முறைகள் உள்ளன.

வழிமுறைகள் வெவ்வேறாக இருந்தாலும் குறிக்கோளும், பலனும் ஒன்றுதான். எந்தவகை பிராணாயாமமாக இருந்தாலும் அதில் நான்கு பகுதிகள் உண்டு.

1. பூரகம்
2. ரீச்சகம் (ரேசகம்)

3. அந்தரங்க கும்பகம்

4. பகிரங்க கும்பகம்

● மூச்சை உள்ளே இழுப்பதையே பூரகம் என்கிறோம். (உள் மூச்சு).

● மூச்சை வெளியே விடுவதே ரீச்சகம். (வெளி மூச்சு).

● உள்மூச்சிற்கும், வெளி மூச்சிற்கும் இடையில் மூச்சை சற்று நேரம் உடலினுள்ளே தங்க வைப்பதே அந்தரங்க கும்பகம்.

● மூச்சை முழுவதுமாக வெளியே விட்டபின் அடுத்த உள்மூச்சை இழுக்கும் முன்னர் சிறிய இடைவெளி விடுவதே பகிரங்க கும்பகம். சில குறிப்பிட்ட பிராணாயாமப் பயிற்சிகளில் மட்டுமே இந்த பகிரங்க கும்பகம் செய்யப்படுகிறது.

இவை நான்கிற்குமே ஒரு குறிப்பிட்ட கால அளவு உண்டு. வெவ்வேறு பயிற்சிகளில் இவை வெவ்வேறாக இருக்கும்.

தச வாயுக்களுக்கான பயிற்சிகள்

பிராணன் என்பது பத்துவிதமான வாயுக்களால் (தச வாயுக்கள்) உருவாவது என்பதை ஏற்கெனவே கண்டோம். இந்த பத்து வாயுக்களுக்கும் தனித்தனி பணிகளும் செயல்களும் உள்ளன என்பதையும் கண்டோம். பிராணமய கோசம் என்பது இந்த தச வாயுக்களால் உருவான கோசம்.

தச வாயுக்களில் முக்கியமான வாயுக்கள் ஐந்து.

● பிராணன்

● அபானன்

● உதானன்

● வியானன்

● சமானன்

மீதமுள்ள ஐந்து வாயுக்களும் துணை வாயுக்களே. இந்த முக்கியமான ஐந்து வாயுக்களையும் உறுதிப்படுத்த தந்திர யோகத்தில் எளிய முத்திரைகள் உள்ளன. அவை குறித்து காணலாம்.

● தந்திரயோகம் ●

8

பிராண மய கோசத்தை வலுவாக்கும் பஞ்ச முத்திரைகள்!

பிராணமய கோசம் தச வாயுக்களால் ஆனது. பிராணமய கோசத்தை வலுவாக்க தச வாயுக்களின் முதன்மை வாயுக்களை வலுப்படுத்த வேண்டும். அதற்கான முத்திரைகள் மொத்தம் ஐந்து உள்ளன.

1. பிராண முத்திரை
2. அபான முத்திரை
3. உதான முத்திரை
4. வியான முத்திரை
5. சமான முத்திரை

இந்த முத்திரைகள் ஒவ்வொன்றையும் தனித்தனியாகக் காணலாம்.

1. பிராண முத்திரை

பிராண வாயுவை அதிகரிக்கும் முத்திரையே பிராண முத்திரை எனப்படுகிறது. உடலுக்கு உடனடியாக சக்தியையும், சுறுசுறுப்பையும் தருகின்ற ஒரு சக்திவாய்ந்த முத்திரை இது.

● டாக்டர் ஜாண் பி.நாயகம் ●

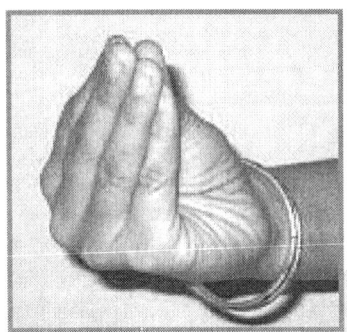

சமான முத்திரை

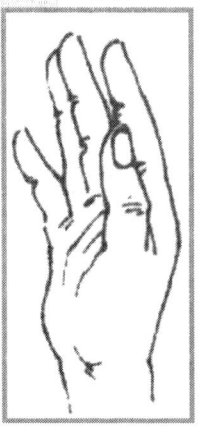

உதான முத்திரை

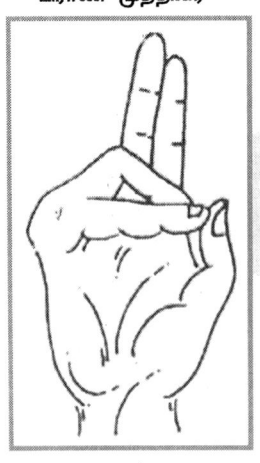

பிராண முத்திரை

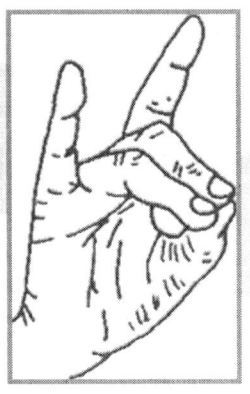

அபான முத்திரை

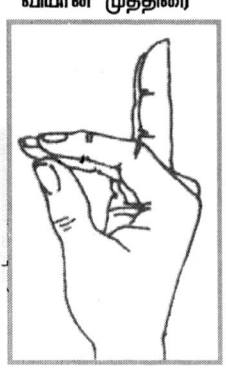

வியான முத்திரை

● தந்திரயோகம் ●

செய்முறை

● மோதிர விரல், சிறு விரல் ஆகிய இரு விரல்களையும் வளைத்து, அதன் நுனிப் பகுதிகளை பெருவிரலின் நுனிப்பகுதியோடு இணையுங்கள்.

● சுட்டு விரல், ஆள்காட்டி விரல் ஆகிய இரு விரல்களும் வளைவின்றி நேராக இருக்கட்டும்.

● முழுக் கவனத்தையும் முத்திரையின்மீது குவியுங்கள்.

அமரும் முறை

● பத்மாசனம் அல்லது வஜ்ராசனம்.

● ஆசனங்களில் பரிச்சயமில்லாதவர்கள் சாதாரணமாக கால்களை மடக்கி சம்மணமிட்டு அமர்ந்து (சுகாசனம்) செய்யலாம்.

● கால்களை மடக்கி அமரமுடியாதவர்கள் ஒரு நாற்காலியில் அமர்ந்தும் செய்யலாம். பாதங்கள் இரண்டும் தரையில் பதிந்திருக்கவேண்டும்.

● எந்த நிலையில் அமர்ந்து செய்தாலும் முதுகும் கழுத்தும் வளைவின்றி நேராக இருக்கட்டும்.

சுவாசம்

● இயல்பான சுவாசம் [illegible]

● மூச்சை உள்ளே அடக்குதல் (கும்பகம்) கூடாது.

எவ்வளவு நேரம்?

● குறைந்தபட்சம் [illegible] நிமிடங்கள்.

● அதிகபட்சமாக ஒரு வேளையில் 15 நிமிடங்கள் வீதம் ஒரு நாளில் இரண்டு முறை வரையிலும் செய்யலாம்.

பலன்கள்

● பிராணமய கோசம் வலுவாகும்.

● பிராண வாயுவின் அளவு உடலில் அதிகரிக்கும்.

● உடல் சுறுசுறுப்படையும்.

● மூளையின் செயல்திறன் அதிகரிக்கும்.

குறிப்பு

- மாலை ஆறு மணிக்குமேல் இந்த முத்திரையைச் செய்தால் உடலும் மனமும் சுறுசுறுப்பாக இருப்பதால் இரவில் தூக்கம் வராது.
- இரவு நேரப் பணிகளில் உள்ளவர்கள் மட்டும் மாலை ஆறு மணிக்கு மேல் செய்யலாம்.
- மற்றவர்கள் பகலில் மட்டும் செய்யவும்.

2. அபான முத்திரை

தச வாயுக்களில் இரண்டாவது வாயுவான அபான வாயுவை அதிகரிக்கும் முத்திரையே அபான முத்திரையாகும். இந்த முத்திரையும் பிராணமய கோசத்தை வலுவாக்கும்.

செய்முறை

- நடு விரல், மோதிர விரல் ஆகிய இரண்டு விரல்களையும் வளைத்து, அவற்றின் நுனிப்பகுதிகளை பெருவிரலின் நுனிப்பகுதியோடு இணையுங்கள்.
- பிற இரு விரல்களும் (சுட்டு விரல், சிறு விரல்) வளைவின்றி நேராக இருக்கட்டும்.
- முழுக் கவனத்தையும் முத்திரையின்மீது பதியுங்கள்.

அமரும் முறை

- பிராண முத்திரைக்கு உள்ளபடி.

எவ்வளவு நேரும்?

- குறைந்தபட்சம் எட்டு நிமிடங்கள்.
- அதிகபட்சமாக 15 முதல் 45 நிமிடங்கள் வரையிலும் செய்யலாம்.

சுவாசம்

- இயல்பான சுவாச நடை.
- கும்பகம் கூடாது.

பலன்கள்

- உடலில் அபான வாயுவின் அளவு அதிகரிக்கும். அதன் இயக்கம் தூண்டப்படும்.

● தந்திரயோகம் ●

- பிராணமய கோசம் வலுவாகும்.
- பசி அதிகரிக்கும். செரிமான சக்தியும் கூடும்.
- உண்ட உணவு முழுமையாக செரிமானமாகும்.

குறிப்பு

- அபான முத்திரையை இரவிலும் செய்யலாம்.
- ஒருவேளைக்கு 15 நிமிடங்கள் வீதம், ஒரு நாளில் இரண்டு முதல் மூன்று முறை வரையிலும்கூட செய்யலாம்.

3. உதான முத்திரை

உதான வாயுவை வலுப்படுத்தும் முத்திரையே உதான முத்திரை எனப் படுகிறது. செய்வதற்கு மிக எளிய முத்திரை.

செய்முறை

- சுட்டு விரல், நடு விரல், மோதிர விரல் ஆகிய மூன்று விரல்களையும் ஒன்றோடுஒன்று தொட்டுக் கொண்டிருக்கும்படி நெருக்கமாக, வளைவின்றி நேராக வைத்துக் கொள்ளுங்கள்.
- பெருவிரலை சுட்டு விரலுக்கு அருகில் வைத்துக்கொள்ளவும். சுட்டு விரலைத் தொடக்கூடாது.
- சிறு விரலை மட்டும் சற்றே முன்னோக்கி வளைத்துக்கொள்ளுங்கள்.
- இரு கைகளிலும் ஒரே நேரத்தில் இந்த முத்திரையைச் செய்யவும்.
- முழுக் கவனமும் முத்திரையின்மீது பதிந்திருக்கட்டும்.
- இரு கைகளையும் முழங்கைகளை மடக்கி, உடலின் பக்கவாட்டில் வைத்துக்கொள்ளுங்கள்.
- விரல்கள் வானம் நோக்கி இருக்கட்டும்.

அமரும் முறை

- பிராண முத்திரைக்கு உள்ளபடி.

சுவாசம்

- இயல்பான சுவாச நடை.
- கும்பகம் கூடாது.

எவ்வளவு நேரம்?

- ஒருவேளையில் 15 நிமிடங்கள்.
- ஒரு நாளில் இரண்டு முதல் மூன்று முறை வரையிலும் செய்யலாம்.

பலன்கள்

- உதான வாயு தூண்டப்படும்.
- பிராணமய கோசம் வலுவாகும்.
- மூளை சுறுசுறுப்படையும். நினைவாற்றல் அதிகரிக்கும்.
- சுவாச மண்டல நோய்கள் மறையும்.
- திக்குவாய் போன்ற பேச்சு சம்பந்தமான குறைபாடுகள் குறையும்.
- தடையற்ற, சரளமான பேச்சு வரும்.

4. வியான முத்திரை

தச வாயுக்களில் ஒன்றான வியான வாயுவை உறுதிப்படுத்தும் முத்திரையே வியான முத்திரையாகும்.

செய்முறை

- சுட்டு விரல், நடு விரல் ஆகிய இரு விரல்களையும் மடித்து அவற்றின் நுனிப்பகுதிகளை பெருவிரலின் நுனிப்பகுதியோடு இணையுங்கள்.
- அழுத்தம் வேண்டாம். நுனிப்பகுதிகள் மட்டும் சற்றே தொட்டுக் கொண்டிருந்தால் போதும்,
- மோதிர விரலும் சிறு விரலும் வளைவின்றி நேராக இருக்கட்டும்.
- முழுக் கவனமும் முத்திரையின்மீது பதிந்திருக்கட்டும்.

அமரும் முறை

- பிராண முத்திரைக்கு உள்ளபடி.

சுவாசம்

- இயல்பான சுவாச நடை.
- கும்பகம் கூடாது.

● தந்திரயோகம் ●

எவ்வளவு நேரம்?

- ஒருவேளைக்கு 15 நிமிடங்கள்.
- ஒரு நாளில் இரண்டு முறை செய்யலாம்.

பலன்கள்

- வியான வாயு தூண்டப்படும்.
- பிராணமய கோசம் வலுவாகும்.
- உடல் வலுவடையும். தசைகளின் இயக்கங்கள் வலுவாகும். தசைகளிலுள்ள நோய்கள் அகலும்.
- உடல் புத்துணர்வு பெறும்; வலுவாகும்.
- உடலில் தொடு உணர்ச்சி குறைபாடுகள் இருந்தால் அது சரியாகும்.
- உடலின் தேய்ந்த பாகங்கள் உடனுக்குடன் சரி செய்யப்படும்.
- நாம் உண்ணும் உணவிலுள்ள 'அன்னசாரம்' முழுமையாக உடலில் உறிஞ்சிக் கொள்ளப்படும்.
- அன்னசாரம் உடலின் அனைத்து திசுக்களுக்கும் கொண்டு செல்லப்பட்டு, உடல் வலுவாகும்.

5. சமான முத்திரை

சமான வாயுவைத் தூண்டிவிடும் முத்திரையே சமான முத்திரை அல்லது சமான வாயு முத்திரை எனப்படுகிறது. உடலிலுள்ள அனைத்து வாயுக்களையும் சம நிலையில் வைத்திருப்பது சமான வாயுவின் பணியாகும். இந்த முத்திரையைச் செய்யும்போது தச வாயுக்கள் அனைத்தும் சமநிலையை அடையும்.

செய்முறை

- அனைத்து விரல்களையும் குவித்து, அவற்றின் நுனிப் பகுதிகளை இணையும்படி வைத்துக் கொள்வதே சமான வாயு முத்திரை யாகும்.
- இரண்டு கைகளிலும் ஒரே நேரத்தில் செய்யவும்.
- முழுக் கவனமும் முத்திரையின்மீது பதிந்திருக்கட்டும்.

● டாக்டர் ஜாண் பி.நாயகம் ●

அமரும் முறை

- பிராண முத்திரைக்கு உள்ளபடி

சுவாசம்

- இயல்பான சுவாச நடை.
- கும்பகம் கூடாது.

எவ்வளவு நேரம்?

- குறைந்தபட்சம் எட்டு நிமிடங்கள்.
- அதிகபட்சமாக 15 நிமிடங்கள்.
- ஒரு நாளில் ஒருமுறை மட்டும் செய்தால் போதும்.

பலன்கள்

- தச வாயுக்களும் தூண்டப்பட்டு சமநிலையை அடையும்.
- பிராணமய கோசம் வலுவாகும்.

குறிப்பு-1

- இந்த முத்திரையைச் செய்யும்போது உடலினுள்ளே மிக அதிகமான அளவில் சக்தி உருவாகும். சாதாரண நிலையில் உள்ளவர்களால் இந்த அதி சக்தி நிலையைத் தாங்கிக் கொள்ள முடியாது. எனவே ஆரம்ப நிலைகளில் எட்டு நிமிடங்களுக்குமேல் செய்யவேண்டாம்.

குறிப்பு-2

சமான வாயு முத்திரைக்கு வேறு சில பெயர்களும் உண்டு.

- ஷுக்காரி முத்திரை
- முகுள முத்திரை
- சங்கல்ப முத்திரை

ஆகிய பெயர்கள் அனைத்துமே சமான வாயு முத்திரையையே குறிக்கும்.

9

சாதனை புரிய வைக்கும் அகங்காரம்!

இதுவரையில் நமது உடலைச் சுற்றி நிற்கும் சக்தி உடல்களில், முதல் இரண்டு சக்தி உடல்களான அன்னமய கோசம், பிராணமய கோசம் ஆகிய இரு உடல்கள் குறித்துக் கண்டோம்.

இந்த இரு சக்தி உடல்களுமே பருவுடல்சார்ந்த உடல்கள். அன்னமய கோசம் ஏறக்குறைய பருவுடலை ஒத்தது. ஆனால் அடர்த்தி குறைவானது; நுண்ணியது; கண்ணுக்குப் புலப்படாதது; பருவுடலை தன்னுள் அடக்கியது.

அடுத்த உடலான பிராணமய கோசமானது அன்னமய கோசத்தைவிட மேலும் நுட்பமானது; அடர்த்தி மேலும் குறைவானது. பருவுடல், அன்னமய கோசம் ஆகிய இரண்டையும் தன்னுள் அடக்கியது இந்த பிராணமய கோசம்.

அனைத்து உயிரினங்களிலும் இந்த இரு கோசங்களும் முனைப்புடன் செயல்பட்டுக் கொண்டிருக்கும். உணவும் (அன்னம்) மூச்சும் (பிராணன்) உயிர்வாழ்தலின் அடிப்படைத் தேவைகள்.

● டாக்டர் ஜாண் பி.நாயகம் ●

ஞானேந்திரியம் (பொறி)	தன்மாத்திரை (புலன்)
1. மெய் (தோல்)	ஸ்பரிசம்
2. வாய் (நாக்கு)	சுவை
3. கண்	பார்வை (ஒளி, ரூபம்)
4. மூக்கு	மோப்பம்
5. காது (செவி)	கேட்கும் திறன்

உணவும், மூச்சுமின்றி எந்த உயிரினமும் உயிர் வாழமுடியாது. ஒரு செல் பாக்டீரியாக்களிலிருந்து, தாவரங்கள், நீர்வாழ், நிலவாழ் உயிரினங்கள் அனைத்திலுமே இந்த இரு கோசங்களும் செயல்பட்டுக் கொண்டே இருக்கும். இந்த கோசங்களின் செயல்பாடு நின்று போனால் மரணம் நிகழும்.

ஒரு கரு உருவான உடனேயே முதல் இரு கோசங்களும் செயல்படத் துவங்கிவிடும். கரு வளர உணவும் பிராணனும் அவசியம். இந்த இரு கோசங்களும் செயல்பட்டால் மட்டுமே இவை இரண்டும் அந்த கருவிற்கு குறைவின்றிக் கிடைக்கும்.

கருவிலிருக்கும் குழந்தைக்குத் தேவையான உணவும், பிராணனும் தொப்புள் கொடி மூலமாக தாயின் உடலிலிருந்தே செல்லுகின்றன. எனவே

● தந்திரயோகம் ●

கருவின் முதல் இரு கோசங்களும் தமது முழு வீச்சில் செயல்பட வேண்டிய அவசியமில்லை.

ஆனால் குழந்தை பிறந்த உடனேயே தொப்புள் கொடியை அறுத்துவிடுகிறோம். அந்த நொடி முதல் அந்தக் குழந்தை தனக்குத் தேவையான பிராணனைத் தானே உருவாக்கிக் கொள்ளவேண்டும். உணவை உண்டு சக்தியாக மாற்றவேண்டும்.

எனவே, குழந்தை பிறந்து அது தன் முதல் மூச்சை உள்ளே இழுக்கும் போதே அதன் அன்னமய கோசமும், பிராணமய கோசமும் முழு வீச்சில் செயல்படத் துவங்கிவிடுகின்றன.

மனிதர்களுக்கு மட்டுமின்றி, பிற உயிரினங்களிலும் இதுவே விதியாக உள்ளது. பருவுடலின் செயல்பாடுகளும், உயிர் வாழ்தலும் இந்த முதல் இரண்டு கோசங்களையே ஆதாரமாகக் கொண்டுள்ளன. எனவேதான் இந்த முதல் இரண்டு கோசங்களையும் 'பருவுடல் சார்ந்த கோசங்கள் அல்லது கீழ்நிலை கோசங்கள்' என்று அழைக்கிறோம்.

மனம், உணர்வு சார்ந்த கோசங்கள்

அடுத்த இரு கோசங்களான மனோமய கோசம், விஞ்ஞானமய கோசம் ஆகிய இரண்டும் மனம், உணர்வு சார்ந்த கோசங்களாகும். இவை இரண்டும் பருவுடலைச் சார்ந்திருப்பதில்லை.

● மூன்றாவது கோசமான மனோமய கோசம் பிராணமய கோசத்தைவிட அடர்த்தி குறைவானது; மேலும் நுட்பமானது.

● இந்த கோசம் பருவுடல் அன்னமய கோசம், பிராணமய கோசம் ஆகிய மூன்றையும் தன்னுள் அடக்கியுள்ளது.

● நான்காவது கோசமான விஞ்ஞானமய கோசம், மனோமய கோசத்தைவிட அடர்த்தி குறைவானது; மேலும் நுட்பமானது.

● இந்த கோசம் பருவுடல், அன்னமய கோசம், பிராணமய கோசம், மனோமய கோசம் ஆகிய நான்கையும் தன்னுள் அடக்கியது.

இந்த இரு கோசங்களையும் மனம் சார்ந்த கோசங்கள் அல்லது இடைநிலை கோசங்கள் என்று வகைப்படுத்துகிறோம்.

இந்த இரு கோசங்களும் அந்தக் கரணத்தைச் சார்ந்திருக்கும் கோசங்கள்.

● டாக்டர் ஜாண் பி.நாயகம் ●

எனவே இவற்றை 'அந்தக்கரண கோசங்கள்' என்றும் அழைப்பதுண்டு. அந்தக் கரணம் என்றால் என்ன என்பதைக் காணலாம்.

அந்தக்கரணம்

- அறிவு (புத்தி)
- மனம்
- அகங்காரம்
- சித்தம்

ஆகிய நான்கையுமே 'அந்தக்கரணம்' என்று வடமொழியில் அழைக்கின்றனர்.

- அறிவு, மனம், அகங்காரம் ஆகிய மூன்றும் மனோமய கோசத்தோடு இணைக்கப்பட்டவை.
- சித்தம் விஞ்ஞானமய கோசத்தோடு தொடர்புடையது.

இவை ஒவ்வொன்றையும் தனித்தனியே காணலாம்.

அறிவு

- இந்த உலகத்தை, நம்மைச் சுற்றி நடப்பவற்றை 'அறிவு' மூலமாகவே நாம் அறிந்துகொள்கிறோம்.
- 'அறிந்து' கொள்வதாலேயே அது 'அறிவு' என்று அழைக்கப்படுகிறது.
- அடிப்படையான அறிவு என்பது ஐம்பொறிகளையும், அவற்றின் மூலம் உணரப்படும் ஐம்புலன்களையும் சார்ந்து அமைகிறது.
- விலங்குகளுக்கும், தாவரங்களுக்கும்கூட இந்த ஐம்புலன்கள் மூலமாக வருகின்ற அடிப்படை அறிவுகளில் சில அறிவுகள் உள்ளன.
- பெரும்பாலான விலங்குகளுக்கும் ஐம்புலன்களின் மூலமாக வருகின்ற ஐந்தறிவு உண்டு.
- தாவரங்களுக்கு கண் இல்லை. பார்வை எனும் புலன் கிடையாது. பிற புலன்களில் இரண்டு அல்லது மூன்று புலன்கள் இருக்கலாம் என சில விஞ்ஞான ஆய்வுகளில் தெரியவந்துள்ளன.

பிறக்கும்போதே ஒவ்வொரு உயிரினமும் ஒரு குறிப்பிட்ட அளவு அறிவுடன் பிறக்கின்றன. இதை 'மதிஞானம்' என்று தந்திர யோகம்

● தந்திரயோகம் ●

குறிப்பிடுகிறது.

பரிணாம வளர்ச்சியின் உச்ச நிலையில் இருப்பது மனித இனமே. மனிதர்கள் பிறக்கும்போதே உச்சகட்ட மதிஞானத்துடன் பிறக்கிறார்கள். இதை இயற்கை ஞானம் அல்லது இயற்கை அறிவு என்று கூறலாம்.

இந்த மதிஞானத்தின் அடிப்படையிலேயே புலன்களின் மூலமாகப் பெறப்படும் அடிப்படை அறிவு வேறுபடுகிறது. விலங்குகளுக்குக் குறைவாகவும் (ஐந்தறிவு) மனிதர்களுக்கு ஒன்று கூடுதலாகவும் (ஆறறிவு) அமைகிறது.

இதற்கு அடுத்தபடியாக 'கிருத ஞானம்' என்ற ஒன்றை தந்திர யோகம் குறிப்பிடுகிறது.

● அனுபவங்களால் உருவாகும் அறிவு (பட்டறிவு).

● கல்வியினால் உருவாகும் அறிவு.

மனிதர்களுக்கு மட்டுமின்றி வேறு பல உயிரினங்களுக்கும்கூட அனுபவ அறிவு உண்டு. மனிதர்களில் சற்றே அதிகமாகக் காணப்படும் இந்த அனுபவ அறிவு உருவாவதில் நமது ஐம்பொறிகளும், புலன்களுமே மிகமிக முக்கியமான பங்கு வகிக்கின்றன.

கிருத ஞானத்தில் அடுத்ததாக வருகின்ற 'கல்வி அறிவு' என்பது மனிதர்களுக்கு மட்டுமே உரித்தான ஒன்று. நமது முயற்சி, உழைப்பு ஆகியவற்றைப் பொறுத்து இந்த கல்வி அறிவு அமையும்.

● அறிவு என்பது அடிப்படையில் புலன்களைச் சார்ந்தது.

● அனுபவங்களாலும், கல்வியாலும் நமது அறிவை வளர்த்துக்கொள்ள முடியும்.

மனம்

மனம் என்பதும் மூளை என்பதும் வெவ்வேறானவை. மனம் என்பதை ஆங்கிலத்தில் மைண்ட் (Mind) என்கிறோம். மூளையை பிரெய்ன் (Brain) என்கிறோம்.

மூளை இயங்கினால்தான் மனம் செயல்பட முடியும். நமது புலன்கள் மூளைக்குச் செய்திகளை (உணர்வுகளை) அனுப்புகின்றன. அதை 'அறிவு' ஆராய்ந்து மனதிற்கு அனுப்புகிறது. அதை உணர்ந்து,

● டாக்டர் ஜாண் பி.நாயகம் ●

அதற்கு எந்தவிதமாக எதிர்வினையாற்ற வேண்டும் என்பதை மனம் தீர்மானிக்கிறது.

அறிவு ஆராய்ந்து கூறுவதற்கேற்ப மனம் செயல்பட்டால் பிரச்சினைகள் அதிகமிராது. ஆனால் பல வேளைகளில் அறிவு கூறுவதைப் புறந்தள்ளிவிட்டு, புலன்களின் இச்சைகளுக்கு ஏற்ப மனம் ஆடத்துவங்கிவிடும்.

புலன்கள் நமது கட்டுப்பாட்டிற்குள் இல்லாதவை. தானே இயங்குபவை. புலன்களும், அதன் இச்சைகளும் மாறிக்கொண்டே இருக்கும். அதற்கேற்ப மனமும் குரங்காட்டம் போடத்துவங்கினால் வாழ்க்கை வீணாகிவிடும்.

- மண்ணாசை
- பொன்னாசை
- பெண்ணாசை

ஆகிய மூன்றுமே ஆன்மிக வளர்ச்சிக்கு மிகப்பெரிய தடைகள் என்று கூறுவார்கள்.

இந்த ஆசைகள் அனைத்திற்கும் மூலகாரணம் புலன்களின் ஆளுமைக்கு ஆட்பட்ட மனமே!

அறிவு தடுத்தாலும் புலன்கள் அடங்காது. புலன்களை நமது கட்டுப்பாட்டிற்குள் கொண்டுவர நமது முன்னோர்கள் பல தந்திர யோக வழிமுறைகளைக் கண்டுபிடித்து வைத்துள்ளனர். அந்த வழிமுறை களால் மட்டுமே புலன்களை நமது கட்டுப்பாட்டிற்குள் கொண்டுவர முடியும்.

நமது உணர்ச்சிகள், உணர்வுகள், எண்ணங்கள், கருத்துகள், அனுபவப் பதிவுகள் (சமஸ்காரங்கள்) ஆகிய அனைத்திற்குமே மனமே இருப்பிடம்.

ஐம்பொறிகளும், அறிவும், மனமும் ஒன்றிலிருந்து ஒன்று பிரிக்க முடியாதபடி பின்னிப் பிணைந்துள்ளன.

அகங்காரம்

அறிவிலிருந்தே 'அகங்காரம்' (EGO) உருவாகிறது. மனதிற்கும் இதில் பங்கு உண்டு. இந்த வகைகளில் நான் உயர்ந்தவன் என அறிவு கூறுவதை மனம் ஏற்றுக்கொண்டால் அங்கே அகங்காரம் உருவாகத் துவங்கிவிடும்.

'தான்' என்ற நினைப்பே அகங்காரம் எனப்படுகிறது. மனிதர்களுக்கும், விலங்குகளுக்கும் இடையேயுள்ள மிகமிக முக்கியமான வித்தியாசம் இந்த அகங்காரம்தான்.

மனிதனுக்கு மட்டுமே 'தான்' என்ற தன்னுணர்வு உண்டு. விலங்குகளுக்கு அது கிடையாது. இதை ஒரு உதாரணம் மூலம் விளக்கலாம்.

● சிந்தனை என்பது மனிதர்களிடம் மட்டுமின்றி விலங்குகளிலும் உண்டு.

● தான் சிந்திக்கிறோம் என்ற உணர்வோடு சிந்திப்பது மனிதர்கள் மட்டுமே.

● பிற விலங்குகள் சிந்தித்தாலும், தாம் சிந்திக்கிறோம் என்ற 'தன்னுணர்வு' அவற்றிற்குக் கிடையாது.

இந்த அகங்காரமே பலதுறைகளில் சாதனைகளைப் புரிய மனிதர்களுக்குத் தூண்டுகோலாக உள்ளது.

இது 'தன்னுணர்வு' அல்லது 'தன்முனைப்பு' என்ற அளவோடு இருக்கும் வரை எந்தப் பிரச்சினையும் இராது. இதுவே அதன் அடுத்த நிலையான தலைக்கனம், இறுமாப்பு போன்ற எதிர்மறை உணர்வுகளாக மாறும்போதுதான் அது மனிதனின் வீழ்ச்சிக்குக் காரணமாகிறது.

அறிவு, மனம், அகங்காரம் ஆகிய மூன்றுமே மனோமய கோசத்துடன் தொடர்பு கொண்டவை. இது குறித்து விரிவாகக் காணலாம்.

● டாக்டர் ஜாண் பி.நாயகம் ●

● தந்திரயோகம் ●

10

எண்ணங்களே நோய்களுக்கு மூலகாரணம்

மனம், அறிவு, அகங்காரம் ஆகிய மூன்றும் மனோமய கோசத்துடன் தொடர்பு கொண்டவை என்பதை கண்டோம்.

★ மனமே அறிவுக்கு ஆதாரமாக உள்ளது.

★ அறிவிலிருந்தே அகங்காரம் உருவாகிறது.

★ மனதை இயக்குவதும், அறிவை உருவாக்குவதும் ஐம்புலன்களே. நமது உணர்ச்சிகள், கருத்துகள், அனுபவங்கள் ஆகிய அனைத்துக்கும் இருப்பிடமாக அமைவது நமது மனமே. நமது புலன்களின் வழியாக நாம் அறிந்து கொள்பவை, அனுபவிப்பவை ஆகிய அனைத்துமே அனுபவப் பதிவுகளாக மனதில் பதிந்துவிடுகின்றன. இந்த அனுபவப் பதிவுகளையே தந்திர யோகம் 'சமஸ்காரங்கள்' என்று அழைக்கின்றது.

நமது மனதை ஆளுவது மனோமய கோசம். பருவுடலின் உள்ளே 'மனம்' என்று எந்த உறுப்பும் தனியாகக் கிடையாது. ஆக, நாம் மனமென்று

● டாக்டர் ஜான் பி.நாயகம் ●

கூறுவது உண்மையில் நமது மனோமய கோசமே ஆகும்.

நமது அனுபவப் பதிவுகள் (சமஸ்காரங்கள்) அனைத்துமே மனோமய கோசத்திலேயே ‘எண்ணப்பதிவு’களாக பதிந்துள்ளன. இந்த எண்ணப் பதிவுகளையே ஆங்கிலத்தில் ‘Thought Forms’ என்று அழைக்கிறார்கள்.

நமது மனோமய கோசத்திலுள்ள எண்ணப் பதிவுகளின் அடிப்படையிலேயே நமது மனநலமும் உடல்நலமும் அமைகின்றன. மனதிலும் உடலிலும் உருவாகும் பெரும்பாலான நோய்களுக்கும் இந்த எண்ணப்பதிவுகளே மூலகாரணமாக உள்ளன. இதை சற்றே விரிவாக விளக்குகிறேன்.

மனம்போல் வாழ்க்கை

நமது எண்ணங்களே நமது வாழ்க்கையை வடிவமைக்கின்றன. எனவே தான் நமது முன்னோர்கள் ‘மனம்போல் வாழ்க்கை அமையும்’ என்று கூறிவைத்தனர்.

‘நல்லதை நினைத்தால் நல்லதே நடக்கும்

அல்லவை நினைத்தால் அல்லலே மிகும்.’

நவீன உளவியல் வல்லுநர்களும் இந்த கருத்தையே தற்போது வலியுறுத்துகின்றனர். பாசிடிவ் திங்கிங் (Positive Thinking) இருந்தால் மட்டுமே வாழ்க்கை வளமாகும் என்பதை நவீன உளவியல் நிபுணர்கள் பல ஆய்வுகள் மூலம் நிரூபித்துள்ளனர்.

எதிர்மறை எண்ணங்களும், உணர்வுகளும் மனோமய கோசம் என்ற மூன்றாவது சக்தி உடலில் எதிர்மறை எண்ணப் பதிவுகளாகப் பதிந்துவிடுகின்றன.

நேர்சிந்தனைகளும், நல்ல உணர்வுகளும்கூட மனோமய கோசத்தில் எண்ணப்பதிவுகளைப் பதியும். ஆனால் இந்தப் பதிவுகள் நல்ல பதிவுகளாக இருப்பதால் அவை மனோமய கோசத்தை வலுப்படுத்தும்.

எதிர்மறை எண்ணப்பதிவுகள் சிறிய அளவில் இருக்கும்போது அது மனோமய கோசத்தைஅதிகமாக பாதிப்பதில்லை. ஆனால் இந்த எதிர்மறை எண்ணப்பதிவுகளின் அளவு அதிகமாகும் போது அதுவே நோயாக உருமாறும்.

அன்றாட வாழ்க்கையில் எதிர்மறை எண்ணங்களையும்

உணர்வுகளையும் முற்றிலும் தவிர்ப்பதென்பது இயலாத காரியம். இவை சிறிய அளவில் இருந்தால் எண்ணப்பதிவுகள் உருவாவதில்லை.

எதிர்மறை உணர்வுகளின் வீரியம் அதிகமிருந்தால் மட்டுமே அவை எண்ணப்பதிவுகளாக மாறும். இதை சில எளிய உதாரணங்கள் மூலம் விளக்கலாம்.

எதிர்மறை உணர்வுகளின் வீரியம்

அன்றாட வாழ்க்கையில் நாம் அனைவரும் எதிர்கொள்ளும் மிக முக்கியமான எதிர்மறை உணர்வு- கோபம்.

இந்த கோபம் சிறிய அளவில் ஒரு நாளில் பலமுறை நம் மனதில் எழுகிறது. உதாரணமாக நீங்கள் ஒரு வாகனத்தை ஓட்டிச் செல்லும்போது குறுக்கே எவராவது சட்டென வந்தால் மனதில் கோபம் ஒரு கணம் எட்டிப்பார்க்கும் அல்லவா?

'அட அறிவு கெட்டவனே' என மனதிற்குள்ளோ அல்லது உரக்கவோ திட்டிவிட்டு கடந்து சென்றுவிடுகிறோம். சிறிது நேரத்தில் அந்த நிகழ்வை முற்றிலும் மறந்துபோகிறோம்.

இது ஒரு சிறிய அளவிலான எதிர்மறை உணர்வு. கணநேரத்தில் சட்டென தோன்றி, உடனே மறைந்தும் போகிறது.

இது நமது மூளையின் வெளிப்பகுதியிலிருந்து தோன்றி மறையும் ஒரு சிறிய எதிர்மறை உணர்வு. இது எண்ணப் பதிவுகளை மனோமய கோசத்தில் உருவாக்குவது இல்லை!

ஒரு நாளில் பலமுறை இத்தகைய சிறுசிறு எதிர்மறை உணர்வுகள் தோன்றும். உடனே மறைந்தும் போகும். இவற்றால் எந்த நோய்களும் பாதிப்புகளும் உருவாவதில்லை.

ஆனால் நாம் மிகவும் நம்பிய ஒரு நண்பர் அல்லது மிகவும் அன்பு செலுத்திய உறவினர் ஒருவர் நமக்கு ஒரு மிகப்பெரிய துரோகத்தைச் செய்துவிட்டால், அதனால் உருவாகும் கோபம் மிகமிக வீரியமானதாக இருக்கும். வாழ்நாள் முழுவதும் அது நீறுபூத்த நெருப்பாக மனதில் கனன்றுகொண்டே இருக்கும்.

'அவர் செய்த துரோகத்தை இந்த ஜென்மத்துக்கு மறக்கமாட்டேன்' அல்லது 'ஏழேழு ஜென்மங்களுக்கும் அவரை மன்னிக்க மாட்டேன்'

என்று மனதிற்குள் கங்கணம் கட்டிக்கொண்டு திரியவைக்கும்.

இது மிகமிக வீரியமான- ஆழமான ஒரு கோபம். இதைத் தொடர்ந்து ஒரு ஆழ்ந்த வெறுப்பும் அந்த நபர்மீது உருவாகிவிடும்.

கோபம், வெறுப்பு ஆகிய இரண்டும் எதிர்மறை உணர்வுகள். அதன் அளவும் வீரியமும் அதிகமாக இருந்தால் அது ஒரு நீங்காத நினைவாக நமது ஆழ்மனதில் (உள் மூளை) சென்று பதிந்துவிடுகிறது.

சிலர் கோபம், வெறுப்பு என்ற எதிர்மறை உணர்வுகளையும் தாண்டி, 'பழிவாங்க வேண்டும்' என்ற தீவிர எதிர்மறை எண்ணத்திற்கும் ஆளாகிவிடுகின்றனர்.

இந்த எதிர்மறை எண்ணங்கள் அனைத்துமே எண்ணப்பதிவுகளாக நமது மனோமய கோசத்தினுள் சென்று பதிந்துவிடுகின்றன. இதனால் மனோமய கோசத்தில் சக்தித் தடைகள் உருவாகின்றன.

ஒவ்வொரு முறை அந்த நிகழ்வை நினைத்து நாம் பொருமும்போதும் இந்த எண்ணப் பதிவுகள் விரிவடைகின்றன.

ஒரு பலூனுக்குள் காற்றை ஊதி ஊதிப் பெரிதாக்குவதுபோல், அந்த நபர் செய்த துரோகத்தை மீண்டும் மீண்டும் நினைத்து நினைத்து வெம்பி எண்ணப்பதிவுகளையும் பெரிதாக்கிக் கொண்டேயிருக்கிறோம்.

இந்த எண்ணப்பதிவுகளால் உருவான சக்தித் தடையின் அளவும் அதிகமாகிக் கொண்டேயிருக்கும். மனோமய கோசத்தில் சக்தித்தடை ஒரு அளவிற்குமேல் அதிகமாகும்போது அது நோயாக உடலில் பிரதிபலிக்கும்.

பலவிதமான உடல் நோய்களுக்கும் மனநோய்களுக்கும் இந்த சக்தித் தடைகளே காரணமாக அமைகின்றன.

- உயர் ரத்த அழுத்த நோய்
- நீரிழிவு நோய்
- இதய நோய்கள்
- ஆஸ்துமா
- மைகிரேன் (ஒற்றைத் தலைவலி)
- எக்சீமா போன்ற தோல் நோய்கள்

போன்றவை மன அழுத்தத்தால் உருவாகலாம். மன அழுத்தம் அதிகமாகும்போது இந்த நோய்களின் வீரியமும் அதிகமாகும் என்பதை நவீன மருத்துவ விஞ்ஞானம் இன்று கண்டறிந்துள்ளது.

ஆனால் பலநூறு ஆண்டுகளுக்கு முன்னரே நமது ஞானிகளும் ரிஷிகளும் தங்களது மெய்ஞ்ஞானத்தின் மூலம் இதைக் கண்டறிந்து விட்டனர்.

தந்திர யோக சித்தாந்தப்படி, நெடுங்காலமாக மனதில் அடக்கி வைக்கப்பட்ட கோபம், வெறுப்பு போன்ற எதிர்மறை எண்ணங்களே பல உடல் நோய்களுக்கும் மனநோய்களுக்கும் அடிப்படைக் காரணங் களாக அமைகின்றன.

குறிப்பாக, நெடுங்காலமாக மனதில் அடக்கி வைக்கப்பட்ட 'வெறுப்பு' எனும் எதிர்மறை உணர்வே பலவிதமான புற்று நோய்களுக்கு மூல காரணமாக உள்ளது.

தவிர்க்கும் வழிகள்

எதிர்மறை எண்ணங்களுக்கு மனதில் இடம்கொடுக்காமல் இருந்தாலே பல நோய்களிலிருந்து தப்பித்துக்கொள்ள முடியும்.

நல்ல எண்ணங்கள் மனதை நிரப்பும்போது மனோமய கோசம் உறுதியடையும். சக்தித் தடைகள் உருவாகாது. நோய்களும் அண்டாது.

எனவேதான் உலகின் அனைத்து மதங்களுமே 'அன்பை' வலியுறுத்துகின்றன. 'அன்பே சிவம்', 'God is Love' என்று கூறுகிறோம். இறைவனை அன்புமயமானவனாகவே அனைத்து மதங்களும் சித்தரிக்கின்றன.

'அன்பு' மனதில் இருந்தால் கோபம், வெறுப்பு போன்ற எதிர்மறை உணர்வுகள் பகலவனைக் கண்ட பனிபோல் மறைந்துபோய்விடும்.

அன்பின் வழியாகவே 'மன்னிப்பு' என்ற அடுத்த நிலைக்குச் செல்லமுடியும். ஒருவர் நமக்கு மிகப்பெரிய துரோகத்தை அல்லது தீமையைச் செய்யும்பட்சத்தில், கோபமும் வெறுப்பும் துக்கமும் மனதில் எழாமல் இராது. எண்ணப்பதிவுகளும் மனோமய கோசத்தில் உருவாகிவிடும்.

ஆனால் அந்த நபரை நீங்கள் உங்கள் மனதார மன்னித்துவிட்டால்

இந்த எண்ணப்பதிவுகளும் மறைந்துபோகும். மனோமய கோசம் மீண்டும் தூய்மையடைந்துவிடும். சக்தித் தடைகளும் நீங்கிவிடும்.

நவீன மருத்துவத்தில் பல நோய்களுக்கு முழுமையான தீர்வு இல்லை. பல நோய்களைக் கட்டுப்படுத்த முடிகிறதே தவிர முழுமையாக குணப்படுத்த முடிவதில்லை.

நோயின் ஆணிவேர் மனோமய கோசத்தில் பதிந்துள்ள எதிர்மறை எண்ணப்பதிவுகளாக இருக்கும்போது, மருந்து மாத்திரைகளால் மட்டும் எவ்வாறு அந்த நோயை குணப்படுத்த முடியும்.

மனோமய கோசத்திலுள்ள எதிர்மறை எண்ணப்பதிவுகளை அகற்ற வும் தந்திரயோகத்தில் வழிமுறைகள் உள்ளன. அந்த வழிமுறைகளைப் பின்பற்றி, எதிர்மறை எண்ணப்பதிவுகளை மனோமய கோசத்திலிருந்து அகற்ற வேண்டும்.

நல்ல எண்ணப்பதிவுகளால் மனோமய கோசத்தை நிரப்ப வேண்டும். இதை சரியாகச் செய்துவிட்டாலே பல நோய்களிலிருந்தும் முழுமையான விடுதலையைப் பெறமுடியும்.

இந்த வழிமுறைகளில் சிலவற்றை காணலாம்.

11

எதிர்மறை எண்ணத்தை மாற்றும் காலச்சக்கரம்

மனம், அறிவு, அகங்காரம் ஆகிய மூன்று அந்தக் கரணங்களே மனோமய கோசத்துடன் தொடர்பு கொண்டவை. இவை மூன்றும் சரியான நிலையில் இயங்கும்போது மனோமய கோசமும் சரியான நிலையில் இயங்கும்.

இந்த மூன்றிலும் எதிர்மறையான அதிர்வுகள், செயல்பாடுகள் இருக்கும் பட்சத்தில் மனோமய கோசத்தில் எதிர்மறையான எண்ணப் பதிவுகள் உருவாகி விடுகின்றன. இவையே பல நாள்பட்ட நோய்களுக்கு மூல காரணமாக அமைந்துவிடுகின்றன. இவற்றைத் தவிர்ப்பது எப்படி? ஒவ்வொன்றாகக் காணலாம்.

1. மனம்

பண்பட்ட மனதில் எதிர்மறை எண்ணங்கள் எழாது. மனதைப் பண்படுத்தவே நமது முன்னோர்கள் பல நீதிக் கதைகளையும் புராணங்கள், இதிகாசங்கள் போன்ற வற்றையும் எழுதி வைத்துள்ளனர்.

● டாக்டர் ஜாண் பி.நாயகம் ●

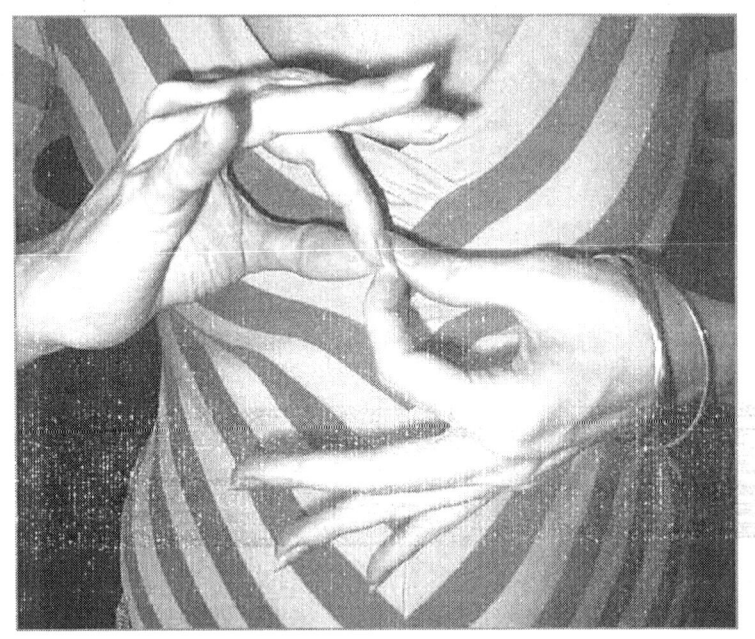

நமது பழந்தமிழ் இலக்கியங்களும்கூட மனதைப் பண்படுத்தும் நோக்கத்திலேயே படைக்கப்பட்டுள்ளன. இவற்றைத் தொடர்ந்து ஊன்றிப் படித்து வந்தால் மனம் படிப்படியாகப் பண்படும்; பக்குவப்படும்.

கதாகாலட்சேபம், தெருக்கூத்து, கணியாட்டம், வில்லுப்பாட்டு போன்ற அனைத்தும் மனதை நன்னெறிப்படுத்தும் நீதிகளையே உட்கருவாகக் கொண்டு நடத்தப்படுகின்றன. இப்படி பலநூறு வழிமுறைகளை நமது முன்னோர்கள் வகுத்து வைத்திருந்தும் ஏன் மனம் பண்படுவதில்லை?

ஒன்றாம் வகுப்பிலேயே ஔவைப் பாட்டியின் ஆத்திச்சூடியை குழந்தைகளுக்குக் கற்றுத்தருகிறோம்.

'அறம்செய விரும்பு
ஆறுவது சினம்'

என ஆத்திச்சூடி கூறும் கருத்துகள் அனைத்துமே மனதைப் பண்படுத்தும் கருத்துக்களே.

● தந்திரயோகம் ●

ஆனால் நாம் ஆத்திச்சூடியை மனப்பாடம் செய்ய மட்டுமே குழந்தைகளுக்குக் கற்றுத் தருகிறோமே தவிர, அதை ஒரு வாழ்க்கை முறையாக நாமும் பின்பற்றுவதில்லை. குழந்தைகளுக்கும் அந்த வழிமுறையைக் கற்றுத் தருவதில்லை.

திருக்குறளும், நாலடியாரும், தேவாரமும், திருவாசகமும், திருமந்திரமும் தேர்வில் மதிப்பெண்களைப் பெற மட்டுமே மனப்பாடம் செய்யப்படுகின்றன. அவை மனதைப் பண்படுத்த படைக்கப்பட்டவை என்பதை மறந்துபோகிறோம்.

'கடைவிரித்தேன் கொள்வாரில்லை'

என மனம் வெம்பிப் பாடிவைத்தார் வள்ளலார் பெருந்தகை. அதே நிலைதான் இன்றைய காலச் சூழலிலும் நிலவுகிறது. மனதைப் பண்படுத்தும் புராணங்கள், இதிகாசங்கள், நீதிக்கதைகள், இலக்கியங்கள் என எவற்றிற்கும் தமிழில் பஞ்சமில்லை. ஆனால் எடுத்துக்கொள்ளத்தான் ஆளில்லை!

இவற்றின் வழியாக மனதைப் பண்படுத்துவது 'ஞான மார்க்கம்' எனப்படும். இந்த வழியே செல்ல எவருக்கும் இப்போது பொறுமையும் இல்லை; நேரமும் இல்லை.

இதே பலன்களை தந்திர மார்க்கம் மூலமாக அடைவது மிக எளிதாக இருக்கும். விரைவாகவும் நடைபெறும். இதற்கென சில எளிய வழிமுறைகளை நமது முன்னோர்கள் கண்டுபிடித்துள்ளனர்.

2. அறிவு

மனம், அறிவு ஆகிய இரண்டையும் குறித்து ஏற்கெனவே விரிவாகக் கண்டோம். புலன்களை நமது கட்டுப்பாட்டிற்குள் கொண்டுவரும்போதுதான் மனமும் அறிவும் நலமாக இயங்கும் என்பதையும் கண்டோம். இதற்கான தந்திர யோக வழிமுறைகளையும் காணலாம்.

3. அகங்காரம்

தன்னுணர்வு அல்லது தன்முனைப்பு என்ற அளவில் அகங்காரம் தேவை. அதுவே ஆணவம், இறுமாப்பு என்ற அளவில் மாறும்போது தான் பிரச்சினைகள் உருவாகின்றன என்பதை ஏற்கெனவே கண்டோம். ஆணவத்தை அழிக்கும் தந்திர யோக வழிமுறைகளும் உள்ளன.

● டாக்டர் ஜான் பி.நாயகம் ●

தந்திர யோக முத்திரைகள்

மனம், அறிவு, அகங்காரம் ஆகிய மூன்றையும் சரிசெய்து, மனோமய கோசத்திலுள்ள எதிர்மறை எண்ணப்பதிவுகளை அகற்றி, மனோமய கோசத்தை வலுவாக்கும் மூன்று எளிய முத்திரைகள் உள்ளன.

1. காலச் சக்கர முத்திரை.
2. தூய்மைப்படுத்தும் முத்திரை.
3. காளீஸ்வரி முத்திரை.

காலச் சக்கர முத்திரை

காலம் என்பதை கடந்த காலம், நிகழ் காலம், எதிர்காலம் என மூன்றாகப் பிரிக்கிறோம். இவற்றுள் கடந்த காலத்தில் நமது மனதில், அறிவில், அகங்காரத்தில் தோன்றிய எதிர்மறை உணர்வுகளே மனோமய கோசத்தில் எதிர்மறை எண்ணப்பதிவுகளை உருவாக்கியுள்ளன.

நமது கடந்த காலத்தை அலசி ஆராய்ந்து, அந்த எதிர்மறை எண்ணப்பதிவுகளை அகற்ற உதவும் ஒரு எளிய பயிற்சியே காலச் சக்கர முத்திரையாகும்.

இந்த முத்திரைக்கு 'தர்மச்சக்கர முத்திரை' என்ற பெயரும் உண்டு. புத்தர் இந்த முத்திரையில் அமர்ந்து தியானம் செய்தபோதுதான் அவருக்கு 'ஞானம்' பிறந்ததாக ஒரு சரித்திரக் குறிப்பு உள்ளது.

பயிற்சி

இந்தப் பயிற்சியில் ஈடுபடும்போது உங்களது மனமும் உடலும் அமைதியான நிலையில் இருப்பது மிகமிக அவசியம். நல்ல காற்றோட்டமும், வெளிச்சமும் உள்ள ஒரு அமைதியான இடத்தில் அமர்ந்து இந்தப் பயிற்சியில் ஈடுபடவும்.

அமரும் முறை

* ஆசனங்களில் ஏற்கெனவே பரிச்சயம் உள்ளவர்கள் பத்மாசனம் அல்லது அர்த்த பத்மாசனத்தில் அமர்ந்து செய்யலாம்.

* ஆசனங்களில் பரிச்சயம் இல்லாதவர்கள் சாதாரணமாக தரையில் சம்மணமிட்டு அமர்ந்து (சுகாசனம்) பயிற்சியைச் செய்யுங்கள்.

* கழுத்தும் முதுகும் வளைவின்றி நேராக இருக்கட்டும்.

● தந்திரயோகம் ●

✳ சுவாசம் இயல்பான நடையில் இருந்தால் போதும். மூச்சை அடக்குதல் (கும்பகம்) கூடாது.

குறிப்பு

கால்களை மடக்கி தரையில் அமர முடியாதவர்கள் ஒரு நாற்காலியில் அமர்ந்தும் இந்தப் பயிற்சியைச் செய்யலாம்.

உள்ளங்கால்கள் இரண்டும் தரையில் பதிந்திருக்க வேண்டும்.

வெகுநாட்களாக நோய்வாய்ப்பட்டிருக்கும் நோயாளிகள் படுக்கையில் படுத்தபடியேகூட இந்தப் பயிற்சியைச் செய்யலாம்.

செய்முறை

✳ இரண்டு கைகளிலும் ஞான முத்திரையைச் செய்யவும்.

✳ ஆள்காட்டி விரலின் நுனிப்பகுதியால் பெரு விரலின் நுனிப் பகுதிக்கு சற்றே கீழுள்ள பகுதியைத் தொடவும். அழுத்தம் வேண்டாம்.

✳ பிற மூன்று விரல்களும் தளர்வாக இருக்கட்டும். இதுவே ஞான முத்திரையாகும்.

✳ வலது முத்திரைக்கையை மார்புக்கு அருகில் வைத்துக்கொள்ளுங்கள். உள்ளங்கை வெளிப்புறம் நோக்கி இருக்கவேண்டும்.

✳ இடது முத்திரைக் கையை மார்புக்கு அருகில் வலது கைக்குக் கீழாக வைத்துக்கொள்ளுங்கள். இடது உள்ளங்கை உட்புறமாக இதயத்தை நோக்கி இருக்கவேண்டும்.

✳ இரு கைகளின் பெருவிரல்கள் ஒன்றையொன்று தொட்டுக் கொண்டிருக்கவேண்டும். (படம் காண்க).

✳ மனதை ஒருமுகப்படுத்துங்கள்.

✳ சுவாசம் சீராகவும் இயல்பான நடையிலும் இருக்கட்டும்.

கடந்த கால தியானம்

நிலை-1

✳ காலச் சக்கர முத்திரையில் அமர்ந்தபடியே உங்களது கடந்த காலத்தை அசைபோடுங்கள்.

✳ கடந்த காலத்தில் உங்களுக்கு ஏற்பட்ட மிகக் கசப்பான அல்லது துன்பமான ஒரு நிகழ்வை மனதில் கொண்டு வரவும்.

● டாக்டர் ஜாண் பி.நாயகம் ●

* அந்த நேரத்தில் நீங்கள் மனதில் உணர்ந்த வலியை மீண்டும் நினைவுபடுத்திக் கொள்ளுங்கள்.

* அதை முழுமையாக உணரும்போது சிலருக்கு அழுகை வரலாம். அழுதுவிடுங்கள்; தவறில்லை.

* அந்த குறிப்பிட்ட துன்ப நிகழ்விற்குக் காரணமாக இருந்த நபரை அல்லது நபர்களை மனக்கண்ணில் கொண்டுவரவும்.

* அவர்களை முழுமனதோடு மன்னித்து விடுங்கள்.

* அவர்கள் நன்றாக வாழவேண்டுமென பிரார்த்தித்துக் கொள்ளுங்கள்.

* அவர்கள் குறித்து உங்கள் மனதில் தங்கி நிற்கும் கோபம், வெறுப்பு, வருத்தம் ஆகிய அனைத்தையும் மனதிலிருந்து அகற்றிவிடுங்கள்.

* ஒவ்வொரு முறை மூச்சை வெளியேவிடும்போதும் அந்த வலியும் வேதனையும் படிப்படியாக உங்களது உடலிலிருந்தும் மனதிலிருந்தும் வெளியே செல்வதாக உணருங்கள்.

* ஒவ்வொரு முறை மூச்சை உள்ளே இழுக்கும்போதும் இனிமையான, சந்தோஷ மான உணர்வுகள் மனதினுள்ளும் உடலினுள்ளும் நிறைவதாக உணருங்கள்.

* சிறிது நேரத்தில் துன்ப உணர்வுகள் மறைந்து, உடலும் மனதும் லேசாகும். அந்த நிலை வந்த பின்னர் பயிற்சியின் அடுத்த நிலைக்குச் செல்லவும்.

நிலை-2

* காலச் சக்கர முத்திரையில் அமர்ந்தபடியே உங்களது மனோமய கோசத்தை மனக் கண்ணில் கற்பனை செய்யுங்கள்.

* அந்த கோசத்தின் உள்ளே பல எதிர்மறை எண்ணப்பதிவுகள் கருமை நிறத்தில் ஆங்காங்கே பதிந்திருப்பதாக கற்பனை செய்யுங்கள்.

* ஒவ்வொரு முறை மூச்சை வெளியே விடும்போதும் அந்த கருமையான எண்ணப் பதிவுகள் உங்களது மூச்சுக்காற்றின் வழியே வெளியே செல்வதாக உணருங்கள்.

* ஒவ்வொரு முறை மூச்சை உள்ளே இழுக்கும்போதும் வெள்ளி

வண்ண சக்தி உங்களது மனோமய கோசத்தினுள் சென்று நிறைவதாக உணருங்கள்.

★ இதே பயிற்சியைத் தொடர்ந்து செய்துவரும்போது படிப்படியாக எதிர்மறை எண்ணப்பதிவுகள் அனைத்தும் வெளியேறி, மனோமய கோசம் தூய்மை பெறும். சக்தித் தடைகள் நீங்கும்.

★ சக்தித் தடைகளால் உருவான நோய்களும் படிப்படியாக மறையும்.

எவ்வளவு நேரம் செய்வது?

★ இந்த முத்திரைப் பயிற்சியை முழுமையாகச் செய்துமுடிக்க குறைந்த பட்சம் 30 நிமிடங்கள் முதல் 45 நிமிடங்கள் வரை ஆகும்.

★ அவசர அவசரமாகச் செய்வதால் எந்தப் பலனும் இராது.

★ முழு மனதோடும், முழு ஈடுபாட்டுடனும் செய்யவேண்டிய ஒரு பயிற்சி இது.

★ ஆரம்ப நிலைகளில் 45 நிமிடங்கள் தொடர்ந்து செய்வது சற்றே கடினமாக இருக்கலாம்.

★ ஆரம்ப நிலைகளில் 15 நிமிடங்கள் செய்யுங்கள்.

★ படிப்படியாக நேரத்தை அதிகரித்து சுமார் 1 மாதத்தில் 45 நிமிடங்கள் வரையிலும் தொடர்ந்து செய்யப் பழகிக்கொள்ளுங்கள்.

எத்தனை நாட்கள் செய்வது?

★ சிறு வயது முதலே பலவிதமான எதிர்மறை எண்ணங்களாலும், நிகழ்வுகளாலும் நமது மனோமய கோசத்தில் எதிர்மறை எண்ணப்பதிவுகள் நிறையத் துவங்கிவிடுகிறது.

★ பல வருடங்களாக நாம் சேர்த்து வைத்திருக்கும் இந்த அழுக்குகளை சிலநாட்களில் மட்டும் சரிசெய்துவிட முடியாது.

★ குறைந்தபட்சம் மூன்று மாதங்களாவது இந்தப் பயிற்சியை தின மும் தொடர்ந்து செய்தால் மட்டுமே பலன் இருக்கும்.

★ அதிகபட்சமாக ஆறு மாதங்கள் வரையில் செய்யலாம்.

● டாக்டர் ஜாண் பி.நாயகம் ●

● தந்திரயோகம் ●

12

உடல், மனம், ஆன்ம அழுக்குகளை அகற்றும் முத்திரை!

மனோமய கோசத்தில் தேங்கி நிற்கும் எதிர்மறை எண்ணப் பதிவுகளே பெரும்பாலான நாள்பட்ட நோய்களுக்கு மூலகாரணமாக உள்ளன என்பதை ஏற்கெனவே கண்டோம்.

எதிர்மறை எண்ணப் பதிவுகளை அகற்றும் எளிய தந்திர யோக வழியான 'காலச் சக்கர முத்திரை' குறித்து கண்டோம். இனி 'தூய்மைப் படுத்தும் முத்திரை' குறித்து காணலாம்.

முத்திரைகளின் செயல்பாடுகள்

நாம் பயன்படுத்தும் பெரும்பாலான தந்திர யோக முத்திரைகளும் மூன்று நிலைகளில் செயல்படுகின்றன.

✳ உடல் சார்ந்த நிலை
✳ மனம், எண்ணம் சார்ந்த நிலை
✳ ஆன்மிக நிலை

ஒரு முத்திரையைச் செய்யத் துவங்கும்போது முதலில்

● டாக்டர் ஜான் பி.நாயகம் ●

அதன் பலன்களை நமது பருவுடலில் மட்டுமே உணரமுடியும். இதையே உடல் சார்ந்த நிலை செயல்பாடு என்கிறோம்.

அதே முத்திரையை மேலும் பல வாரங்கள் அல்லது மாதங்கள் தொடர்ந்து செய்துவரும்போது, நமது எண்ணங்களிலும் உணர்வு நிலைகளிலும் பல மாற்றங்களை உணரமுடியும். இதையே மனம் சார்ந்த நிலை செயல்பாடுகள் என்கிறோம்.

அதே முத்திரையை மேலும் தொடர்ந்து செய்துவந்தால் சக்தி உடல்களில் பல மாற்றங்கள் நிகழத் துவங்கும். மனமும் எண்ணங்களும் இரண்டாவது நிலையில் பண்பட்ட பின்னரே மூன்றாவது நிலையான ஆன்மிக நிலை செயல்பாடுகளை உணரமுடியும். இதுவே மூன்றாவது நிலையான ஆன்மிக நிலை செயல்பாடுகளாகும்.

'தூய்மைப்படுத்தும் முத்திரை' என்பது நமது பருவுடலில் தேங்கி நிற்கும் கழிவுகளையும் நச்சுப் பொருட்களையும் அகற்றி, உடலைத் தூய்மைப்படுத்தும் ஒரு அற்புதமான முத்திரையாகும்.

இதே முத்திரையை நமது எண்ணங்களில் தேங்கி நிற்கும் கழிவு களையும் நச்சுக்களையும் வெளியேற்றவும் பயன்படுத்த முடியும்.

மனமும் எண்ணங்களும் சீராகும்போது அவற்றோடு தொடர்புடைய மனோமய கோசமும் விஞ்ஞானமய கோசமும் சீராகும். மனோமய கோசத்தில் தேங்கி நிற்கும் எதிர்மறை எண்ணப்பதிவுகள் அனைத்தும் அகன்றுபோகும். அவற்றால் உருவான நோய்களும் மறைந்து போகும்.

செய்முறை

* இரு கைகளின் விரல்களையும் அகல விரித்துக்கொள்ளுங்கள்.
* பெருவிரலை மடித்து, அதன் நுனிப் பகுதியால் மோதிர விரலின் கீழ்பகுதியில் உள்ள கோட்டைத் தொடவும்.
* அழுத்தம் வேண்டாம். சற்றே தொட்டுக் கொண்டிருந்தால் போதும்.
* முழுக் கவனத்தையும் முத்திரையின்மீது பதியுங்கள்.
* கண்களை மூடிக்கொள்ளுங்கள்.

அமரும் முறை

* ஆசனங்களில் பரிச்சயம் உள்ளவர்கள் பத்மாசனம் அல்லது அர்த்த பத்மாசனத்தில் அமர்ந்து செய்யலாம்.
* ஆசனங்களில் பரிச்சயமில்லாதவர்கள் சாதாரணமாக கால்களை மடக்கி சம்மண மிட்டு அமர்ந்தும் செய்யலாம். (இதையே 'சுகாசனம்' என்கிறோம்.)
* கால்களை மடக்கி தரையில் அமரமுடியாதவர்கள் ஒரு நாற்காலியில் அமர்ந்து செய்யவும். (உள்ளங்கால்கள் பூமியில் பதிந்திருக்கட்டும்).
* நாள்பட்ட நோய்களால் பீடிக்கப்பட்டு, படுத்த படுக்கையாக இருக்கும் நோயாளிகள் கூட, படுத்த நிலையிலேயே இந்த முத்திரையைச் செய்யலாம்.
* எந்த நிலையிலிருந்து செய்தாலும், கழுத்தும் முதுகும் வளைவின்றி நேராக இருப்பது அவசியம்.

சுவாசம்

* இயல்பான சுவாச நடை.
* சுவாசம் சற்றே ஆழமாகவும் சீராகவும் இருந்தால் போதும்.
* மூச்சை உள்ளே அடக்கும் 'கும்பகம்' கூடாது.

எப்போது செய்வது?

* தூய்மைப்படுத்தும் முத்திரையைச் செய்வதற்கு ஏற்ற நேரம் காலை வேளைதான்.

● டாக்டர் ஜாண் பி.நாயகம் ●

தூய்மைப்படுத்தும் முத்திரை

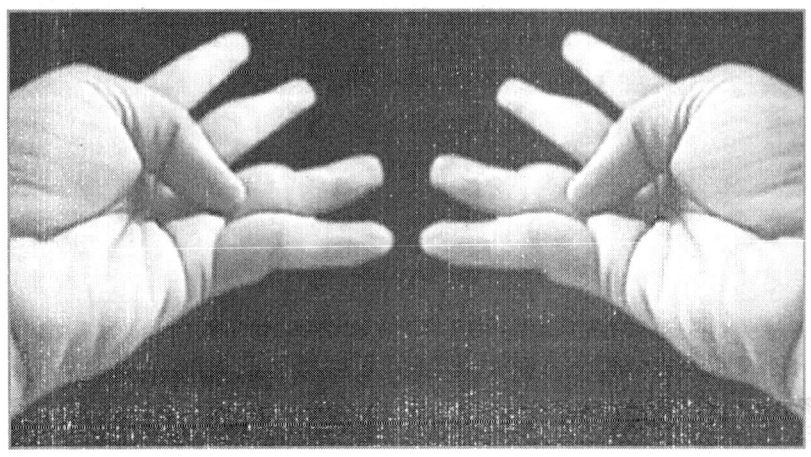

✱ காலையில் எழுந்தவுடன் பல் துலக்கி, காலைக் கடன்களை முடித்துவிட்டு இந்த முத்திரையைச் செய்யத் துவங்குங்கள்.

✱ ஒரு கப் நீர் வேண்டுமானால் அருந்தி விட்டுச் செய்யலாம்.

✱ காலை எழுந்தவுடன் காபி அல்லது தேநீர் குடித்தால் 30 நிமிடங்களுக்கு பின்னர் முத்திரையைச் செய்யலாம்.

✱ வெறும் வயிற்றில் செய்வது நல்லது.

✱ அதிகாலையிலேயே எழுந்துவிடும் பழக்கம் உள்ளவர்கள் பிரம்ம முகூர்த்தம் எனப்படும் அதிகாலை நான்கு முதல் ஐந்து மணி வரையுள்ள நேரத்தில் முத்திரைகளைச் செய்தால் பலன்கள் மேலும் அதிகமாகும்.

எவ்வளவு நேரம்?

✱ தினமும் காலையில் 15 நிமிடங்கள் மட்டும் செய்தால் போதும்

✱ பருவுடலில் தேங்கி நிற்கும் அழுக்குகளை அகற்ற தொடர்ந்து 15 நாட்கள் மட்டும் செய்தால் போதும்.

✱ மனோமய கோசத்தில் தேங்கி நிற்கும் எதிர்மறை எண்ணப் பதிவு களை அகற்ற குறைந்தபட்சமாக மூன்று மாதங்கள்- அதிகபட்சமாக ஆறு மாதங்கள் வரையிலும் தொடர்ந்து செய்யவேண்டும்.

பலன்கள்

தூய்மைப்படுத்தும் முத்திரையைத் தொடர்ந்து செய்துவரும்போது

● தந்திரயோகம் ●

படிப்படியாக ஒன்றன்பின் ஒன்றாக மூன்று நிலை பலன்களையும் உணர முடியும். அவை ஒவ்வொன்றையும் தனித்தனியே காணலாம்.

1. பருவுடல் சார்ந்த பலன்கள்

இந்த முத்திரையைச் செய்யும்போது முதல் 15 நாட்களிலேயே பருவுடல் சார்ந்த பலன்கள் முழுமையாகக் கிட்டிவிடும்.

✻ உடலிலுள்ள கழிவுப் பொருட்கள் அனைத்தும் முழுமையாக வெளியேறும்.

✻ பல வருடங்களாக உடலினுள் தேங்கிக் கிடக்கும் நச்சுப் பொருட்களும் வெளியேறிவிடும்.

✻ உடல் தூய்மையடையும்.

✻ உடலில் புத்துணர்வும் சுறுசுறுப்பும் ஏற்படும்.

✻ அசதி, உடல்சோர்வு, மந்தத்தன்மை போன்றவை மறைந்து போகும்.

✻ உடல் லேசாகும்.

✻ கழிவுப் பொருட்களின் தேக்கத்தால் பருவுடலில் உருவான நோய்களின் தாக்கம் படிப்படியாகக் குறையும்.

இந்த முத்திரையைச் செய்யத் துவங்கும்போது முதல் மூன்று நாட்களில் எந்த மாற்றமும் தெரியாது. நான்காவது நாளிலிருந்து கழிவுப் பொருட்கள் சிறிது சிறிதாக உடலைவிட்டு வெளியேறத் துவங்கும். இவை எந்த வழியாக வெளியேறுகின்றன என்பதைப் பொறுத்து பல மாற்றங்களை உணரமுடியும்.

கழிவுப் பொருட்கள் மலம் வழியாக வெளியேறும்போது

✻ மலம் சற்றே இளகலாகப் போகக்கூடும்.

✻ மலத்தின் நிறம் மாறும். கரும்பச்சை அல்லது கறுப்பு நிறமாக இருக்கும்.

✻ சிலருக்கு சளி சளியாக மலத்தில் வெளியேறும்.

✻ வெளியேறும் மலத்தின் அளவும் வீச்சமும் அதிகமாக இருக்கும்.

✻ தேங்கி நிற்கும் நச்சுப் பொருட்களின் அளவு மிக அதிகமாக

● டாக்டர் ஜாண் பி.நாயகம் ●

இருக்கும்பட்சத்தில் சிலருக்கு சற்றே வயிற்றுப் போக்கு ஏற்படலாம். இது நல்லதே. இதை நிறுத்த மாத்திரைகள், மருந்துகள் எதுவும் எடுக்கக்கூடாது. நச்சுப் பொருட்கள் ஓரளவு வெளியேறிய பின்னர் இது தானாகவே நின்றுவிடும்.

சிறுநீர் வழியாக வெளியேறும்போது

✷ சிறுநீரின் அளவு அதிகமாகும்.

✷ அடிக்கடி சிறுநீர் கழிக்க வேண்டியதிருக்கலாம்.

✷ சிறுநீர் ஆழ்ந்த மஞ்சள் அல்லது பிரௌன் நிறமாக மாறலாம்.

✷ வீச்சமும் அதிகமிருக்கும்.

வியர்வை வழியாக வெளியேறும்போது

சிலருக்கு நச்சுப் பொருட்கள் வியர்வை வழியாகக்கூட வெளியே வரும். குறிப்பாக, நீண்ட நாட்களாக சர்க்கரை வியாதி, ரத்த அழுத்த நோய் போன்றவற்றால் அவதிப்படுபவர்களுக்கு இது அதிகமாக நிகழும்.

✷ வியர்வையின் அளவு அதிகமாகும்.

✷ சிலருக்கு வியர்வையினால் உடலில் உப்புப் பூத்ததுபோன்று தோன்றும்.

✷ வியர்வை நாற்றமும் அதிகமாகலாம்.

✷ இரவில்கூட சிலருக்கு அதிகமாக வியர்த்துக்கொட்டும்.

உமிழ்நீரில் வெளியேறும்போது

சில வகை நச்சுப் பொருட்கள் உமிழ்நீரின் வழியாகவும் வெளியேறக் கூடும். இவ்வாறு வெளியேறும்போது-

✷ உமிழ்நீரில் கசப்புத்தன்மை தோன்றலாம்.

✷ சிலருக்கு வாயில் உலோகச் சுவை தோன்றும்.

✷ உமிழ்நீரின் சுரப்பு அதிகமாகலாம்.

மூச்சுக்காற்றில் வெளியேறும்போது

சில நச்சுப் பொருட்கள் மூச்சுக் காற்றின் வழியாகவும் வெளியேறும்.

✸ மூச்சுக் காற்றில் ஒருவித துர்வாசனை, கந்தக நெடி போன்றவை தோன்றும்.

குறிப்பு

✸ நச்சுப் பொருட்கள் இவற்றில் ஏதேனும் ஒரு வழியில் அல்லது பல வழிகளில் உடலைவிட்டு வெளியேறும்.

✸ சிலருக்கு மலம், சிறுநீர், வியர்வை, உமிழ்நீர், மூச்சுக்காற்று ஆகிய அனைத்திலுமே மாற்றங்கள் ஏற்படலாம்.

✸ இந்த மாற்றங்கள் முத்திரையைத் துவங்கிய நான்காவது நாளில் இருந்து தோன்றத் துவங்கும். சுமார் ஏழு நாட்கள் வரையில் தொடரும்.

✸ முத்திரை துவங்கிய 11 அல்லது 12-ஆவது நாளில் இந்த மாற்றங்கள் அனைத்தும் தானாகவே நின்றுவிடும். அவ்வாறு நிற்கும்போது நச்சுப் பொருட்கள் அனைத்தும் உடலைவிட்டு வெளியேறிவிட்டன என்று உறுதிப்படுத்திக் கொள்ளலாம்.

✸ சிலருக்கு- குறிப்பாக போதைப் பொருட்களை அதிக அளவில் நீண்ட காலம் உபயோகிப்பவர்களுக்கும், பல வருடங்களாக மாத்திரை, மருந்துகளை தொடர்ந்து உபயோகித்து வருபவர்களுக்கும் உடலில் நச்சுப் பொருட்களின் தேக்கம் மிக அதிக அளவில் இருக்கலாம். இவர்களுக்கு மட்டும் நச்சுப் பொருட்கள் முழுமையாக வெளியேறி முடிய மேலும் சில நாட்கள் ஆகலாம்.

✸ நச்சுப் பொருட்கள் முழுமையாக வெளியேறிய பின்னர் மேலும் மூன்று அல்லது நான்கு நாட்கள் இந்த முத்திரையைச் செய்த பின்னர் நிறுத்திக் கொள்ளலாம். (உத்தேசமாக 15 நாட்கள்).

அடுத்த நிலை பலன்களும் வேண்டுமென்றால் தொடர்ந்து முத்திரையைச் செய்துவர வேண்டும்.

2. மனம் சார்ந்த பலன்கள்

✸ மனதிலுள்ள கோபம், வெறுப்பு போன்ற எதிர்மறை எண்ணங்கள் அகலும்.

✸ நேர் சிந்தனைகள் மனதில் நிறையும்.

✸ மனம் படிப்படியாகப் பண்படும்.

● டாக்டர் ஜாண் பி.நாயகம் ●

இதே முத்திரையைத் தொடர்ந்து செய்து, மனம் பண்பட்ட நிலையில் மனோமய கோசத்தில் மாறுதல்கள் நிகழும்.

3. ஆன்மிக நிலை மாற்றங்கள்- பலன்கள்

✳ மனோமய கோசத்தில் தேங்கி நிற்கும் எதிர்மறை எண்ணப்பதிவுகள் படிப்படியாக மறைந்து போகும்.

✳ மனோமய கோசம் வலுவாகும்.

✳ சக்கரங்களிலும், நாடிகளிலும், கோசங்களிலும் உள்ள சக்தித் தடைகள் அகலும்.

✳ பந்த பாசங்கள் விலகும்.

✳ மாயையின் கட்டுகள் அவிழும்.

✳ ஆன்மா விடுதலை பெறும்.

குறிப்பு:

ஆன்மிக நிலை பலன்களைப் பெற இந்த முத்திரைப் பயிற்சியை மூன்று முதல் ஆறு மாதங்கள் வரையிலும் தொடர்ந்து செய்துவர வேண்டும்.

13

சோர்வடையாத உடல்-
சக்தி நிரம்பிய மனம்!

ஏற்கனவே சக்தி உடல்களில் தேங்கி நிற்கும் எண்ணப் பதிவுகளை அகற்றும்-

* பூரண ஞான முத்திரை
* தூய்மைப்படுத்தும் முத்திரை

ஆகிய இரண்டு முத்திரைகள் குறித்து விரிவாகக் கண்டோம். அடுத்ததாக சக்தி உடல்களைத் தூய்மைப் படுத்தும் மற்றொரு அருமையான முத்திரையைக் காணலாம்.

காளீஸ்வர முத்திரை

'கடவுள் அன்பே உருவானவன்' என்றே அனைத்து மதங்களும் போதிக்கின்றன. ஆனால் அநீதிகளும் அதர்மங்களும் தலைதூக்கும்போது அவற்றை அழிக்க கடவுள் எடுக்கும் ருத்ர வடிவமே காளி.

● டாக்டர் ஜாண் பி.நாயகம் ●

தீமையை அழித்து நன்மையை நிலைநாட்டுவதே காளி எனும் கோப வடிவத்தின் பணி. நாம் இப்போது காணப்போகும் தந்திர யோகப் பயிற்சி, நம் மனதில் மண்டிக்கிடக்கும் தீய எண்ணங்களை-அதர்மப் போக்குகளை அழித்து, மனதைப் பண்படுத்தும் ஒரு அருமையான பயிற்சியாகும். எனவேதான் இந்த முத்திரைக்கு நம் முன்னோர்கள் 'காளீஸ்வர முத்திரை' என்று பெயரிட்டனர்.

இந்த முத்திரை நமது மனதிலுள்ள தீமைகளை அழிப்பதோடு, நமது சக்தி உடலில்- குறிப்பாக மனோமய கோசத்தில் தங்கி நிற்கும் எதிர்மறை எண்ணப் பதிவுகளையும் அழித்துவிடும். மனோமய கோசம் தூய்மையடையும்.

செய்முறை

* ஒரு அமைதியான இடத்தில் அமர்ந்து மூன்று முறை மூச்சை

இழுத்துவிடுங்கள்.

* மனதையும் உடலையும் அமைதிப்படுத்துங்கள்.

* இரண்டு கை நடுவிரல்களின் நுனிப்பகுதிகளை ஒன்றாக இணையுங்கள்.

* பெருவிரல்களை விரித்து நுனிப்பகுதிகளை இணையுங்கள்.

* பிற மூன்று விரல்களையும் மடக்கி, அடுத்த கையின் மடக்கிய விரல்களை தொட்டுக் கொண்டிருக்கும்படி வைத்துக்கொள்ளுங்கள்.

* பெருவிரல்கள் உங்களது நெஞ்சுப் பகுதிக்கு அருகில் (அனாஹதச் சக்கரம்) இருக்கும்படி வைத்துக்கொள்ளுங்கள்.

* மனதை ஒருமுகப்படுத்தி, நீங்கள் செய்யும் முத்திரையின் மீது குவியுங்கள். மனம் ஒருமுகப்படுதல் எவ்வளவு அதிகமாக உள்ளதோ, அவ்வளவு அதிகமாக முத்திரையின் பலன்களும் இருக்கும் என்பதை நினைவில் கொள்ளுங்கள்.

சுவாசம்

பெரும்பாலான பிற முத்திரைகளிலும் சுவாசம் இயல்பாகவும் சீராகவும் இருக்கவேண்டும் என்றே கூறியிருக்கிறோம். மூச்சைப் பிடிப்பது (கும்பகம்) கூடாது என்றும் அறிவுறுத்தியுள்ளோம்.

ஆனால் காளீஸ்வர முத்திரையைச் செய்யும்போது மூச்சை சற்றே அடக்க வேண்டும்.

* சுவாசம் ஆழமாக இருக்கட்டும்.

* மூச்சை உள்ளே இழுத்து (உள் சுவாசம்) வெளியே விடும்முன் (வெளி சுவாசம்) சில வினாடிகள் மூச்சை உள்ளே அடக்கிக்கொள்ளுங்கள்.

* அடுத்ததாக மூச்சை வெளியே விட்டு மீண்டும் உள்ளே இழுக்கும் முன்னரும், ஒருசில வினாடிகள் மூச்சை அடக்கிக்கொள்ளுங்கள்.

* படிப்படியாக மூச்சை அடக்கும் நேரத்தை அதிகப்படுத்திக்கொண்டே வரவும்.

* உதாரணமாக- முத்திரையைத் துவங்கும்போது முதலில் இரண்டு வினாடிகள் மூச்சை உள்ளே நிறுத்துங்கள். பத்துமுறை அதுபோல் சுவாசித்த பின்னர் நான்கு வினாடிகள் மூச்சை உள்ளே நிறுத்துங்கள்.

● டாக்டர் ஜாண் பி. நாயகம் ●

✶ 20 முறை இவ்வாறு சுவாசித்த பின்னர் மூச்சை அடக்கும் நேரத்தை ஆறு வினாடிகளாக மாற்றுங்கள்.

✶ இரண்டு நிமிடங்கள் இவ்வாறு சுவாசித்த பின்னர், மூச்சை அடக்கும் நேரத்தை எட்டு வினாடிகளாக அதிகரியுங்கள்.

குறிப்பு

✶ ஆரம்ப நிலை பயிற்சியாளர்கள் அதிகபட்சமாக எட்டு வினாடிகள் மூச்சை உள் நிறுத்தினால் போதும்.

✶ ஏற்கெனவே பிராணாயாமப் பயிற்சிகளைத் தொடர்ந்து செய்து வருபவர்கள் 16 வினாடிகள் வரையில் மூச்சை கும்பகம் செய்யலாம்.

✶ உள்சுவாசம்- வெளிசுவாசத்திற்கு இடையே மட்டுமின்றி, வெளிசுவாசம்- உள்சுவாசத்திற்கு இடையிலும்கூட மூச்சை கும்பகம் செய்யவேண்டும் என்பதை நினைவில் கொள்ளுங்கள்.

அமரும் முறை

✶ பத்மாசனம், அர்த்த பத்மாசனம், வஜ்ராசனம் ஆகிய ஆசனங்கள் காளீஸ்வர முத்திரைக்கு மிகவும் ஏற்றவை.

✶ ஆசனங்களில் பரிச்சயமில்லாதவர்கள் கால்களை மடக்கி சம்மணமிட்டு அமர்ந்து செய்யவும். (சுகாசனம்).

✶ கால்களை மடக்க முடியாதவர்கள் ஒரு நாற்காலியில் அமர்ந்தும் செய்யலாம். உள்ளங்கால்கள் தரையில் பதிந்திருக்கவேண்டும்.

✶ எந்த நிலையில் அமர்ந்து செய்தாலும், முதுகு, கழுத்து ஆகியவை வளைவின்றி, நேராக இருப்பது அவசியம்.

எவ்வளவு நேரம்?

✶ ஒருவேளையில் இருபது நிமிடங்கள்வரை தொடர்ந்து செய்யலாம்.

✶ ஆரம்ப நிலைகளில் இருபது நிமிடங்கள் தொடர்ந்து செய்வது சற்றே சிரமமாக இருக்கலாம். அப்படி இருந்தால், காலையில் பத்து நிமிடங்கள், மாலையில் பத்து நிமிடங்கள் என இரண்டு வேளையாகப் பிரித்துச் செய்யலாம்.

✶ எட்டு நிமிடங்களுக்குக் குறைவாகச் செய்தால் முத்திரையின் பலனை உணரமுடியாது என்பதை நினைவில் வைத்துக்கொள்ளுங்கள்.

பலன்கள்

* மனதிலுள்ள அழுக்குகளும் தீயசிந்தனைகளும் படிப்படியாக அழிந்து மறையும்.

* நேர்மை, நியாயம், நீதி, தர்மம் போன்ற உயர் சிந்தனைகள் மனதில் நிறையும்.

* கோபம், வெறுப்பு, சுயநலம், பொறாமை போன்ற எதிர்மறை எண்ணங்கள் மனதிலிருந்து படிப்படியாக அகலும்.

* அன்பு, பாசம், கருணை, இரக்கம், பொதுநலம் நாடுதல் போன்ற நல்ல குணங்கள் மனதில் உருவாகும்.

* தன்னம்பிக்கை பெருகும். மனதிலிருக்கும் தேவையற்ற பயங்கள், தயக்கங்கள் மறைந்து, எந்தச் சூழலையும் தைரியமாக எதிர்கொள்ளும் மனத் திண்மை, தைரியம், தன்னம்பிக்கை ஆகியவை உருவாகும்.

* காளி என்பது சக்தியின் வடிவம். இந்த காளீஸ்வர முத்திரையைத் தொடர்ந்து செய்துவர, உங்களது உடலின் சக்திநிலை படிப்படியாக உயர்ந்துகொண்டே வரும்.

* பருவுடல் மட்டுமின்றி, உங்களது சக்தி உடல்களிலும் சக்தி நிறைந்து வழியும். எவ்வளவு நேரம் தொடர்ந்து வேலை செய்தாலும், களைப்பு, சோர்வு போன்றவை உங்களை அண்டாது.

* சக்தி உடல்களில் தேங்கி நிற்கும் எதிர்மறை எண்ணப் பதிவுகளும் படிப்படியாகக் கரைந்துபோகும்.

* எதிர்மறை எண்ணப் பதிவுகளால் உருவான நோய்களும் படிப்படியாகக் குறைந்து, சில மாதங்களில் முற்றிலுமாக மறைந்துபோகும்.

உடனடி சக்தி

* காலையில் வேலையைத் துவங்கும்போது பெரும்பாலான மனிதர்களும் சுறுசுறுப்பாகவே துவங்குகிறார்கள்.

* நேரம் செல்லச் செல்ல உடலும் மனமும் களைப்படையத் துவங்குகிறது. அந்த வேளையில்தான் சலிப்பு, கோபம், எரிச்சல் போன்ற மனநிலை மாறுதல்களும் எட்டிப்பார்க்கும்.

● டாக்டர் ஜாண் பி.நாயகம் ●

* இத்தகைய உடல்நிலை, மனநிலை ஆகியவை இருக்கும்போது நீங்கள் எடுக்கும் பெரும்பாலான முடிவுகள் சரியாக இராது.

* காளீஸ்வர முத்திரையைத் தொடர்ந்து செய்துவந்தால் சோர்வு, களைப்பு போன்றவை உங்களிடம் அண்டாது; மனநிலையும் சீராக இருக்கும்.

* எப்போதாவது அதிக வேலைப் பளுவால் உடல் சோர்வடைவது போன்று தோன்றினால் உடனடியாக காளீஸ்வர முத்திரையைச் செய்யுங்கள். பத்து நிமிடங்களில் உடலில் புது சக்தியும் உத்வேகமும் உருவாவதை உங்களால் உணரமுடியும்.

எவ்வளவு நாட்கள் செய்வது?

* காளீஸ்வர முத்திரையை தினமும் 20 நிமிடங்கள் வீதம் 15 நாட்கள் செய்யும்போதே பலவிதமான உடல்ரீதியான- மனரீதியான மாற்றங்கள் உங்களுக்குள்ளே நிகழுவதை நீங்கள் உணரமுடியும்.

* குறைந்தபட்சம் இரண்டு மாதங்கள் இந்த முத்திரைப் பயிற்சியை செய்து வந்தால் மனம் பண்படும்; உடலின் சக்தி நிலை உயரும். எண்ணப் பதிவுகள் அகலும்.

* இரண்டு மாதங்களுக்குப் பின்னர், வாரம் ஒருமுறை என வாழ்நாள் முழுவதும் இந்த முத்திரையைச் செய்து வரலாம்.

* உடல் சோர்வை நீங்கள் உணரும்போது உடனடியாக இந்த முத்திரையைச் செய்யுங்கள்; சக்தி பெருகும்.

* மனதில் எதிர்மறை எண்ணங்களோ பயங்களோ அல்லது மன சாட்சிக்கு விரோதமான- தர்ம நியாயங்களுக்கு எதிரான செயல்களில் ஈடுபட உந்துதலோ எழும்போது உடனடியாக காளீஸ்வர முத்திரையைச் செய்யுங்கள். தீயவை முளையிலேயே கிள்ளி எறியப்பட்டுவிடும்.

● தந்திரயோகம் ●

14

ஆன்மாவின் பிரபஞ்ச பயணம்!

நமது சக்தி உடல்களின் நான்காவது அடுக்கே விஞ்ஞானமய கோசம் என்றழைக்கப்படுகிறது. இது, மூன்றாவது கோசமான மனோமய கோசத்தைவிட அடர்த்தி குறைவானது. மேலும் நுட்பமானது.

பருவுடல், அன்னமய கோசம், பிராணமய கோசம், மனோமய கோசம் ஆகிய அனைத்தையும் தன்னுள் அடக்கியுள்ளது இந்த விஞ்ஞானமய கோசம்.

அந்தக்கரணங்களான அறிவு, மனம், அகங்காரம், சித்தம் ஆகிய நான்கில் முதல் மூன்றும் மனோமய கோசத்தோடு தொடர்பு கொண்டவை.

இவற்றுள் முதல் மூன்றும் (அறிவு, மனம், அகங்காரம்) நமது ஐம்புலன்களோடு தொடர்புடையவை- புலன்களால் ஆளப்படுபவை என்பதை ஏற்கெனவே விரிவாகக் கண்டோம். 'சித்தம்' என்ற நான்காவது அந்தக்கரணத்தைக் குறித்தும், அதோடு தொடர்புடைய விஞ்ஞானமய கோசம்

● டாக்டர் ஜாண் பி.நாயகம் ●

குறித்தும் சற்றே விரிவாகக் காணலாம்.

சித்தம்

நமது ஐம்புலன்களிலுமிருந்து வருகின்ற செய்திகள் மனதில் சென்று பதிகின்றன. அறிவு (புத்தி) அந்தச் செய்திகளை நல்லது, கெட்டது எனப் பிரித்து உணர்கிறது. இந்த செய்திகளுக்கு ஏற்ப, எவ்விதமாக வினைபுரிவது என்பதை 'தன் முனைப்பு' எனும் அகங்காரம் தீர்மானித்து செயலாற்றுகிறது.

மனம், அறிவு, அகங்காரம் ஆகிய மூன்றும் ஒன்றுடன் ஒன்று பின்னிப் பிணைந்தவை. இவை மூன்றுமே புலன்களின் இச்சைகளுக்குள் கட்டுப்பட்டுக் கிடப்பவை. புலனிச்சைகளால் ஆளப்படுபவை.

சித்தம் என்பது இவை மூன்றையும்விட மேலானது. புலனிச்சைகளுக்கு அப்பாற்பட்டது. ஒரு விஷயத்தை பல கோணங்களில் அலசி ஆராய்ந்து, அதன் சாதக, பாதகங்களை சீர்தூக்கிப் பார்த்து தீர்மான மான ஒரு முடிவை எடுப்பது 'சித்தம்'.

மனமும் அறிவும் அவ்வப்போது வரும் செய்திகளை உடனுக்குடன் ஆராய்ந்து சட்டென முடிவெடுக்கும். அறிவினால் எடுக்கப்படும் முடிவுகள் சட்டெனத் தோன்றி, குறுகிய காலத்திலேயே மறைந்து அல்லது மறந்து போகக்கூடியவை.

ஆனால் சித்தத்தினால் எடுக்கப்படும் முடிவுகள் நீண்ட கால சிந்தனைக் குப் பிறகு எடுக்கப்படுபவை. நீடித்து நிற்பவை. நிலைத்தன்மை கொண்டவை.

மூன்றுவித உணர்வு நிலைகள்

மனிதர்கள் மூன்றுவிதமான உணர்வு நிலைகளில் மாறி மாறி வாழ்கின்றனர்.

1. விழிப்பு நிலை (ஜாக்கிரதா).

2. கனவுத் தூக்க நிலை (சுவப்னா).

3. ஆழ் தூக்க நிலை (சுசுப்தி).

இவற்றிற்கும் மேலாக நான்காவது நிலையான துரிய நிலையும் ஐந்தாவது நிலையான சமாதி நிலையும் உள்ளன. அவை குறித்து தற்போது நாம் காணவேண்டியதில்லை. முதல் மூன்று உணர்வு

நிலைகளைக் குறித்து மட்டும் சுருக்கமாகக் காணலாம்.

விழிப்பு நிலை

நாம் நமது முழு உணர்வோடு, சுயநினைவோடு இருக்கும் நிலையே விழிப்பு நிலை. (தூக்க நிலைக்கு எதிர் நிலை). விழிப்பு நிலையில் நமது ஐம்புலன்களும் முழுமையாக வேலை செய்கின்றன.

இந்த நிலையில் புலன்களிலிருந்து வரும் செய்திகளை 'மனம்' உள்வாங்கிக் கொள்கிறது. அறிவு (புத்தி) அதை ஆராய்கிறது. இவை இரண்டின் அடிப்படையில் 'அகங்காரம்' செயல்படுகிறது.

விழிப்பு நிலையில் ஐம்புலன்களும் தமது முழுத் திறமையோடு செயல்புரிகின்றன. மனமும் அறிவும் முழு விழிப்பு நிலையில் இருக்கின்றன. எனவேதான் இந்த நிலையை வடமொழியில் 'ஜாக்கிரதா' நிலை என்கிறார்கள்.

கனவுத் தூக்க நிலை

நமது தூக்கத்தை நவீன விஞ்ஞானம் இரண்டு பகுதிகளாகப் பிரிக்கிறது.

- கனவுகள் வரும் தூக்கம்.
- கனவுகள் இல்லாத தூக்கம்.

இந்த இரண்டும் மாறி மாறி வருவதாக நவீன விஞ்ஞானம் கண்டுபிடித்துள்ளது.

கனவுகள் வரும்போது நமது மூடிய விழிகளுக்குள் கண்கள் அங்கும் இங்குமாக அசைந்துகொண்டேயிருக்கும். எனவே இந்த தூக்க நிலையை நவீன விஞ்ஞானம் REM Sleep- Rapid Eye Movement Sleep என்றழைக்கிறது. கண்கள் விரைவாக அசையும் தூக்க நிலை!

விழிப்பு நிலையில் நாம் ஒரு நிகழ்ச்சியைப்பார்த்துக் கொண்டிருக்கும் போது எப்படி கண்கள் அங்குமிங்கும் அசைந்து கொண்டிருக்குமோ, அதுபோன்றே நாம் கனவு காணும்போதும், நமது மூடிய இமைகளுக்குள் கண்கள் அங்குமிங்கும் அசைந்து கொண்டே யிருக்கும்!

கனவுகள் இல்லாத தூக்கமே ஆழ்நிலைத் தூக்கம் எனப்படுகிறது. இந்த ஆழ்நிலைத் தூக்கத்திலேயே உடலுக்கும், மூளைக்கும் முழுமையான ஓய்வு கிடைக்கிறது. இந்த நிலையில் கனவுகள் வராது.

கண்களும் அசையாது. எனவே இந்த தூக்க நிலையை நவீன விஞ்ஞானம் கண் அசைவுகளற்ற தூக்க நிலை (Non- REM Sleep) என்கிறது.

தூக்கத்தில் இவ்வாறு இருநிலைகள் இருப்பதை நவீன விஞ்ஞானம் சுமார் 100 ஆண்டுகளுக்கு முன்னர்தான் கண்டறிந்தது. ஆனால் பல நூறு ஆண்டுகளுக்கு முன்னரே நமது முன்னோர்களுக்கு இது தெரிந்திருந்தது!

நமது தொன்மையான தந்திர நூல்களில் இந்த இரு நிலைகளைப் பற்றிய விரிவான விளக்கங்கள் உள்ளன!

இரண்டாவது நிலையான கனவுத் தூக்க நிலையில் ஐம்புலன்களும் உறங்கி விடுகின்றன! எனவே புதிதாக எந்த செய்தியும் மனதிற்குள் செல்லாது. விழிப்பு நிலையில் புலன்களின் வழியாக மனதில் சென்று பதிந்த செய்திகளை, புத்தி (அறிவு) மீண்டும் ஒருமுறை ஓடவிட்டுப் பார்த்து, தேவையானவற்றை மனதில் தக்க வைத்துக்கொள்ளும். தேவையில்லை என புத்தி நினைப்பவை அழிக்கப்பட்டு விடுகின்றன.

இந்த நிலையை வடமொழியில் 'சுவப்ன' நிலை என்கிறார்கள். இந்த நிலையில் ஆன்மா தைஜச நிலையில் இருப்பதாக தந்திரயோக நூல்கள் குறிப்பிடுகின்றன.

ஆழ்நிலைத் தூக்கம்

கனவு நிலைத் தூக்கத்திற்கு அடுத்த நிலை, ஆழ்நிலைத் தூக்க நிலையாகும். இந்த நிலையில் கனவுகள் இராது.

இந்த நிலைத் தூக்கத்தில் ஐம்புலன்கள் மட்டுமின்றி, மனமும் புத்தியும்கூட உறங்கிப் போய்விடுகின்றன. தன்னிலை மறந்த தூக்கம்! இதை வடமொழியில் சுசுப்தி நிலை என்பார்கள்.

இந்த நிலையில்தான் சாதாரணமாக முதல் இரண்டு நிலைகளில் நடைபெறாத பல மாற்றங் கள் நிகழுகின்றன.

- நமது ஆழ்மனம் முழுவீச்சுடன் செயல் படத் துவங்குகிறது.
- நமது சித்தம் என்பதும் இந்த நிலையில் முழுத்திறனோடு செயல்படத் துவங்கும்.
- நமது ஆத்மா நமது சக்தி உடல்களோடு இணைந்து செயலாற்றும்.
- ஆழ்மனது பிரபஞ்ச ஞானத்தோடு இணைகிறது.

- விடைதெரியாத பல கேள்விகளுக்கு இந்த நிலையில் விடை கிடைக்கிறது.

- ஆழ்தூக்க நிலையில் இருக்கும் ஆன்மா, கடவுளோடு (பிரபஞ்ச சக்தியோடு) இணைந்திருப்பதாக தந்திரயோக நூல்கள் கூறுகின்றன. இவ்வாறு ஜீவாத்மா ஒரு குறுகிய காலத்திற்கு பரமாத்மாவோடு இணைந்திருக்கும் நிலையை 'பிரம்ம நிலை' என்று அழைக்கிறோம்.

- இந்த பிரம்ம நிலையில் நமது ஆன்மா சக்தி உடலைவிட்டு வெளியே செல்லமுடியும். பல்வேறு லோகங்களில் சஞ்சரித்துவிட்டு மீண்டும் உடலுக்குள் வந்து சேர்ந்துவிட முடியும்! இதையே 'பிரபஞ்சப் பயணம்' (ASTRAL TRAVEL) என்கிறோம்.

- அனைவரது ஆன்மாவும் ஆழ்நிலைத் தூக்கத்தில் இந்த பிரபஞ்சப் பயணத்தில் ஈடுபடுகிறது! இது நாம் அறியாமல் தானாகவே நடைபெறுகிறது.

- குழந்தைப் பருவத்தில் இது அடிக்கடி நிகழும். பெரும்பாலும் ஒவ்வொரு நாளும் தூக்கத்தின்போது நடைபெறுகிறது!

- குழந்தைகளது ஆன்மாக்கள் ஆழ்நிலைத் தூக்கத்தில் பல உலகங்களுக்கும் சுற்றித்திரிந்து, பல விஷயங்களை புதிது புதிதாகக் கற்றுக்கொள்கின்றன!

- வயதாக வயதாக பிரபஞ்சப் பயணம் நடப்பது படிப்படியாகக் குறையும். ஆனால் முற்றிலுமாக நின்றுவிடாது. அவ்வப்போது நடந்துகொண்டுதான் இருக்கும்.

- பல விஞ்ஞானிகளுக்கும் மேதைகளுக்கும் பல சிக்கலான கேள்விகளுக்கான விடைகள் கனவுகளில்தான் வந்ததாக சரித்திரம் கூறுகிறது.

- கணிதமேதை ராமானுஜர் படுக்கும்போது, படுக்கையின் அருகிலேயே ஒரு நோட்டும் பென்சிலும் வைத்துவிட்டுத்தான் படுப்பாராம்.

பல புதிய தியரங்கள் அவருக்கு ஆழ்நிலைத் தூக்கத்தில்தான் கனவு போல் வந்திருக்கிறது. (அவை கனவுகள் அல்ல. ஆழ்நிலைத் தூக்கத்தில் சித்தமும், ஆழ்மனமும் பிரபஞ்சஞானத்தோடு தொடர்புகொண்டு

● டாக்டர் ஜாண் பி.நாயகம் ●

பெறும் செய்திகளே அவை).

சற்றே விழிப்பு வந்ததும் உடனே அந்த தியரங்களை நோட்டில் குறித்து வைத்துவிட்டு மீண்டும் தூங்கிவிடுவாராம்!

நம் அனைவருக்குமே இந்த அனுபவங்கள் நிகழ்ந்திருக்கும். ஆழ்நிலைத் தூக்கத்தில் பல புதிய சிந்தனைகள், திட்டங்கள் தோன்றும். ஆனால் காலையில் விழிக்கும்போது அவை நினைவில் இராது!

ஆழ்நிலைத் தூக்கத்தில் சித்தத்திலிருந்தும், ஆழ்மனதிலிருந்தும் வருகின்ற செய்திகளை சற்றே தூக்கம் கலையும்போது (ஆழ்நிலைத் தூக்க நிலையிலிருந்து கனவு நிலைத் தூக்கத்திற்கு மாறும்போது) உடனே எழுதி வைத்து விட்டு மீண்டும் தூங்கலாம். பிரபஞ்ச ஞானத்திலிருந்து வரும் செய்திகள் நமது வாழ்க்கையை மிகமிக உயர் நிலைக்குக் கொண்டுசெல்லும் சக்திவாய்ந்தவை.

விஞ்ஞானமய கோசத்தை வலுப்படுத்தும் வழிகள்

ஒவ்வொரு கோசத்தையும் வலுப்படுத்தும் வழிமுறைகளையும் நமது முன்னோர்கள் கண்டுபிடித்து எழுதிச்சென்றுள்ளனர்.

விஞ்ஞானமய கோசம் சித்தத்தால் ஆளப்படும் கோசம். எனவே சித்தத்தை சீர்செய்து வலுப்படுத்துவதன் மூலமே விஞ்ஞானமய கோசத்தை வலுப்படுத்த முடியும்.

'சித்தம் தெளிந்தவன் சித்தன்' என்று கூறுவதுண்டு. சித்தத்தை தெளிய வைக்கும் வழிமுறைகளையே நமது தந்திர யோகிகளும், சித்தர்களும் கூறிச் சென்றுள்ளனர்.

நான் நடத்தும் தந்திர யோகப் பயிற்சிகளின் உயர் நிலைகளில் (மூன்றாம் நிலை, நான்காம் நிலைப் பயிற்சிகளில்) இந்த வழிமுறைகளை விரிவாகக் கற்றுத் தருகிறேன்.

- சில தந்திர யோக சுவாச முறைகள்.
- முத்திரைகளோடு கூடிய சில பயிற்சிகள்.
- யந்திர தியானம்.
- மந்திர யோகம் போன்ற பல வழிமுறைகள் உள்ளன.

இவை அனைத்தும் மிகமிக எளிமையானவை. ஆனால் மிகவும்

சக்திவாய்ந்தவை.

முதல் மூன்று கோசங்களான அன்னமய கோசம், பிராணமய கோசம், மனோமய கோசம் ஆகியவற்றை வலுப்படுத்தும் வழிமுறை களை நீங்கள் புத்தகங்கள் மூலமாகவே கற்றுக்கொண்டு பயிற்சிகளில் ஈடுபடமுடியும்.

நான்காவது கோசமான விஞ்ஞானமய கோசம், ஐந்தாவது கோசமான ஆனந்தமய கோசம் ஆகியவற்றை வலுப்படுத்தும் வழிமுறைகள் மிகவும் நுட்பமானவை- மிகமிக சக்திவாய்ந்தவை. ஒரு குருவின் துணையின்றி இந்தப் பயிற்சிகளில் ஈடுபட முடியாது. இதற்காகவே நேரடி தந்திர யோக பயிற்சி வகுப்புகளை நான் தொடர்ந்து நடத்திவருகின்றேன். ஆர்வம் உள்ளவர்கள் அவற்றில் கலந்து கொள்ளலாம்.

● டாக்டர் ஜாண் பி.நாயகம் ●

15

பரமானந்தத்தில் திளைக்கச் செய்யும் ஆனந்தமய கோசம்!

இதுவரையில் நமது பருவுடலைச் சுற்றி நிற்கும் சக்தி உடல்களில், முதல் நான்கு சக்தி உடல்களைக் குறித்து விரிவாகக் கண்டோம். இறுதியாக, ஐந்தாவது சக்தி உடலான 'ஆனந்தமய கோசம்' குறித்த சில விளக்கங்களைக் காணலாம்.

ஆனந்தமய கோசம் பிற நான்கு கோசங்களை விடவும் மிகமிக நுண்ணிய அணுத்துகள்களால் ஆனது. சக்தி நிலையில் பிற கோசங்களைவிட மிக உயர்ந்த நிலையில் உள்ள கோசம் இது.

அன்னமய கோசம், பிராணமய கோசம், மனோமய கோசம், விஞ்ஞானமய கோசம் ஆகிய நான்கு கோசங் களையும் தன்னுள்ளே அடக்கியுள்ள கோசம் இது.

மேலைநாட்டு மெய்ஞ்ஞானிகள் இந்த கடைசி கோசத்தை ஒரு தங்க முட்டைக்கு (Golden Egg) ஒப்பிடுகின்றனர். பிற கோசங்களைவிட பிரகாசமானது.

இந்த கடைசி கோசம் நமது பருவுடலையும், பிற நான்கு சக்தி உடல்களையும் பாதுகாக்கும் ஒரு உறுதியான அரணாக உள்ளது. இந்த கோசம் வலுவாக இருக்கும் வரையில் நோய் உருவாக்கும் கிருமிகளோ, தீயசக்திகளோ நம்மைத் தாக்க முடியாது!

ஏதேனும் காரணங்களால் ஆனந்தமய கோசம் வலுவிழக்கும் போதுதான் நோய்கள் நம்மைத்

● தந்திரயோகம் ●

தாக்குகின்றன. பில்லி, சூன்யம், ஏவல் போன்ற தீய அதிர்வுகளும் நம்மைத் தாக்கும். ஆக, இவற்றிலிருந்து நம்மைப் பாதுகாத்துக்கொள்ள இந்த ஆனந்தமய கோசம் உறுதியாக இருப்பது அவசியம்.

ஆனந்தமய கோசம் உயர்நிலைச் சக்கரங்களா ஆக்ஞை, சகஸ்ராரம் ஆகிய இரு சக்கரங்களோடு தொடர்புடைய கோசமாகும். இந்த சக்கரங்களை தந்திர யோகப் பயிற்சிகளின் மூலம் வலுவாக்கும்போது ஆனந்தமய கோசமும் வலுவடையும்.

இந்த ஐந்தாவது கோசம் மந்திர அதிர்வுகளால் தூண்டப்படும் ஒரு கோசமாகும். தந்திர யோகத்தின் உயர்நிலைப் பயிற்சியான மந்திர யோகத்தின் மூலமாகவே இந்த கோசத்தை வலுப்படுத்த முடியும். எனவே இந்த கோசத்திற்கு 'மந்திர கோசம்' என்ற பெயரும் சில பழமையான தந்திர யோக நூல்களில் காணப்படுகின்றன.

சில குறிப்பிட்ட மந்திரங்களை சரியான உச்சரிப்புடன் தொடர்ந்து உச்சாடனம் செய்துவந்தால் படிப்படியாக ஆனந்தமய கோசம் விரிவடையும்; வலுவாகும்.

உணர்வு நிலையும் ஆனந்தமய கோசமும்

விழிப்பு நிலை, கனவுத் தூக்க நிலை, ஆழ்தூக்க நிலை ஆகிய மூன்றும், முதல் நான்கு கோசங்களுடன் தொடர்புடையவை.

✷ நான்காவது உணர்வு நிலையான துரிய நிலையில் விஞ்ஞானமய கோசமும், ஆனந்த மய கோசமும் செயல்படுகின்றன.

✷ இறுதி உணர்வு நிலையான துரியாதீத நிலையில் (பரமானந்த நிலை) ஆனந்தமய கோசம் செயல்படும்.

✷ இந்த உணர்வு நிலையில் ஆன்மா எல்லையற்ற ஆனந்த நிலையில் ஊறித் திளைக்கும். மாயையின் கட்டுகளும், ஐம்புலன்களின் ஆளுமையும் அறுந்த நிலை இது.

✷ இந்த பரமானந்த நிலையை ஆன்மாவுக்குத் தருவது ஐந்தாவது கோசமே. எனவேதான் இந்த கோசத்தை ஆனந்தமய கோசம் என்று அழைக்கின்றனர்.

கோசங்களும் அவற்றை வலுப்படுத்தும் தந்திர யோக வழிமுறைகளும்

ஒவ்வொரு கோசத்தையும் வலுப்படுத்தும் வழிமுறைகளை தந்திர

யோகம் மிகத் தொன்மையான காலத்திலேயே கண்டுபிடித்து விட்டது. இந்த வழிமுறைகள் எவை என்பது குறித்து ஏற்கெனவே விரிவாகக் கண்டோம். மீண்டும் ஒருமுறை அவற்றை சுருக்கமாகக் காணலாம்.

1. அன்னமய கோசம்

* உணவால் ஆளப்படும் கோசம்.

* சரியான உணவு முறை, உணவு உண்ணும்போது செய்யவேண்டிய சில தந்திர யோக முத்திரைகள் மூலமாக இந்த கோசத்தை வலுப்படுத்த முடியும். (இந்த முத்திரைகள் குறித்து நான் எழுதிய 'அன்றாட வாழ்க்கைக்கு அத்தியாவசியமான முத்திரைகள்' என்ற நூலில் விரிவாக எழுதியிருக்கிறேன். 'நக்கீரன்' வெளியீடு).

2. பிராணமய கோசம்

* பிராண சக்தியால் (மூச்சு) ஆளப்படும் கோசமாகும்.

* சில எளிய தந்திர யோக சுவாசப் பயிற்சிகள் மூலம் இந்த கோசத்தை வலுப்படுத்த முடியும்.

* வயிறு சுவாசம், முழு உடல் சுவாசம் ஆகிய பயிற்சிகள் குறித்து ஏற்கெனவே கண்டோம். அவற்றை மீண்டும் நினைவு படுத்திக்கொள்ளுங்கள்.

* தந்திர யோக நேரடிப் பயிற்சிகளின் உயர்நிலைகளில் மேலும் சில எளிய பிராணாயாமப் பயிற்சிகளைக் கற்றுத் தருகிறோம்.

* இந்த சுவாசப் பயிற்சிகளைத் தொடர்ந்து செய்துவரும்போது பிராணமய கோசம் வலுவாகும்.

* இவை தவிர, பிராண முத்திரை, சக்தி முத்திரை போன்ற முத்திரைகளின் மூலமாகவும் இந்த கோசத்தை வலுப்படுத்த முடியும்.

3. மனோமய கோசம்

* மனதால் ஆளப்படும் கோசம் இது.

* எண்ணங்கள் சீரானால் இந்த கோசமும் சீராகும்.

* பக்தி மார்க்கம், ஞான மார்க்கம் ஆகிய இரண்டுமே இந்த கோசத்தை வலுப்படுத்தும்.

* இந்த கோசத்தில் தேங்கிவிடும் எதிர்மறை எண்ணப்பதிவுகளே

● தந்திரயோகம் ●

பெரும்பாலான நாள்பட்ட நோய்களுக்கும் மூலகாரணமாக அமைகிறது.

✷ எதிர்மறை எண்ணப் பதிவுகளை அகற்றும் காலச்சக்கர முத்திரை, தூய்மைப்படுத்தும் முத்திரை, காளீஸ்வரி முத்திரை ஆகிய மூன்று தந்திர யோக முத்திரைகள் குறித்து ஏற்கெனவே கண்டோம்.

4. விஞ்ஞானமய கோசம்

✷ சித்தத்துடன் தொடர்புடையது விஞ்ஞானமய கோசம்.

✷ சித்தம் தெளியும்போதுதான் விஞ்ஞானமய கோசம் வலுவாகும். இதற்கான தந்திர யோகப் பயிற்சிகளை நீங்கள் நேரடிப் பயிற்சி முகாம்களின் வழியாகவே கற்றுக்கொள்ள முடியும்.

✷ யந்திரங்களால் இந்த கோசம் தூண்டப்படும்; வலுவடையும். தந்திர யோக யந்திரா தியானத்தின் மூலமாக இந்த கோசத்தை விரிவடையச் செய்யலாம்.

5. ஆனந்தமய கோசம்

✷ நோய் வராமல் தடுக்கும் கோசம்.

✷ மந்திர ஒலிகளால் தூண்டப்படும் கோசம்.

✷ தந்திர யோக மந்திர உச்சாடனங்களால் மட்டுமே இந்த கோசத்தைத் தட்டியெழுப்ப முடியும்.

✷ இந்த மந்திர யோகத்தை ஒரு குருவிடமிருந்து மட்டுமே உபதேசமாகக் கற்றுக்கொள்வதே சிறப்பு.

விஞ்ஞான ஆதாரங்கள்

சக்தி உடல்கள் இருப்பது உண்மையா என்ற சந்தேகம் எழுவது இயல்புதான். இந்த சக்தி உடல்கள் (ஆரா) இருப்பதை விஞ்ஞானப் பூர்வமாக நிரூபிக்க முடியும். கிரில்லியன் போட்டோகிராபி (Kirlian Photography) என்ற முறை இதற்கு உதவியாக உள்ளது.

சீமோன் கிரில்லியன் (Seymon kirlian) என்ற சோவியத் நாட்டு விஞ்ஞானி இந்த முறையைக் கண்டுபிடித்ததால் அதற்கு கிரில்லியன் போட்டோகிராபி என்று பெயரிடப்பட்டுள்ளது.

இந்த முறையில் ஒரு மனிதரை புகைப்படம் எடுக்கும்போது, அவரது உடலைச் சுற்றி பல வண்ணங்களில் இந்த சக்தி உடல்கள் பரந்து

நிற்பதை துல்லியமாகக் காணமுடியும். மனிதர் களுக்கு மட்டுமின்றி அனைத்து உயிரினங்களுக்கும் இந்த ஆரா உள்ளது என்பதையும் இந்த புகைப்படங்கள் நிரூபிக்கின்றன. தாவரங்களுக்கும்கூட ஆரா (சக்தி உடல்) உள்ளது.

இந்த புகைப்படங்களைக் காண கூகுள் இமேஜஸ்- ஆரா அல்லது கிரில்லியன் போட்டோகிராபிஸ் (Google Images Aura, Google Images- Kirlian Photographs) என்று இணையத்தில் தேடவும். பல்லாயிரம் புகைப்படங்கள் உள்ளன.

மெய்ஞ்ஞானம் கூறியவற்றை நவீன விஞ்ஞானத்தின் மூலம் நிரூபிக்க முடியும் என்பதற்கு இந்த கிரில்லியன் புகைப்படங்கள் சான்றாக உள்ளன.

இறுதியாக...

தந்திர யோகம் பாகம் 1-ல் தந்திர யோகம் என்றால் என்ன? அதன் பிரிவுகள், வழிமுறைகள், தொன்மையான தந்திர யோக நூல்கள் ஆகியவை குறித்து விரிவாகக் கண்டோம்.

இந்த இரண்டாம் பாகத்தில் சக்தி உடல்கள் குறித்தும், அவற்றை வலுவாக்கும் தந்திர யோக வழிமுறைகள் குறித்தும் விரிவாகக் கண்டோம்.

நமது உடலில் தோன்றும் அனைத்து நோய்களுமே (விபத்து களால் அடிபடுவது போன்றவை தவிர) முதலில் சக்தி உடல்களில் தான் உருவாகின்றன. சக்தி உடல்களில் ஏற்படும் மாற்றங்களும் பாதிப்புகளும் ஒரு குறிப்பிட்ட அளவிற்குமேல் செல்லும்போதுதான் அவை நோய்களாக பருவுடலில் பிரதிபலிக்கின்றன.

எனவே நாள்பட்ட நோய்களை முற்றிலுமாக சரிசெய்ய, சக்தி உடல்களில் ஏற்பட்ட பாதிப்புகளை சரிசெய்ய வேண்டும். இதற்கான வழிமுறைகள் என்ன என்பதை இந்நூலில் கண்டோம். அவற்றை முறை யாகப் பின்பற்றினால் நோயின்றி வாழமுடியும். உங்கள் நலம் உங்கள் கைகளில்!

வாழ்க நலத்துடன்!

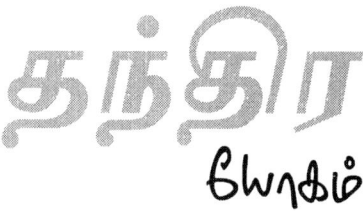

தந்திர யோகம்

(பாகம்–3)

01

தந்திர யோகம் என்பது ஒரு மிகப் பெரிய கடல்! அதை முழுமையாகக் கற்றுக்கொள்ள ஒரு வாழ்நாள் போதாது. தந்திர யோகத்தின் அடிப்படையான சில உண்மைகளை மட்டுமே இந்தத் தொடரில் எழுதிவருகிறேன்.

முதல் பாகத்தில் தந்திர யோகம் என்றால் என்ன? அதன் பிரிவுகள், வழிமுறைகள், தொன்மையான தந்திர யோக நூல்கள் ஆகியன குறித்த விவரங்களைக் கண்டோம்.

இரண்டாம் பாகத்தில் நமது பருவுடலைச் சுற்றி நிற்கும் சக்தி உடல்கள் குறித்த செய்திகளைக் கண்டோம். சக்தி உடல்களை வலுப்படுத்தும் சில எளிய முத்திரைகள், பயிற்சிகள் ஆகியவற்றைக் குறித்தும் எழுதினேன்.

அடுத்ததாக, இந்த மூன்றாம் பாகத்தில் நமது உடலிலுள்ள 'சக்கரங்கள்' குறித்து தந்திர யோகம் கூறியுள்ள சில கருத்துகளைக் காணவிருக்கிறோம்.

'சக்கரங்கள்' என்றால் என்ன?

நமது உடல் தொடர்ந்து இயங்கிக் கொண்டிருக்கிறது. சுவாசம், இதயத் துடிப்பு, செரிமானம், இயக்க நீர்களின் சுரப்பு, புதிய திசுக்கள் உருவாகுதல், கழிவுப் பொருட்களைப் பிரித்து வெளியேற்றுதல் போன்ற பல செயல்பாடுகள் நாம் தூங்கும்போதுகூட தொடர்ந்து நடைபெறுகின்றன

நமது உடலினுள் ஒரு நிமிடத்தில் 1,62,000 வேதியியல்

மாற்றங்கள் நடை பெறுவதாக நவீன விஞ்ஞானம் கணக்கிட்டுள்ளது.

எந்த ஒரு இயக்கமாக இருந்தாலும், வேதியியல் மாற்றமாக இருந்தாலும், அது நடைபெற சக்தி அவசியம். உடலின் உள்ளே யிருந்து அதை இயக்கும் சக்தியையே 'உயிர் சக்தி' என்கிறோம்.

இந்த உயிர் சக்தியை தந்திர யோகம் 'பிராணா' என்று அழைக்கிறது. பிராணன் உடலில் இருக்கும்வரைதான் இயக்கங்கள் நடைபெறும். பிராணன் உடலைவிட்டுப் பிரிந்துபோனால் மரணம் நிகழுகிறது.

பிராணனை (உயிர் சக்தியை) உருவாக்கும் சக்தி மையங்களே நமது சக்கரங்களாகும். மின்சாரம் எனும் சக்தி மின் நிலையங் களில் உருவாக்கப்படுவது போன்று, நமது உடலுக்குத் தேவையான, உடலை இயக்கும் உயிர்சக்தியானது நமது சக்கரங்களிலிருந்து உற்பத்தி செய்யப்படுகின்றன.

சக்கரங்களும் பிராணனும்

சக்கரங்கள் இருவழிகளில் பிராணனை உருவாக்குகின்றன.

1. உணவு, காற்று ஆகியவற்றிலிருந்து...

நாம் உண்ணும் உணவு உடலில் செரிமானமாகி, பல வேதியியல் மாற்றங்களுக்கு உட்படுத்தப்பட்டு இறுதியாக குளுகோசாக மாற்றப் படுகிறது. இந்த குளுகோஸ் உடலுக்குத் தேவையான சக்தியைத் தருகிறது.

குளுகோஸ் உருவாகவும், பின்னர் அது செல்களின் உள்ளே சக்தியாக மாற்றப்படவும் ஆக்சிஜன் என்ற பிராணவாயு தேவைப்படுகிறது. இதை நாம் சுவாசிக்கும் காற்றிலிருந்து பெற்றுக்கொள்கிறோம்.

ஆக, நாம் உண்ணும் உணவிலிருந்தும், சுவாசிக்கும் காற்றிலுள்ள பிராண வாயுவிலிருந்தும் உடலுக்குத் தேவையான சக்தி உருவாக்கப்படுகிறது. இந்த உண்மையை சுமார் 150 ஆண்டுகளுக்கு முன்னர் நவீன மருத்துவ விஞ்ஞானம் கண்டுபிடித்தது.

ஆனால் பல நூறு ஆண்டுகளுக்கு முன்னரே நமது தந்திர யோகிகளுக்கு இது தெரிந்திருந்தது. இந்த வகையில் நடைபெறும் உயிர்சக்தி உருவாக்கம் சரிவர நடைபெற, நாம் உண்ணும் உணவு சத்தானதாக இருக்கவேண்டும். சுவாசம் சீராக நடைபெற வேண்டும்.

இவற்றை சரிசெய்யவே நமது தந்திர யோகிகள் பல உணவு முறைகளை, கட்டுப்பாடுகளை வகுத்தனர். எந்த வேளையில் எதை உண்பது என்பதை வரையறுத்து வைத்துள்ளனர்.

சுவாசத்தின் மூலம் கிடைக்கும் பிராண வாயுவின் அளவை அதிகரிக்கவே பிராணாயாமம் எனும் மூச்சுப் பயிற்சிகளைக் கண்டுபிடித்தனர்.

இந்த முதல்வகை சக்தி உருவாக்கத்தில் நுரையீரல்கள், வயிறு, குடல், கல்லீரல், மண்ணீரல், கணையம் போன்ற பல உறுப்புகள் இணைந்து செயல்படுகின்றன. இதுவரையில் நவீன மருத்துவம் கண்டறிந்துள்ளது.

ஆனால், இந்த சக்தியை ஒவ்வொரு உறுப்புக்கும் தேவையான உயிர்சக்தியாக மாற்றும் பணி சக்கரங்களில் நடைபெறுகிறது.

இது, இதுவரையில் நவீன மருத்துவத்தால் கண்டறியப்படாத ஒன்றாகும். எனவேதான் நவீன மருத்துவத்தால் நோயின் மூல காரணத்தைக் கண்டறிந்து முழுமையான குணத்தைத் தரமுடிவதில்லை!

2. பிரபஞ்ச சக்தியிலிருந்து...

இந்த பிரபஞ்சம் முழுவதுமே சக்தியால் நிரம்பியுள்ளது. ‘எங்கெங்கு காணினும் சக்தியின் வடிவம்’ என்பது பாரதியின் வரி. இந்த எல்லையற்ற சக்தியை விஞ்ஞானிகள் காஸ்மிக் எனர்ஜி (ஈர்ள்ம்ண்ஶ்ரீ ஊஙய்ங்ழ்ஞ்ஹ்) என்கிறார்கள்.

நாம் சுவாசிக்கும்போது சக்கரங்களும் சுவாசிக்கின்றன. ஒவ்வொரு உள்மூச்சின் போதும் சக்கரங்கள் பிரபஞ்ச சக்தியை உள்ளே இழுத்துக்கொள்கின்றன.

இந்த சக்தியை நமது உடல் உறுப்புகளால் அப்படியே உபயோகிக்க முடியாது. அதை உருமாற்றம் செய்து (அதன் அதிர்வு நிலையை மாற்றி) உறுப்புகளுக்குத் தேவையான சக்திகளாக மாற்றும் பணி சக்கரங்களில் நடைபெறுகிறது. இதை ஒரு எளிய உதாரணம் மூலம் விளக்கலாம்.

ஒரு மின் நிலையத்தில் உற்பத்தியாகும் மின்சாரத்தை அப்படியே நமது வீட்டில் உபயோகிக்க முடியாது. மின்னழுத்தம் (யர்ப்ற்ஹஞ்ங்) மிகமிக அதிகமாக இருக்கும்.

கனரக இயந்திரங்களை இயக்க மிகு மின்னழுத்தம் கொண்ட மின்சாரம் தேவை.

சிறு மின்சாதனங்கள் இயங்க குறைமின்னழுத்தம் கொண்ட மின்சாரம் அவசியம்.

தொழிற்சாலைகளுக்குத் தேவையான மிகு மின்னழுத்தம் கொண்ட மின்சாரத்தை வீட்டில் உபயோகித்தால் நமது டிவி,

ஃபிரிட்ஜ், மின்விசிறி போன்றவை எரிந்து போகும்.

வீட்டுக்குத் தேவையான அழுத்தத்தில் மின்சாரத்தை உருமாற்ற வே 'டிரான்ஸ்ஃபார்மர்கள்' உபயோகப்படுத்தப்படுகின்றன. மிகு அழுத்தம் கொண்ட மின்சாரத்தை இந்த டிரான்ஸ்ஃபார்மர்கள் (உருமாற்றிகள்) குறை அழுத்த மின்சாரமாக மாற்றுகின்றன.

நமது சக்கரங்களும் இந்த டிரான்ஸ்ஃபார்மர்களைப் போன்று செயல்பட்டு, பிரபஞ்ச சக்தியை உடல் உறுப்புகளுக்குத் தேவையான சக்திகளாக மாற்றுகின்றன.

சக்கரங்களின் அடிப்படை இயல்புகள்

வாகனங்களில் பொருத்தப்பட்டிருப்பனவற்றையும் சக்கரங்கள் என்கிறோம். மகாவிஷ்ணுவின் கையில் இருப்பதும் சக்கரம்தான். (சுதர்சன சக்கரம்).

எந்த ஒரு சக்கரமாக இருந்தாலும் அதன் அடிப்படை இயல்புகளாக இரண்டைக் கூறலாம்.

வட்ட வடிவம்

சுழற்சி

ஒரு சக்கரம் என்பது வட்டவடிவமாக மட்டுமே இருக்கமுடியும். சதுர வடிவமாகவோ, முக்கோண வடிவமாகவோ ஒரு சக்கரம் இருக்கமுடியாது. ஆக, ஒரு பொருளை சக்கரம் என்று அழைக்க வேண்டுமானால் அது வட்டவடிவமாக இருக்க வேண்டும். நமது உடலிலுள்ள அனைத்து சக்கரங்களுமே வட்ட வடிவமானவை.

சக்கரங்களின் அடுத்த அடிப்படை இயல்பு- சுழற்சி. சக்கரங்களின் இயக்கமே அதன் சுழற்சிதான். நமது உடலிலுள்ள சக்கரங்களும் இடைவிடாமல் சுழன்றுகொண்டே இருக்கின்றன.

பணத்தைக்கூட 'சக்கரம்' என்று தமிழில் அழைப்பதுண்டு. பணம் ஓரிடத்தில் தங்காமல் கைமாறி கைமாறி சுழன்றுகொண்டே இருப்பதால்தான் பணத்தை 'சக்கரம்' என்று அழைத்தார்கள்!

நமது சக்கரங்கள் சுழலும் திசை இட வலமாக அல்லது வல இடமாக இருக்கும். இது சக்கரத்திற்கு சக்கரம் மாறுபடும்.

இட வலமாகச் சுற்றவேண்டிய ஒரு சக்கரம் வல இடமாக மாறிச் சுற்றினால் அது உடலிலும், உணர்வு நிலைகளிலும் பல மாற்றங் களை உருவாக்கும்.

வல இடமாகச் சுற்ற வேண்டிய சக்கரம் இட வலமாகச் சுற்றி னாலும் இதே பிரச்சினைதான். இவ்வாறு சக்கரங்கள் தங்கள் இயல்புக்கு மாறான திசையில் சுற்றுவது பல நோய்கள் உருவாகவும்

அடிப்படைக் காரணமாகிவிடுகிறது.

எந்த சக்கரம் எந்த திசையில் சுழலவேண்டும்-. இயல்புக்கு மாறான திசையில் சுற்றினால் என்ன நிகழும் என்பன குறித்து பின்னர் விரிவாகக் காணலாம்.

சக்கரங்கள் எங்கே அமைந்துள்ளன?

சக்கரங்கள் நமது பருவுடலில் இல்லை! உடலைச் சுற்றியுள்ள சக்தி உடல்களில்தான் சக்கரங்கள் அமைந்துள்ளன.

ஒவவொரு சக்கரமும் சக்தி உடலிலிருந்து ஒரு சிறு தண்டு போன்ற பகுதி மூலமாக பருவுடலிலுள்ள தண்டுவடத்தினோடு இணைக்கப்பட்டுள்ளன.

சக்தி உடலில் உள்ள சக்கரங்களை பருவுடலில் உள்ள நரம்புக் குவியல்கள் (சங்ழ்ஸ்ங டப்ங்ஷ்ன்ள்ங்ள்) பிரதிபலிக்கின்றன. இது குறித்தும் பின்னர் விரிவாகக் காணலாம்.

02

நமது உடலிலுள்ள சக்கரங்களை, அவற்றின் அளவின் அடிப்படையில் மூன்று வகைகளாகப் பிரித்துள்ளனர்.

* முதன்மைச் சக்கரங்கள்
* துணைச் சக்கரங்கள்
* சிறு சக்கரங்கள்

சக்கரங்களின் அளவு

முதன்மைச் சக்கரங்கள்

நமது சக்கரங்களில் அளவில் பெரியவையாக உள்ளவற்றையே முதன்மைச் சக்கரங்கள் என்று வகைப்படுத்தியுள்ளனர். இந்த சக்கரங்கள் சராசரியாக 4 முதல் 6 அங்குலங்கள் விட்டம் கொண்டதாக உள்ளன.

துணைச் சக்கரங்கள்

இவை முதன்மைச் சக்கரங்களைவிட அளவில் சிறியவை. சிறு சக்கரங்களைவிட பெரியவை. இவை ஒவ்வொன்றும் சுமார் 2 முதல் 3 அங்குலங்கள் விட்டம் கொண்டவை.

சிறு சக்கரங்கள்

இவை அளவில் மிகச் சிறியவையாக உள்ளன. சராசரியாக 1 செ.மீட்டர் மட்டுமே விட்டம் உள்ளவை.

நமது உடலிலுள்ள அக்குபங்சர் புள்ளிகள் அனைத்துமே சிறு சக்கரங்களே.

எண்ணிக்கை

நமது உடலிலுள்ள மொத்த சக்கரங்களின் எண்ணிக்கை 28,000 என தந்திர யோக நூல்கள் குறிப்பிடுகின்றன. இவற்றுள்-

முதன்மைச் சக்கரங்கள்- 7

துணைச் சக்கரங்கள்- 21

சிறு சக்கரங்கள்- மீதமுள்ளவை (27,972)

சக்கரங்களும் நாடிகளும்

சக்கரங்களின் செயல்பாடுகள் உடலிலுள்ள நாடிகள் வழியாக நடைபெறுகின்றன.

* ஒவ்வொரு முதன்மைச் சக்கரத்துடனும் 21 நாடிகள் இணைக்கப்பட்டுள்ளன.

* ஒவ்வொரு துணைச் சக்கரத்துடனும் 14 நாடிகள் இணைக்கப்பட்டுள்ளன.

* ஒவ்வொரு சிறு சக்கரத்துடனும் 7 நாடிகள் இணைக்கப்பட்டுள்ளன.

இதையே வேறு வகையில் கூறுவதாக இருந்தால், 21 நாடிகள் வந்து இணையும் இடங்கள் முதன்மைச் சக்கரங்கள் எனவும், 14 நாடிகள் வந்து இணையும் இடங்கள் துணைச் சக்கரங்கள் எனவும், 7 நாடிகள் மட்டுமே வந்து இணையும் இடங்களை சிறு சக்கரங்கள் எனவும் அழைக்கிறோம்.

குறிப்புகள்

* தந்திர யோகத்தின் பெரும்பாலான பயிற்சிகளும் நமது முதன்மை சக்கரங்களை இயக்குவதற்காக வடிவமைக்கப்பட்ட பயிற்சிகளே.

* யோகாசனங்களின் குறிக்கோளும் சக்கரங்களைத் தூண்டி இயக்குவதே ஆகும்.

* துணைச் சக்கரங்களை இயக்கவும் பல தந்திர யோகப் பயிற்சிகள் உள்ளன.

* வர்ம சிகிச்சையில் பயன்படுத்தப்படும் வர்மப் புள்ளிகள் துணைச் சக்கரங்கள் அமைந்துள்ள இடங்களிலேயே அமைந்துள்ளன.

● டாக்டர் ஜாண் பி.நாயகம் ●

✶ பல சிறு சக்கரங்கள் அக்குபங்சர் புள்ளிகளாகவும், அக்குபிரஷர் சிகிச்சைப் புள்ளிகளாகவும், வர்மப் புள்ளிகளாகவும் பயன்படுத்தப் படுகின்றன.

முதன்மைச் சக்கரங்கள்

முதன்மைச் சக்கரங்கள் மொத்தம் ஏழு என்பதுதான் பரவலாகக் கற்பிக்கப்படும் உண்மை. ஆனால் தந்திர யோகத்தின் உயர் நிலைகளில் செல்லும்போது மொத்தம் 21 முதன்மைச் சக்கரங்கள் உள்ளன என்ற உண்மை கற்பிக்கப்படும்.

தந்திர யோகம், முதன்மைச் சக்கரங் களை மூன்று வகைகளாகப் பிரிக்கின்றது.

✶ தேவ நிலை சக்கரங்கள்

✶ மனித நிலை சக்கரங்கள்

✶ விலங்கு நிலை சக்கரங்கள்

இந்த விலங்கு நிலை, மனித நிலை, தேவ நிலை என்பவை வெவ்வேறு உணர்வு நிலைகளைக் குறிப்பவை. வெவ்வேறு பரிணாம வளர்ச்சி நிலைகளை உணர்த்துபவை.

நவீன விஞ்ஞானப்படி, உலகில் முதலில் ஒரு செல் உயிரினங்களே உருவாகின. அவை படிப்படியாக பரிணாம வளர்ச்சியடைந்து பல செல் உயிரினங்கள், நீர்வாழ் உயிரினங்கள், பின்னர் ஊர்வன, பறப்பன, பாலூட்டிகள் என படிப்படியாக பரிணாம வளர்ச்சியடைந்தன.

இன்றைய நிலையில் பரிணாம வளர்ச்சியின் உச்ச நிலையில் உள்ள உயிரினம் மனிதன்! விலங்குகளிலிருந்து (விலங்கு உணர்வு நிலை) படிப்படியாக பரிணாம வளர்ச்சியடைந்தே மனிதன் (மனித உணர்வு நிலை) என்ற நிலையை அடைந்திருக்கிறான்.

விலங்கு நிலையில் இருந்தபோதும் நம்மை 'சக்கரங்களே' இயங்க வைத்தன. அந்த சக்கரங் களையே விலங்கு நிலை சக்கரங்கள் என்கிறோம். இந்த சக்கரங்களையே நமது புராணங்கள் பூமிக்குக் கீழிருக்கும் ஏழு உலகங்களாக (லோகங்களாக) சித்தரிக்கின்றன.

மனிதன் என்ற நிலையை அடையும்போது, விலங்கு நிலை சக்கரங்களின் ஆளுமையிலிருந்து விடுபட்டு, மனித நிலை சக்கரங்களின் ஆளுமைக்குள் வருகிறோம். இந்த மனித நிலை சக்கரங்களே வழக்கமாகப் பேசப்படும் ஏழு சக்கரங்கள்.

பரிணாம வளர்ச்சி என்பது தொடர்ந்து நடைபெற்றுக் கொண்டிருக்கிறது. மனிதன் நாளுக்கு நாள் பரிணாம வளர்ச்சி அடைந்து

கொண்டேயிருக்கிறான். இதன் அடுத்த நிலை தான் 'மனிதனும் தெய்வமாகலாம்' என்ற நிலை.

பரிணாம வளர்ச்சியின் அடுத்த கட்டத்தில் மனித நிலை சக்கரங்களின் ஆளுமையிலிருந்து விடுபட்டு தேவ நிலை சக்கரங்களின் ஆளுமைக்குள் வந்துவிடுகிறோம். இந்த சக்கரங் களையே நமது புராணங்கள் மேலேயுள்ள ஏழு உலகங்களாக சித்தரிக்கின்றன.

ஆக, பரிணாமவளர்ச்சி என்பதே சக்கரங்களின் அடிப்படையிலேயே நடைபெறுகின்றது. ஒரு உயிரினம் எத்தகைய உணர்வு நிலையில் உள்ளது என்பதும் சக்கரங்களின் அடிப்படையிலேயே தீர்மானிக்கப்படுகிறது.

விலங்கு உணர்வு நிலை

மனிதர்கள் போலவே விலங்குகளுக்கும் உணர்வுகள் உண்டு. மனிதனுக்கும் விலங்கு களுக்கும் உள்ள மிக முக்கியமான வித்தியாச மாக, காலங்காலமாக 'பகுத்தறிவு' என்பதே கூறப்பட்டு வருகிறது.

விலங்குகளுக்கு ஐந்தறிவே உண்டு எனவும், மனிதர்களுக்கு அதையும் தாண்டி 'பகுத்தறிவு' என்ற ஆறாவது அறிவும் உள்ளது எனவும் எண்ணப்படுகிறது.

ஆனால் விலங்குகளுக்கும் ஓரளவு பகுத்தறிவு உள்ளது என்பதே உண்மை. வீட்டில் வளர்க்கும் நாயைப் பாருங்கள். இது நம் வீட்டு ஆள், இது வெளி ஆள் என பகுத்தறிந்து செயல்படும் திறமை அவற்றுக்கு உள்ளது. இவ்வாறே ஒவ்வொரு உயிரினமும் பகுத்தறிதலை சிறிய அளவிலாவது கொண்டுள்ளது.

மனிதனுக்கும் விலங்குகளுக்கும் உள்ள மிக முக்கியமான வித்தியாசம் எது என்பதை தந்திர யோகம் மிகத் தொன்மையான காலத்திலேயே கண்டுகொண்டது.

விலங்கு உணர்வு நிலையில் உள்ளவரையில் அவற்றிற்கு 'தான்' என்ற தன்முனைப்பு (Ego) கிடையாது. மனிதனுக்கு மட்டுமே இந்த தன்னுணர்வும், தன்முனைப்பும் உள்ளன.

விலங்குகளின் உணர்வு நிலைகள் முழுக்க முழுக்க அந்த விலங்கின் உயிர்வாழ்தல் குறித்தே இயங்குகின்றன. இதையே நவீன விஞ்ஞானம் Basic Survival Instincts- 'உயிர் வாழும் அடிப்படை உந்துதல்' என்று அழைக்கிறது.

● டாக்டர் ஜாண் பி.நாயகம் ●

மனித உணர்வு நிலை

விலங்குகளில் காணப்படும் அனைத்து உணர்வு நிலைகளும் மனிதர்களுக்கும் உண்டு. அதற்கு மேலாக அவனிடம் காணப்படும் தன்னுணர்வே (Ego-ஈகோ) அவனை விலங்குகளிலிருந்து மேம்படுத்துகிறது.

விலங்குகள் ஒரு செயலைச் செய்யும்போது, 'தான் இதைச் செய்கிறோம்' என்ற தன்னுணர் வின்றிச் செய்கின்றன. மனிதன் செய்யும் ஒவ்வொரு செயலையும் 'தான் இதைச் செய்கிறோம்' என்ற முழுஉணர்வுடன் செய்கிறான்.

இந்த தன்னுணர்வையே 'அகங்காரம்' என்கிறோம். இந்த இடத்தில் 'அகங்காரம்' என்ற சொல்லுக்கு 'ஆணவம்', 'தலைக்கனம்' போன்ற அர்த்தங்கள் பொருந்தாது. 'தன்னைப் பற்றிய உணர்வு' என்பதே பொருத்தமான பொருள்.

இந்த தன்னுணர்வே மனிதனுள் தன்முனைப்பை உருவாக்குகிறது. அந்த தன்முனைப்பே, அவனது முன்னேற்றத்திற்கும் சாதனை களுக்கும் காரணமாக உள்ளது.

'தன்னால் முடியும்' என்ற தன்னம்பிக்கையைத் தந்து, பல சாதனை களைப் புரிய இந்த தன்முனைப்பே மனிதனைத் தூண்டிவிடுகிறது.

மனித குலத்தின் பல கண்டுபிடிப்புகளுக்கும் சாதனைகளுக்கும் அடிப்படை இந்த 'அகங் காரம்' எனும் தன்னுணர்வே.

தேவ உணர்வு நிலை

மனித நிலை சக்கரங்களின் ஆளுமையிலிருந்து விடுபட்டு, தேவ நிலை சக்கரங்கள் இயங்கத் துவங்கும்போதுதான் மனிதனும் தெய்வமாகிறான்.

இந்த நிலை உருவாகும்போதுதான் 'தான்' எனும் அகங்காரம் அவனிடமிருந்து மறைந்து போகிறது.

'தான்' என்பது எதுவுமில்லை. அனைத்துயிர்களுமே பிரபஞ்ச சக்தியின் வெவ்வேறு வகை யான வெளிப்பாடுகளே என்ற உண்மையைப் புரிந்துகொள்ளும் நிலை இது.

தேவ நிலை சக்கரங்கள் இயங்கத் துவங்கும் போதுதான் மாயையின் கட்டுகள் அவிழும். ஞானமும், பின்னர் பூரண ஞானமும் உருவாகும். இவை உருவாகும்போது 'தான்' எனும் அகங்காரம் அழிந்து போகும்!

விலங்கு நிலை சக்கரங்கள்

1. அதல சக்கரம்
2. விதல சக்கரம்
3. சுதல சக்கரம்
4. தராதள சக்கரம்
5. சசதள சக்கரம்
6. மகாதள சக்கரம்
7. பாதாளச் சக்கரம்

மனித நிலை சக்கரங்கள்

1. மூலாதாரம்
2. சுவாதிஸ்டானம்
3. மணிப்பூரகம்
4. அனாஹதம்
5. விஷுதி
6. ஆக்ஞை
7. சகஸ்ராரம்

தேவ நிலை சக்கரங்கள்

1. பூலோகச் சக்கரம்
2. புவர்லோகச் சக்கரம்
3. சுவர்லோகச் சக்கரம்
4. மகர்லோகச் சக்கரம்
5. ஜனர்லோகச் சக்கரம்
6. தபோலோகச் சக்கரம்
7. சத்யலோகச் சக்கரம்

ஆக மொத்தம் 21 முதன்மைச் சக்கரங்கள் நமது உடலில் உள்ளன.

இவற்றுள் மனித நிலை சக்கரங்கள் ஏழும் இடுப்பிலிருந்து உச்சந்தலை வரையுள்ள பகுதியில் அமைந்துள்ளன. அவை ஒவ்வொன்றும் எங்கே அமைந்துள்ளன என்பது குறித்து பின்னர் விரிவாகக் காணலாம்.

விலங்கு நிலை சக்கரங்கள் ஏழும் நமது இடுப்புக்குக் கீழ்- பாதம் வரையுள்ள பகுதியில் (சக்தி உடல்களில்) அமைந்துள்ளன. இவை நமது உள்ளுறுப்புகளோடு இணைக்கப்படாதவை.

● டாக்டர் ஜாண் பி.நாயகம் ●

தேவ நிலை சக்கரங்கள் ஏழும் தலைக்கு மேலுள்ள சக்தி உடலில் (சகஸ்ரார சக்கரத்திற்கு மேல்) அமைந்துள்ளன.

குறிப்பு

* மனிதன் கீழான அல்லது கேவலமான செயல்களில் ஈடுபடும்போது அவன் மனித நிலைச் சக்கரங்களின் ஆளுமையிலிருந்து கீழிறங்கி விலங்கு நிலை சக்கரத்தின் ஆளுமைக் குள் ஆட்படுகிறான்.

* இந்த நிலையே 'அதல பாதாளத்தில் வீழ்தல்' என்ற நிலை!

* இதற்கு மாறாக, மனித நிலையைத் தாண்டிய உயர்நிலை உணர்வுகள் மனிதனில் உருவாகும்போது அல்லது உயர்நிலை செயல்களில் ஈடுபடும்போது அவன் தேவ நிலை சக்கரங்களின் ஆளுமைக்குள் வருகிறான்.

* 'வாடிய பயிரைக் கண்டபோதெல்லாம் வாடினேன்' என்ற வள்ளலாரின் உணர்வு நிலை தேவ உணர்வு நிலை. தேவ நிலை சக்கரங்களின் ஆளுமை.

* தனது வாழ்க்கையையே ஏழை எளியவர்களுக்காகவும், தொழுநோயாளிகளுக்காகவும் அர்ப்பணித்த அன்னை தெரசாவின் செயல்பாடு களும் தேவ நிலை சக்கரங்களின் ஆளுமையின் வெளிப்பாடாகவே கருதவேண்டும்!

ஆக, ஒரு மனிதன் எந்த நிலை சக்கரங்களின் ஆளுமையில் உள்ளானோ அதைப் பொறுத்தே அவனது வாழ்க்கையும் அமைகிறது.

* மனிதன் மனிதனாக வாழலாம்.
* மனிதன் ஒரு விலங்காகவும் வாழலாம்.
* மனிதன் தெய்வமாகவும் வாழலாம்.

தந்திர யோகப் பயிற்சிகள் அனைத்துமே மனிதனை தெய்வ நிலைக்கு உயர்த்தும் முயற்சிகளே!

● தந்திரயோகம் ●

03

முதன்மைச் சக்கரங்களில், மனிதநிலை சக்கரங்களைக் குறித்து சற்றே விரிவாகக் காண இருக்கிறோம். அவை ஒவ்வொன்றையும் தனித் தனியாகக் காணும் முன்னர், சக்கரங்கள் குறித்த அடிப்படையான சில உண்மைகளையும் தெரிந்துகொள்வது அவசியம்.

சக்கரங்கள் எங்கே உள்ளன?

சக்கரங்கள் பருவுடலில் இல்லை. அனைத்து சக்கரங்களுமே நமது பருவுடலைச் சுற்றி நிற்கும் சக்தி உடல்களிலேயே அமைந்துள்ளன. இந்த சக்தி உடலிலிருந்து ஒரு சிறு தண்டுபோன்ற பகுதியால் பருவுடலுடன் இவை இணைக்கப்பட்டுள்ளன.

சக்கரங்கள் நமது நாளமில்லாச் சுரப்பிகள் வழியாகவும், நரம்பு மண்டலம் வழியாகவும் உடலில் செயல்படுகின்றன.

சக்கரங்களில் உருவாகும் சக்தி, நாடிகள் வழியாக உடல் முழுவதும் கொண்டுசெல்லப்படுகின்றன.

சக்கரங்களின் சுழற்சி

சக்கரங்கள் அனைத்தும் தொடர்ந்து சுழன்று கொண்டேயிருக்கின்றன. ஒரு உயிர் பிறந்த கணத்தில் இந்த சுழற்சி துவங்கி விடுகிறது. வாழ்நாள் முழுவதும் தொடர்கிறது. எப்போது சக்கரங்களின் சுழற்சி நிற்கிறதோ, அப்போதுதான் மரணம் நிகழுகிறது.

ஆக, மரணம் என்பதே சக்கரங்களின் இயக்கம் நின்றுபோவது தான்.

சக்கரங்கள் இரண்டு திசைகளில் சுற்றமுடியும்.

1. இட வலமாக (Clockwise).

2. வல இடமாக (Anti Clockwise).

எந்த சக்கரம், எந்த திசையில் சுற்றவேண்டும் என்ற நியதி உள்ளது. ஆணுக்கும் பெண்ணுக்கும் இது மாறுபடும். (எந்த சக்கரம் எந்த திசையில் சுழலுமென்பதைத் தெரிந்து கொள்ள அட்டவணை யைக் காண்க!)

அட்டவணையிலிருந்து கீழ்க்கண்ட உண்மைகளை மனதில் இருத்திக்கொள்ளுங்கள்.

* ஆணுக்கு முதல் சக்கரமான மூலாதாரம் இட வலமாகச் சுற்றும்.

* பெண்ணுக்கு அதே மூலாதாரம் வல இடமாகச் சுற்றும்.

* முதல் சக்கரம் எந்த திசையில் சுழலுமோ அதற்கு எதிர்திசையில் அடுத்த சக்கரம் சுழலும்.

* இரண்டாவது சக்கரம் எந்த திசையில் சுழலுகிறதோ, அதற்கு எதிர்திசையில் மூன்றா வது சக்கரம் சுழலும்.

* இப்படி, ஒவ்வொரு சக்கரமும் திசை மாறி மாறி சுழலும்.

குறிப்பு

சில ஐரோப்பிய புத்தகங்களில் அனைத்து சக்கரங்களுமே அனைவருக்குமே இட வல மாகவே சுற்றவேண்டும் என்று குறிப்பிடுகிறார்கள். இது தவறு.

இப்படி ஆணுக்கும் பெண்ணுக்கும் சக்கரங்கள் ஒரே திசையில் சுழலு மானால், அவர்களது குணநலன்கள் அனைத்தும் ஒரே மாதிரிதான் இருக்கவேண்டும் அல்லவா?

ஆணின் குணநலன் கள் வேறு; பெண்ணின் குணநலன்கள் வேறு. இருவரது சக்கரங்களும் வெவ்வேறு (எதிர் எதிர்) திசைகளில் சுழமு வதால்தான் இவ்வாறு அமைகிறது. இதுவே இயற்கையின் நியதி.

சில எளிய உதார ணங்கள் மூலம் இதை விளக்கலாம்.

1. * மூலாதாரச் சக்கரம் ஆணுக்கு இட வல மாகச் சுற்றும். இதனால் ஆண் பெரும்பாலும் பூமி சார்ந்த விஷயங் களின்மேல் அதிகப்படி யான நாட்டமும் பிடிப்பும் உள்ளவனாக இருப் பான்.

* பெண்ணுக்கு மூலாதாரம் வல இட மாகச் சுற்றுவதால், பூமி சார்ந்த விஷயங்களில் அவளுக்கு நாட்டம் அதிகமிராது.

* ஆசைகள் இருவருக்குமே இருக்கும். மண்ணாசை, பொன்னாசை போன்றவை இருவருக்குமே பொது. ஆனால் பெரும்பாலான ஆண்களுக்கு அவை ஒரு 'வெறி' என்ற அளவிற்கு இருக்கும். பெண்களுக்கு அவ்விதம் இராது.

2. * அனாஹதச் சக்கரமே அன்புச் சக்கரம். ஆணுக்கு இந்த சக்கரம் வல இடமாகச் சுற்றுவதால் அன்பு, இரக்கம், கருணை, பாசம் போன்ற மென் உணர்வுகள் அவனிடம் குறைவாகவே காணப்படும்.

* பெண்ணுக்கு அனாஹதம் இட வலமாகச் சுற்றுவதால் ஆணைவிட பெண்ணிடம் இரக்கம், அன்பு, பாசம், கருணை, கனிவு போன்ற மென் உணர்வுகள் அதிகமாகக் காணப்படும்.

* ஆக, ஆணுக்கும் பெண்ணுக்கும் சக்கரங்கள் எதிர்எதிர் திசைகளில் சுற்றுவதால் அவர்கள் ஒருவரையொருவர் நிறைவு செய்கிறார்கள்.

ஒரு ஆணும் பெண்ணும் வாழ்க்கைத் துணையாக இணையும்போது, ஒரு ஆணிடம் உள்ள குறைகளை பெண் நிறைவு செய்கிறாள். பெண்ணிடம் உள்ள குறைகளை ஆண் சமன் செய்கிறான். இவ்வாறு இருக்கும்போதுதான் வாழ்க்கையில் ஒரு நிலைத்தன்மையும் சமத்தன்மையும் உருவாகும்.

ஒரு வீட்டில் கணவன்- மனைவி இருவருமே ஊதாரிகளாக இருந்தால் அந்தக் குடும்பம் என்னவாகும்? ஆண் செலவாளியாக இருந்தால் பெண் சிக்கனமானவளாகவும், பெண் செலவாளியாக இருந்தால் ஆண் சிக்கனமாகவும் இருந்தால் மட்டுமே அந்தக் குடும்பம் சரியாக நடைபெறும்.

சக்கரங்களும் மனநலமும்

நமது உணர்வுகளை ஆளுவது நமது சக்கரங்களேயாகும். ஒரு மனிதனுக்கு அவனுடைய சக்கரங்கள் சுற்றவேண்டிய திசையில் சரியாகச் சுற்றும்போது, அவனது உணர்வு நிலைகளும் மனநிலையும் சரியாக இருக்கும்.

மாறாக, சக்கரங்கள் எதிர்திசையில் சுற்றிக்கொண்டிருந்தால் உணர்வு நிலைகளிலும் அந்த மாற்றம் பிரதிபலிக்கும். இதையும் ஒரு எளிய உதாரணம் மூலம் விளக்கலாம்.

* மணிப்பூரகச் சக்கரமே ஆளுமைத் தன்மை, வீரம், தைரியம் போன்ற குணங்களைத் தீர்மானிக்கும் சக்கரமாகும்.

* ஆணுக்கு மணிப்பூரகச் சக்கரம் இட வலமாகச் சுற்றும்போது

● டாக்டர் ஜாண் பி.நாயகம் ●

அவன் தைரியம் மிக்கவனாகவும், ஆளுமைத் தன்மை கொண்டவனாகவும் இருப்பான்.

* மாறாக, ஒரு ஆணின் மணிப்பூரகச் சக்கரம் வல இட மாகச் சுற்றிக் கொண் டிருந்தால் அவன் கோழையாகவும், ஆளுமைத் தன்மை இல்லாதவனாகவும் மாறிவிடுவான்.

* அவனிடம் ஆணின் தன்மைகள் குறைந்து, பெண்மைத் தன்மை மேலோங்கும்.

* ஒரு பெண்ணுக்கு மணிப்பூரகச் சக்கரம் வல இடமாகச் சுற்ற வேண்டும். அப்போதுதான் அவளிடம் பெண்ணுக்குரிய அச்சம், நாணம் போன்ற தன்மைகள் காணப்படும்.

* மாறாக, ஒரு பெண்ணின் மணிப்பூரகச் சக்கரம் இட வலமாகச் சுற்றும்போது, அவள் ஆண் தன்மை கொண்ட பெண்ணாகக் காணப் படுவாள். அவளிடம் பெண்ணுக்குரிய நளினம் மறைந்துபோகும்.

ஆக, ஒரு மனிதனுடைய மனநிலை, உணர்வு நிலைகள், அடிப்படை குணநலன்கள் (Personality) ஆகிய அனைத்துமே சக்கரங்களின் இயக்கங்களின் அடிப்படையிலேயே அமைகின்றன. சக்கரங்களின் இயக்கங்களில் மாறுதல்களோ பாதிப்புகளோ ஏற்படும்போது, அவை மனநிலைகளிலும் உணர்வு நிலைகளிலும் பாதிப்புகளை ஏற்படுத்துகின்றன.

நோய்களும் சக்கரங்களும்

பெரும்பாலான நாள்பட்ட நோய்களுக்கு மூல காரணமாக அமைவது உணர்வு நிலைகளில் ஏற்படும் மாற்றங்களே என்பதை ஏற்கெனவே இத்தொடரின் இரண்டாம் பாகத்தில் விரிவாகக் கண்டோம்.

உணர்வு நிலைகளில் ஏற்படும் மாற்றங்களால், சக்கரங்களின் தொடர்புடைய உடல் உறுப்புகளும் பாகங்களும் பாதிப்படைகின்றன. இதுவே நாளடைவில் நோயாக மாறுகிறது.

சக்கரங்களின் இயக்கங்களில் ஏற்படும் மாறுதல்களும் தடைகளும் உணர்வு நிலை களில் மாற்றங்களை உருவாக்கும். இவை சக்தி உடல்களில் மாற்றங்களை உருவாக்கி நோய்களை உருவாக்கும்.

ஆக, அனைத்து நாள்பட்ட நோய்களுக்கும் ஆணிவேராக, மையப் புள்ளியாக இருப்பது சக்கரங்களின் இயக்கங்களில் ஏற்படும் மாறுதல் களே!

சக்கரங்களின் இயக்கங்களை சரிசெய்துவிட் டால், நாள்பட்ட

நோய்கள் எதுவாக இருந்தா லும் அவை படிப்படியாக மறை ந்துபோகும்.

சக்கரங்களின் வண்ணங்கள்

முதன்மைச் சக்கரங்கள் ஒவ்வொன்றிற்கும் ஒரு குறிப்பிட்ட வண்ணம் உண்டு.

வானவில்லின் ஏழு வண்ணங்களே ஏழு சக்கரங்களுக்கும் உரிய வண்ணங்களாகும்.

சகஸ்ராரம்- வயலட்- Violet =V

ஆக்ஞை- இன்டிகோ- Indigo =I

விஷுத்தி- நீலம்- Blue =B

அனாஹதம்- பச்சை- Green =G

மணிப்பூரகம்- மஞ்சள்- Yellow =Y

சுவாதிஸ்டானம்- ஆரஞ்சு- Orange =O

மூலாதாரம்- சிவப்பு- Red =R

இந்த வண்ணங்களின் முதல் எழுத்துக்களைச் சேர்த்தால் 'விப்ஜியார்' (VIBGYOR) என்று வரும்.இதை நினைவில்வைத்துக் கொண்டால் வானவில்லின் வண்ணங்களையும், சக்கரங் களின் வண்ணங்களையும் நினைவில் வைத்துக் கொள்ள முடியும்.

குறிப்பு

வண்ணங்கள் அனைத்துமே வெவ்வேறு வகையான சக்திகளே. இவையும் மின்காந்த அதிர்வுகளே. அலைநீளத்தைப் பொறுத்து வெவ்வேறு வண்ணங்கள் உருவாகின்றன. சிவப்பு- குறை நிலை சக்தி- சூடு.

வயலட்- உச்சநிலை சக்தி- குளிர்ச்சி.

பிற வண்ணங்கள் இவை இரண்டிற்கும் இடைப்பட்ட சக்தி நிலையைக் குறிக்கின்றன.

இதழ்கள்

✷ சக்கரங்களை தாமரை மலருக்கு ஒப்பிடுவார்கள்.

✷ ஒவ்வொரு சக்கரமும் ஒரு குறிப்பிட்ட எண்ணிக்கையிலான இதழ்களைக் கொண்டுள்ள தாக தந்திர யோகம் குறிப்பிடுகிறது.

✷ குறைந்த எண்ணிக்கை இதழ்கள்- குறைந்த சக்தி நிலை.

✷ அதிக எண்ணிக்கை இதழ்கள்- அதிக சக்தி நிலை.

✷ மூலாதாரம்- 4 இதழ்கள்.

✷ சகஸ்ராரம்- 972 இதழ்கள்.

✷ இந்த இதழ்கள் அந்த சக்கரத்திலிருந்து வெளியே

வருகின்றநாடிகளின் எண்ணிக்கையைக் குறிப்பதாகவும் கருதப் படுகிறது.

பஞ்சபூதங்கள்

✷ மூலாதாரம் முதல் விஷுˉதி வரையுள்ள ஐந்து சக்கரங்கள் ஒவ்வொன்றும் ஒவ்வொரு பஞ்சபூதத்திலும் இணைக்கப்பட்டுள்ளன.

✷ ஆக்ஞை, சகஸ்ராரம் ஆகிய இரு சக்கரங்களும் பஞ்சபூதங்களின் ஆளுமைக்கு அப்பாற்பட்டவை.

உடல் பாகங்கள்

✷ ஒவ்வொரு சக்கரமும் சில குறிப்பிட்ட உடல் பாகங்களுடன் இணைக்கப்பட்டுள்ளன.

✷ ஒவ்வொரு சக்கரமும் குறிப்பிட்ட சில நாளமில்லாச் சுரப்பிகளுடன் இணைக்கப்பட் டுள்ளன.

இவை தவிர, ஒவ்வொரு சக்கரத்திற்கும் ஒரு-

✷ தேவதை

✷ அதிதேவதை

✷ கடவுள்

✷ விலங்கு

✷ சுரம்

✷ ஆளும் கிரகம்

✷ பீஜா மந்திரம்

என தனித்தனியே உள்ளன. இவை குறித்து முதன்மைச் சக்கரங்களை தனித்தனியே காணும் போது விரிவாகக் காணலாம்.

04

'மூலாதாரம்' என்பது 'மூல', 'ஆதாரம்' என்ற இரு சொற்களால் உருவான ஒரு பெயர். 'மூல' என்றால் அனைத்திற்கும் முதன்மையான என்றும், 'ஆதாரம்' என்றால் அடித்தளமாக அமைவது என்றும் பொருளாகும்.

அனைத்து சக்கரங்களுக்கும் மூலமான ஆதாரச் சக்கரமாக இருப்பதால்தான் நமது முதல் சக்கரத்திற்கு 'மூலாதாரம்' என்று பெயர் சூட்டினர்.

அடுக்குமாடி கட்டடங்கள் இப்போது நகர்ப்புறங்களில் மிக அதிகம். எத்தனை மாடிகள் கட்டினாலும், அனைத்து மாடிகளையும் தாங்கிநிற்பது அந்தக் கட்டடத்தின் அடித்தளமே. (அஸ்திவாரம்).

மூலாதாரம் என்ற முதல் சக்கரத்தை அடித்தளமாகக் கொண்டே பிற ஆறு சக்கரங்களும் இயங்கமுடியும். இந்த அடித்தளம் சரியாக இருந்தால் மட்டுமே மேலேயுள்ள பிற சக்கரங்களும் வலுவாக இயங்கமுடியும்.

தந்திரயோகப் பயிற்சிகளில் மிகமிக முக்கியமானது மூலாதாரச் சக்கரத்தை வலுப்படுத்தும் பயிற்சிகளே. மூலாதாரத்தை வலுப்படுத்தி அதன் செயல்திறனை அதிகரித்துவிட்டால், பிற சக்கரங்களைத் தூண்டுவதும் திறப்பதும் எளிதாக இருக்கும்.

சில பயிற்சி மையங்களில் ஆக்ஞை, சகஸ்ராரம் போன்ற சக்கரங்களுக்கு மட்டுமே பயிற்சிகள் தரப்படுகின்றன. இது சரியான அடித்தளமில்லாமல் பலமாடிக் கட்டடம் கட்டுவதற்கு ஒப்பானது. தவறான வழிமுறை.

தத்துவம்

மூலாதாரத்தை ஆளும் தத்துவம் (பஞ்சபூதம்) 'நிலம்' ஆகும். நிலமே அனைத்தையும் தாங்கிநிற்கிறது. அதுபோன்றே மூலாதாரச் சக்கரமே பிற சக்கரங்களைத் தாங்கிநிற்கிறது.

மூலாதாரச் சக்கரமே நம்மை பூமியோடு இணைக்கும் சக்கரமாகும். எனவே இதற்கு பூமிச் சக்கரம் என்றும் பெயருண்டு.

மூலாதாரச் சக்கரத்தை யந்திரமாக வரையும்போது, 'நிலம்' எனும் தத்துவத்தை மஞ்சள் வண்ண சதுரமாக வரைவது மரபு.

இதழ்கள்

மூலாதாரம் நான்கு இதழ்கள் கொண்ட தாமரையாக தந்திரயோக நூல்களில் வர்ணிக்கப்படுகிறது. இந்த இதழ்கள் சக்கரத்தின் சக்தி அளவைக் குறிப்பதாகவும், அந்தச் சக்கரத்திலிருந்து வெளிவருகின்ற நாடிகளைக் குறிப்பதாகவும் உள்ளது.

பீஜா மந்திரம்

ஒவ்வொரு சக்கரத்திற்கும் ஒரு மூலாதார மந்திரம் உண்டு. அதையே அதன் பீஜா மந்திரம் என்கிறோம். இந்த பீஜா மந்திரத்தை முறையாக உச்சாடணம் செய்யும்போது அந்தச் சக்கரம் தூண்டப்படும்.

'லம்' என்பதே மூலாதாரச் சக்கரத்திற்குரிய பீஜா மந்திரமாகும்.

சுரங்கள்

மூலாதாரச் சக்கரத்தில் நான்கு இதழ்கள் உள்ளன. ஒவ்வொரு இதழுக்கும் ஒரு சுரம் உண்டு. அந்த சுரத்தை சரியான முறையில் உச்சாடணம் செய்தால் அதோடு தொடர்புடைய இதழ் (நாடி) தூண்டிவிடப்படும்.

- வம்
- ஷம்
- ஷாம்
- சாம்

ஆகிய நான்குமே மூலாதார இதழ்களுக்கான சுரங்களாகும்.

● தந்திரயோகம் ●

நிறம்

ஒவ்வொரு சக்கரத்திற்கும் ஒரு குறிப்பிட்ட வண்ணம் உண்டு என்பதை ஏற்கெனவே கண்டோம். ஒவ்வொரு வண்ணமும் ஒவ்வொரு வகையான சக்தி நிலையைக் குறிக்கிறது.

மூலாதாரச் சக்கரத்தின் நிறமாக 'சிவப்பு' வண்ணம் கூறப்படுகிறது.

வாகனம்

மூலாதாரச் சக்கரத்திற்குரிய வாகனமாக சித்தரிக்கப்படுவது 'ஐராவதம்' என்ற தேவலோக வெள்ளை யானையாகும்.

அமிர்தத்தைப் பெறுவதற்காக தேவர்களும் அசுரர்களும் பாற்கடலைக் கடைந்தபோது, அதிலிருந்து வெளிவந்த பல அரிய பொருட்களில் இந்த ஐராவதமும் ஒன்று. இது ஆயிரம் யானை களின் பலம்கொண்ட ஒரு யானை.

ஐராவதம் ஏழு தும்பிக்கைகள் கொண்டது. இந்த ஏழு தும்பிக்கைகள் நமது உடலின் ஏழு தாதுக்களைக் குறிக்கும் குறியீடாகும்.

தெய்வங்கள்

- மூலாதாரச் சக்கரத்தின் காவல் தெய்வம்- கணபதி.'
- தெய்வம் - பிரம்மன்.
- சிறுதெய்வம் - இந்திரன்.

இந்திரியங்களை (ஐம்புலன்களை) ஆளுபவனே இந்திரன். நமது புலன்களே பல ஆசைகளுக்கும், மாயைகளுக்கும், துன்பங்களுக்கும் காரணமாக அமைகிறது.

புராணங்களில் இந்திரன் செல்வத்திற்கு அதிபதியாகவும், உல்லாச வாழ்க்கையில் அதிவிருப்பம் உள்ளவனாகவும், பெண் பித்தனாகவும் சித்தரிக்கப்படுகிறான்.

மூலாதாரச் சக்கரமே பூமிசார்ந்த அனைத்துப் பிடிப்புகளுக்கும், ஆசைகளுக்கும் காரணமாக அமைவதால், அதன் அதிபதியாக அதே குணங்களைக்கொண்ட இந்திரன் கூறப்பட்டுள்ளான்.

அதிதேவதை

'தாக்கினி' என்ற தேவதையே மூலாதாரச் சக்கரத்தின் அதிதேவதையாகும். இந்த அதிதேவதையின் அருளிருந்தால் மட்டுமே மூலாதாரச் சக்கரத்தைத் திறக்கமுடியும்.

தந்திரயோகத்தில் மூலாதாரச் சக்கரத்தைத் தூண்டிவிடவும்

திறக்கவும், மேற்கூறிய தெய்வங்கள், அதிதேவதை ஆகியவற்றின் அனுமதியும் அருளும் தேவை. அதற்கான வழிமுறைகளை ஒரு குருவிடமிருந்து மட்டுமே நேரடியாகக் கற்றுக் கொள்ளமுடியும். குருவின் மேற்பார்வையில் மட்டுமே அவற்றைத் துவங்கவேண்டும்.

நாம் நடத்திவரும் நேரடி தந்திர யோகப் பயிற்சி களின் மூன்ற ாவது நிலைப்பயிற்சியில் இந்த வழிமுறைகளைக் கற்றுத்தருகிறோம்.

முதல்நிலை, இரண்டாம் நிலை பயிற்சிகளை முடித்து, அவற்றைத் தொடர்ந்து செய்து, உங்களது உடலையும் மனதையும் தயார் நிலைக்குக் கொண்டுவந்தபின்னரே மூன்றாம் நிலை உயர்நிலைப் பயிற்சிகளில் ஈடுபடமுடியும்.

புலன் (தன்மந்திரா)

மூலாதாரச் சக்கரமே 'வாசனை' என்ற புலனுக்கு (முகர்தல்) காரணமாக உள்ளது. மூலாதாரச் சக்கரம் நலமாக இயங்கினால் நமது 'முகர்தல்' என்ற புலனுணர்வும் நலமாக இருக்கும்.

மூலாதாரச் சக்கரத்தின் இயக்கத்தில் ஏதேனும் சக்தித் தடைகளோ, பாதிப்புகளோ இருந்தால் மூக்கில் எந்தவித வாசனையும் தெரியாமல் போகும்.

மூலாதாரம் மிக நன்றாக இயங்கினால் சிறுசிறு வாசனை களைக்கூட இனம்பிரித்து உணரமுடியும். பிறருக்குத் தெரியாத பல வாசனைகளை உணரமுடியும்.

புலனுறுப்பு (ஞானேந்திரியம்)

மூலாதாரத்தோடு இணைக்கப் பட்டுள்ள புலனுறுப்பு மூக்கு.

மூக்கு, வாசனை ஆகிய வற்றோடு தொடர்புடைய குறைபாடுகள், நோய்கள் ஆகியவற்றை சரிசெய்ய, மூலாதாரச் சக்கரத்தை வலுப் படுத்த வேண்டும். அந்த சக்கரத்தில் சக்தித் தடைகள் இருந்தால் அதை சரிசெய்ய வேண்டும்!

செயலுறுப்பு (கர்மேந்திரியம்)

மூலாதாரச் சக்கரத்தின் ஆளுமைக்கு உட்பட்ட செயலுறுப்பு 'குதம்' (ANUS). மூலாதாரச் சக்கரம் சரியாக இயங்கினால் மட்டுமே இந்த 'மலவாய்' சரியாக இயங்கும்.

நாளமில்லாச் சுரப்பி

மூலாதாரச் சக்கரத்தோடு இணைக் கப்பட்டுள்ள நாளமில்லாச் சுரப்பி (ENDOCRINE GLAND) அட்ரீனல் சுரப்பியாகும்.

அட்ரீனல் சுரப்பிகள் நமது சிறுநீரகங் களின் மேல்பகுதியில் ஒரு தொப்பி போன்று அமைந்துள்ள சுரப்பிகளாகும். இவற்றிலிருந்து சுரக்கும் 'அட்ரீனலின்' என்ற இயக்கநீர் ஆபத்தான சூழ்நிலைகளில், அதிலிருந்து தப்பிக்க அல்லது எதிர்த்துப் போராடத் தேவையான சக்தியை உடலுக்குத் தருகிறது. இது குறித்து பின்னர் சற்றே விரிவாகக் காணலாம்.

உடல் பாகங்கள்

- பாதங்கள்
- முதுகுத் தண்டு
- நகங்கள்
- பற்கள்

ஆகியவையே மூலாதாரச் சக்கரத்தால் ஆளப்படும் உடல் பாகங்களாகும்.

இந்த உடல் பாகங்களில் ஏதேனும் குறைபாடுகள், நோய்கள் இருந்தால், மூலாதாரச் சக்கரத்தின் இயக்கத்தை சரிசெய்வதன்மூலம் அவற்றை சரிசெய்துவிட முடியும்.

குணம்

மூலாதாரச் சக்கரத்திற்குரிய குணமாகக் கூறப்படுவது 'தாமச' குணமாகும்.

லோகம்

மூலாதாரம் 'பூலோகம்' என்ற லோகத் திற்குரிய சக்கரம் என தந்திரயோகம் கூறுகிறது.

கோசம்

நமது உடலைச் சுற்றி நிற்கும் சக்தி உடல்களையே கோசங்கள் என்று அழைக்கிறோம். மொத்தம் ஐந்து கோசங்கள் உள்ளன என்பதை ஏற்கெனவே தந்திர யோகம் இரண்டாம் பாகத்தில் கண்டோம்

இவற்றுள் முதல் கோசமான அன்னமய கோசத்தை ஆளுவது நமது மூலாதாரச் சக்கரம். இந்த கோசத்தில் உருவாகும் நோய்களை சரிசெய்ய மூலாதாரச் சக்கரத்தின் இயக்கங்களை சரிசெய்யவேண்டும்.

உள்ளுறுப்புகள்

- பெருங்குடல்
- இனப்பெருக்க உறுப்புகள்

● டாக்டர் ஜாண் பி.நாயகம் ●

ஆகியவை மூலாதாரச் சக்கரத்தினால் ஆளப்படும் உள்ளுறுப்புகளாகும்.

வாயு

தச வாயுக்கள் குறித்து தந்திரயோகம்- இரண்டாம் பாகத்தில் கண்டோம். 'அபானன்' என்ற முதன்மை வாயுவே மூலாதாரச் சக்கரத்தோடு தொடர்புடைய வாயுவாகும்.

கிரகம்

மூலாதாரச் சக்கரத்தோடு தொடர்புடைய கிரகமாக செவ்வாய் கிரகம் கூறப் பட்டுள்ளது.

05

நமது சக்கரங்களின் இயக்கங்களே நமது உணர்வு நிலைகளையும் தீர்மானிக்கின்றன. ஒவ்வொரு சக்கரமும் ஒவ்வொருவிதமான உணர்வு நிலையுடன் தொடர்புள்ளதாக உள்ளன.

மூலாதாரச் சக்கரத்தோடு தொடர்புடைய உணர்வு நிலைகள் குறித்து தற்போது காணலாம்.

மூலாதார ஆளுமை

ஒரு குழந்தை பிறக்கும்போது முதல் சக்கரமான மூலாதாரமும், கடைசி சக்கரமான சகஸ்ராரமும் திறந்த நிலையில் இருக்கும். தமது முழுத் திறனோடு இயங்கும்.

பிற ஐந்து சக்கரங்களும் மந்தநிலையில், முழுமையாகச் செயல்படாத நிலையில் இருக்கும்.

ஒரு குழந்தை பிறந்தது முதல் ஏழு வயது வரையில் (0-7) அது முழுக்க முழுக்க மூலாதாரச் சக்கரத்தின் ஆளுமை யின்கீழ் இருக்கும்.

இந்த ஏழு வருடங்களில் அந்தக் குழந்தை யின் உணர்வு நிலைகளும் மூலாதார உணர்வு நிலையாகவே இருக்கும்.

ஏழு வயது முடிந்து எட்டு வயது துவங்கும் போது, மூலாதாரச் சக்கரத்தின் ஆளுமையிலிருந்து விடுபட்டு,

அடுத்த சக்கரமான சுவாதிஷ் டான சக்கரத்தின் ஆளுமைக்குள் அந்தக் குழந்தை செல்லும்.

மூலாதார உணர்வு நிலைகள்

மூலாதாரத்தை 'பூமிச் சக்கரம்' என்று அழைக்கிறோம். நம்மை பூமியோடு, உலகம் சார்ந்த விஷயங்களோடு இணைக்கும் சக்கரமே மூலாதாரம். மூலாதாரத்தால் உருவாகும் உணர்வு நிலைகள் அனைத்துமே பூமி சார்ந்தவையாக இருக்கும்.

* உயிர்வாழும் உந்துதல்
* தான், தனது என்ற எண்ணம்
* சுயநலம்
* பொருட்களின்மேல் அதிகப்படியான பற்று
* பலவிதமான ஆசைகள்

ஆகிய அனைத்துமே மூலாதாரச் சக்கரத் தின் ஆளுமையினால் உருவாகும் உணர்வு நிலைகளாகும்.

1. உயிர்வாழும் உந்துதல்

'உயிர்வாழும் உந்துதல்' இயல்பாகவே அனைத்து உயிரினங் களுக்கும் உண்டு. பரிணாம வளர்ச்சியின் கீழ்த்தட்டில் இருக்கும் ஒரு செல் உயிரினங்களிலிருந்து (அமீபா, பாக்டீரியா போன்றவை) பரிணாம வளர்ச்சி யின் மேல்தட்டிலிருக்கும் மனிதர்கள் வரை யிலும் இந்த உந்துதல் காணப்படுகிறது.

பிறந்த குழந்தைக்குக்கூட பசித்தால் அழவேண்டும் என்ற 'உந்துதல்' இருக்கிறது. பால் ஊட்டும்போது சப்பிச் சாப்பிடவேண்டும் என்று பிறந்த குழந்தைக்கு கற்பித்தது யார்? அது இயல்பாகவே, இயற்கை யாகவே அமைந்துள்ள ஒரு உந்துதல். (Instincts).

தனக்குப் பாதகமான ஒரு சூழல் ஏற்படும்போது, அதிலிருந்து தன்னைத் தற்காத்துக் கொள்ள முயற்சிப்பதும் இந்த உந்துதல் இருப்பதால்தான்!

எனவேதான் இந்த உந்துதலை ஆங்கில மொழியில் 'Basic Survival Instincts' என்று அழைக்கிறார்கள். இவை உயிர்வாழத் தேவை யான அடிப்படை உந்துதல்கள்.

விலங்குகளில் இந்த உயிர்வாழும் உந்து தலைத் தருவது அவற்றின் முதல் சக்கரமான 'பாதாளச் சக்கர'மாகும்.

மனிதர்களுக்கு முதல் சக்கரம் மூலாதாரம். அதுவே இந்த உயிர்வாழும் உந்துதலைத் தரும் சக்கரம்!

● தந்திரயோகம் ●

2. தான், தனது என்ற எண்ணம்

பிறந்தது முதல் ஏழு வயதுவரை ஒரு குழந்தையின் உலகம் 'தான்', 'தனது' என்பதைச் சுற்றியே இருக்கிறது. பிறரைப் பற்றிய அக்கறை இருப்பதில்லை.

தான் நினைத்தது நடக்கவேண்டும்- தான் செய்வதே சரி என்பதுபோன்ற அடமும் ஒட்டாரமும் இந்தப் பருவத்தில் அதிகமிருக்கும். அழுது அடம்பிடித்து, தான் நினைத்ததை சாதித்துக்கொள்ளும் முனைப்பு காணப்படும். இது மூலாதாரத்தின் ஆளுமையால் உருவாகும் உணர்வு நிலை.

* எனது பொம்மை
* எனது அப்பா
* எனது அம்மா
* எனது நாற்காலி

என்று அனைத்தையும் 'தனது' என சொந்தம் கொண்டாடும். எதையும் பிறரோடு பகிர்ந்துகொள்ளாது.

இந்தப் பருவத்தில் அடுத்ததாக ஒரு தம்பியோ, தங்கையோ பிறந்தால் அந்தக் குழந்தையோடு போட்டியும் பொறாமையும் உருவாகிவிடும்.

அடுத்தடுத்து பிறக்கும் குழந்தைகளுக்கிடையே சதா போட்டி இருந்துகொண்டேயிருக்கும். இதையே சகோதரச் சண்டை- ஆங்கிலத்தில் 'Sibling Rivalary' என்று கூறுகிறோம். இதுவும் மூலாதாரச் சக்கர ஆளுமையால் உருவாவதே.

இந்த உணர்வு மிக அதிகமாக இருக்கும்பட்சத்தில் அந்தக் குழந்தைக்கு மனநல மருத்துவரின் அறிவுரையும் சிகிச்சையும் தேவைப்படுகிறது.

3. சுயநலம்

அனைத்திலும் தான், தனது என்றே செயல்படும் குழந்தை முழுக்க முழுக்க சுயநலம் கொண்ட ஒரு குழந்தையாகவே இருக்கும்.

இதில் குழந்தையின் தவறு எதுவும் கிடையாது. ஏழு வயதுவரை அக்குழந்தை மூலாதாரச் சக்கரத்தின் ஆளுமையில்தான் இருக்கும். எனவே அந்த உணர்வு நிலைதான் உருவாகும்.

இதைக் குறைக்க அல்லது சரி செய்ய சிறு வயது முதலே பெற்றோர்களும் ஆசிரியர்களும் பிறரோடு பகிர்ந்துகொள்ளும் மனப்

● டாக்டர் ஜாண் பி.நாயகம் ●

பாங்கை சிறிது சிறிதாக அக் குழந்தையிடம் உருவாக்கவேண்டும். தொடர்ந்த முயற்சி நிச்சயம் பலன் தரும்.

4. பொருட்களின்மீது அதிகப்படியான பற்று

மூலாதாரச் சக்கரத்தின் ஆளுமையின்கீழ் இருக்கும்போது உலகம் சார்ந்த பொருட்களின்மீது அதிகப்படியான பற்று இயல்பாகவே உருவாகிவிடும்.

சிறுவயதில் வைத்து விளையாடிய பொம்மைகளையும், பிற விளையாட்டுப் பொருட்களையும் வளர்ந்த பிறகும்கூட சிலர் பத்திரமாகப் பாதுகாத்து வைத்திருப்பார்கள். பெரும்பாலும் அவை ஏழு வயதிற்குள் அவர்கள் விளையாடப் பயன்படுத்தியவையாக இருக்கும்.

ஏழு வயதுவரை மூலாதாரச் சக்கரத்தின் ஆளுமையின் கீழ் இருப்பதால் இந்தப் 'பற்று' மனதில் மிக ஆழமாகப் பதிந்துவிடுகிறது. வளர்ந்தபின்னும் அது மறையாமல் இருப்பதால், அந்தப் பொருட்களை பிரிய மனமின்றி பாதுகாத்து வைத்திருப்பார்கள்!

5. பலவிதமான ஆசைகள்

ஒரு குழந்தைக்கு ஏழு வயது முடிந்து எட்டு வயதாகும் போது அது மூலாதாரச் சக்கரத்தின் ஆளுமையிலிருந்து விடுபட்டு, இரண்டாவது சக்கரமான சுவாதிஷ்டானத்தின் ஆளுமைக்குள் வருகிறது.

இந்த நிலையில் மூலாதாரத்தின் ஆளுமையும், உணர்வு நிலைகளும் முற்றிலுமாக மறைந்து போகவேண்டும். (உயிர் வாழும் உந்துதல் மட்டும் இருக்கும்.)

✷ தான், தனது என்ற எண்ணம் மறையவேண்டும்.

✷ சுயநலம் அகலவேண்டும்.

✷ பொருட்களின்மீதுள்ள அதிகப்படியான பற்றும் பாசமும் விலக வேண்டும்.

ஆனால் இன்றைய வாழ்க்கை முறையில் இது நடைபெறுவதில்லை! உலகிலுள்ள பெரும்பாலான மக்களும் சாகும் வரையிலும் கீழ்நிலைச் சக்கரங்களின் ஆளுமையிலேயே வாழுகிறார்கள்.

மூலாதாரச் சக்கரத்தின் ஆளுமையின்கீழ் தொடர்ந்து வாழும் போதுதான்,

✷ மண்ணாசை

✷ பெண்ணாசை

● தந்திரயோகம் ●

* பொன்னாசை

போன்ற பெரும் ஆசைகள் அந்த மனிதனை அலைக் கழிக்கின்றன. இந்த ஆசைகளின் வழியே அவனது வாழ்க்கைப் பயணம் தொடருகிறது.

புத்தர் கூறியபடி, இந்த ஆசைகளே அவனது அனைத்து துன்பங்களுக்கும் காரணமாகின்றன.

சமுதாயத்தில் நடைபெறும் பலவிதமான மோசடிகள், நம்பிக்கைத் துரோகங்கள், வன்முறைகள், கொள்ளை, கொலை போன்ற அனைத்து குற்றங்களுக்கும் இந்த மூன்று ஆசைகளே மூல காரணமாக அமைகின்றன.

ஏழு வயதில் மூலாதாரத்தின் ஆளுமை குறைந்து விட்டால் இந்தப் பிரச்சினைகள் எதுவும் இராது.

'அது அது நடக்கவேண்டிய நேரத்தில் நடக்கவேண்டும்' என்பது எதற்குப் பொருந்துகிறதோ இல்லையோ, நமது சக்கரங்களின் ஆளுமைக்கு நூறு சதவிகிதம் பொருந்தும்.

சக்கரத்தின் இயக்கமும் உணர்வு நிலையும்

ஏழு வயது முடியும்போது மூலாதாரச் சக்கரத்தின் ஆளுமையிலிருந்து வெளிவந்துவிட்டாலும்கூட, அத்துடன் மூலாதாரத்தின் இயக்கம் நின்று போய்விடாது. அனைத்து சக்கரங்களும் வாழ்நாள் முழுவதும் இயங்கிக் கொண்டுதான் இருக்கும். எந்த சக்கரத்தின் ஆளுமை அதிகமாக உள்ளதோ அதனோடு தொடர்புடைய உணர்வு நிலைகளே அந்த மனிதனிடம் அதிகமாகக் காணப்படும்.

ஏழு வயதிற்குமேல் மூலாதாரச் சக்கரத்தின் இயக்கம்-

* சமநிலையில் (இயல்பு நிலையில்) இருக்கலாம்.
* அதிகப்படியாக (ஆளுமை) இருக்கலாம்.
* குறைவாக (குறை நிலை) இருக்கலாம்.

சமநிலையில் இருக்கும்போது பிரச்சினைகள் இராது. அந்த மனிதருடைய வயதிற்கேற்ப எந்த சக்கரம் ஆளுமையில் இருக்கவேண்டுமோ, அது ஆளுமையில் இருக்கும். மூலாதாரம் தனது இயல்பு நிலையில் இயங்கும். இந்த நிலையில்-

* உயிர் வாழும் உந்துதல் இருக்கும்.
* சுயநலம் குறைந்து, பொதுநலம் மனதில் குடிகொள்ளும்.
* தான், தனது என்ற பிடிவாதங்கள் மறைந்து பிறரைக் குறித்த

● டாக்டர் ஜாண் பி. நாயகம் ●

சிந்தனைகள் உருவாகும்.

✳ உலகப் பற்றுகள் மறையாது. ஆனால் அளவோடு இருக்கும். மூலாதாரத்தின் இயக்கம் அதிகப்படியாக இருந்தால்-

✳ சுயநலம் மேலோங்கும்.

✳ தான், தனது என்ற ஆணவம் உருவாகும்.

✳ தான் வாழ பிறரை அழித்தாலும் தவறில்லை என்ற எண்ணம் உருவாகும்.

✳ பலவிதமான ஆசைகள் உருவாகும். அதை நிறைவேற்ற, பூர்த்தி செய்ய எத்தகைய கொடுஞ்செயல்களைச் செய்யவும் மனம் துணியும்.

மூலாதாரத்தின் இயக்கம் குறை நிலையில் இருந்தால்-

✳ வாழ்க்கையில் எந்தப் பற்றும் இராது.

✳ மந்தத் தன்மை ஏற்படும்.

✳ வெற்றிபெற வேண்டுமென்ற உந்துதலே இராது.

✳ வாழ்க்கையில் ஒரு நிலைத்தன்மை இராது.

✳ மனதிலும் உறுதி இராது.

✳ இவர்களது வாழ்க்கை தனக்கும் பயனின்றி, பிறருக்கும் பயனின்றி வீணாகக் கழிந்துபோகும்.

அடுத்த இதழில் நமது இரண்டாவது சக்கர மான சுவாதிஷ்டானம் குறித்த செய்திகளைக் காணலாம்.

06

'சுவாதிஷ்டானம்' என்ற வடமொழிச் சொல்லுக்கு 'தனக்குரிய சொந்த இடம்' என்று பொருள். மனிதர்களுக்கே உரிய சக்கரம் (இடம்) என்றும் பொருள்கொள்ளலாம்.

மனிதர்களுக்கு முதல் சக்கரம் மூலாதாரம் என்று ஏற்கெனவே கண்டோம். ஆனால் விலங்குகளில் உயர் பரிணாம வளர்ச்சி பெற்ற மனிதக் குரங்குகளுக்கு மூலாதாரம் உயர்நிலைச் சக்கரமாக உள்ளது.

எனவே மூலாதாரம் மனிதர்கள், மனிதக் குரங்குகள் ஆகிய இரண்டிற்கும் பொதுவான ஒரு சக்கரமாக உள்ளது. மனிதன் மட்டும் அதற்கு சொந்தம் கொண்டாட முடியாது.

மனிதன் தனக்கேயுரிய சக்கரம் என்று சொந்தம் கொண்டாடக்கூடிய முதல் சக்கரம் சுவாதிஷ்டானமே. எனவேதான் அதற்கு 'தனக்குரிய சொந்த இடம்' என்று பொருள் தரக்கூடிய 'சுவாதிஷ்டானம்' என்ற பெயரைச் சூட்டினர்.

இந்த இரண்டாவது சக்கரமே நமது பாலுணர்வைத் தூண்டும் சக்கரம். நமது இனப்பெருக்க உறுப்புகளை ஆட்சி செய்வதும் இந்த சக்கரமே. எனவே, சுவாதிஷ்டானத்தை செக்ஸ் சக்கரம் (Sex Chakra) என்றும் அழைப்பதுண்டு.

சில தந்திர யோக நூல்களில் இந்த சக்கரம் 'உயிரின்

இருப்பிடம்' (Seat of Life) என்று வர்ணிக்கப்பட்டுள்ளது.

நமது உயிர் சக்தி (ஹி-Qi) சிறுநீரகங்க ளிலேயேபாதுகாத்து வைக்கப்பட்டுள்ளதாக சீன மருத்துவ நூல்கள்குறிப்பிடுகின்றன. நமது தந்திர யோக தத்துவத்தின்படியும், உயிர் சக்தியை (பிராணனை) உற்பத்தி செய்வதில் சிறுநீரகங்களுக்கு முக்கியமான பங்குள்ளது.

சிறுநீரகங்களை ஆளும் சக்கரம் சுவாதிஷ்டானம். எனவேதான் அதை 'உயிரின் இருப்பிடம்' என்கின்றனர்.

சுவாதிஷ்டான சக்கரத்தின் இயக்கத்தில் ஏற்படும் பாதிப்புகள் சிறுநீரகங்களையும் பாதிக்கும். உயிர் சக்தியின் உற்பத்தியும் குறையும்.

தத்துவம்

சுவாதிஷ்டானத்தை ஆளும் தத்துவம் (பஞ்சபூதம்) 'நீர்'.

'நீரின்றி அமையாது உலகு' என்பது வள்ளுவன் வாக்கு. பூமியில் 70 சதவிகிதப் பரப்பு நீரினாலேயே சூழப்பட்டுள்ளது. ('ஆழிசூழ் உலகு'). மீதமுள்ள 30 சதவிகிதம் மட்டுமே நிலம்!

மனித உடலிலும் 73 சதவிகிதம் நீர்தான் உள்ளது. மீதமுள்ள 27 சதவிகிதம் மட்டுமே திடப்பொருட்கள்!

நமது உடலிலுள்ள ஒவ்வொரு செல்லிலும் 73 சதவிகிதம் நீர்தான் உள்ளது. பல விதமான சத்துக்களும், தாதுக்களும் இந்த நீரில்தான் கரைந்துள்ளன.

உடலில் நடக்கும் செரிமானம், இயக்க நீர்கள் சுரப்பு, கழிவுப்பொருட்கள் வெளியேற்றம் ஆகிய அனைத்தும் நீரின் உதவியுடனே நடைபெறுகிறது.

உடலில் நீரின் அளவு குறைந்தால் இந்த இயக்கங்கள் அனைத்துமே பாதிக்கப்படும். ரத்த ஓட்டமும் தடைப்படும்!

நீரின் அளவு அதிகரித்தாலும் பல பிரச் சினைகள் ஏற்படும். உடல் முழுவதும் வீக்கம் ஏற்படும். நீரின் அளவை உடலில் சமநிலையில் வைத்திருப்பதில் சுவாதிஷ்டான சக்கரத்திற்கு மிகப்பெரிய பங்குள்ளது.

இதழ்கள்

சுவாதிஷ்டான சக்கரத்தை ஆறு இதழ்கள் கொண்ட தாமரையாக தந்திர யோக நூல்கள் வர்ணிக்கின்றன. இவை ஆரஞ்சுக்கும், சிவப்பிற்கும் இடைப்பட்ட வண்ணமுள்ளவை.

மூலாதாரத்தைவிட சுவாதிஷ்டானத்தில் இரண்டு இதழ்கள் அதிகமாக உள்ளதால், இதன் சக்தி நிலை மூலாதாரத்தைவிட சற்றே அதிகமானது என எடுத்துக்கொள்ளலாம்.

இந்த ஆறு இதழ்களும், சுவாதிஷ்டானத்திலிருந்து வெளிவரும் ஆறு நாடி களைக் குறிப்பதாகவும் கூறுவதுண்டு.

பீஜ மந்திரம்

சுவாதிஷ்டான சக்கரத்தின் பீஜ மந்திரம் 'வம்' என்பதாகும். இந்த பீஜ மந்திரத்தைத் தொடர்ந்து உச்சாடனம் செய்யும்போது சுவாதிஷ்டான சக்கரம் தூண்டப்படும்.

ஆனால் பீஜ மந்திரத்தை உச்சரிக்கும் விதம், அதற்கான முன் தயாரிப்புகள் ஆகிய வற்றை ஒரு குருவிடமிருந்து முறையாகக் கற்றுக்கொண்டு, இந்தப் பயிற்சிகளில் ஈடுபடவேண்டும்.

புத்தகங்களின் வாயிலாக கற்றுக்கொண்டு பயிற்சிகளில் ஈடுபடுவது தவறு. பல சிக்கல் கள் உருவாகக்கூடும்.

சுரங்கள்

மூலாதாரத்தின் ஒவ்வொரு இதழுக்கும் ஒரு சுரம் உண்டு என்பதை ஏற்கெனவே கண்டோம். அதுபோன்றே சுவாதிஷ்டானத் தின் ஆறு இதழ்களுக்கும் தனித்தனியே சுரங்கள் உள்ளன. அவை-

* பம்
* பாம்
* மம்
* யம்
* ரம்
* லம்

நிறம்

சுவாதிஷ்டான சக்கரத்தின் நிறம் 'ஆரஞ்சு.' (Orange). இது வானவில்லின் ஏழு நிறங்களில் இரண்டாவது நிறம்.

ஆரஞ்சு வண்ண உடைகள், உணவுகள் ஆகியவற்றைத் தொடர்ந்து உபயோகித்து வந்தால் சுவாதிஷ்டானச் சக்கரம் தூண்டப்படும்.

வாகனம்

'முதலை' என்ற விலங்கே சுவாதிஷ்டான சக்கரத்தின் வாகன மாகும். இது ஒரு நீர்வாழ் விலங்கு. சுவாதிஷ்டானத்தின் தத்துவம் நீர் என்பதை நினைவில் கொள்ளுங்கள்.

● டாக்டர் ஜாண் பி.நாயகம் ●

தெய்வங்கள்

முதன்மை தெய்வம்- விஷ்ணு.

இந்த சக்கரத்திற்கு வேறு துணை தெய்வங்கள், சிறு தெய்வங்கள் கிடையாது. சக்கரத்தின் வெவ்வேறு உருவங்கள், அவதாரங்கள் சுட்டிக் காட்டப்படுகின்றன.

அதிதேவதை

'ராக்கினிதேவி'யே சுவாதிஷ்டான சக்கரத்தின் அதிதேவதை. இந்த தேவதை தாவர உலகத்தின் தெய்வமாகக் கருதப் படுகிறது.

சுவாதிஷ்டான சக்கரத்தைத் திறக்கும் பயிற்சிகளில் ஈடுபடுபவர்கள், குறைந்த பட்சம் இரண்டு மாதங்கள் அசைவ உணவைத் தவிர்க்கவேண்டும்.

புலன் (தன்மந்த்ரா)

'சுவை' என்பதே சுவாதிஷ்டான சக்கரத்தின் ஆளுமை யிலுள்ள புலனாகும். சுவாதிஷ்டான சக்கரத்தின் இயக்கம் நலமாக இருந்தால் ஆறு சுவைகளையும் நன்கு அறிய (உணர்ந்துகொள்ள) முடியும்.

சுவாதிஷ்டானத்தின் செயல்பாடுகளில் குறைபாடு இருக்கும்போது, சுவையறியும் திறனும் பாதிக்கப்படும். இத்தகைய நிலை ஒரு மனிதரிடம் காணப்பட்டால், அவரது சுவா திஷ்டான சக்கரத்தின் இயக்கங்களில் பாதிப்புள்ளது என்று அறிந்துகொள்ளலாம்.

புலனுறுப்பு (ஞானேந்திரியம்)

சுவை எனும் புலனை உணரும் உறுப்பு நாக்கு (வாய்). சுவாதிஷ்டானம் நலமாக இயங்கும்போது 'நாக்கு' என்ற உறுப்பும் நலமாக இயங்கும். சுவாதிஷ்டான சக்கரத்தின் செயல்பாடுகளில் பாதிப்பு ஏற்பட்டால் நாக்கிலும் சில பிரச்சினைகள் ஏற்படும்.

செயலுறுப்பு (கர்மேந்திரியம்)

இனப்பெருக்க உறுப்புகள் (ஆண் குறி, பெண் குறி) சுவாதிஷ்டான சக்கரத்தின் செயலுறுப்புகளாகும். என வேதான் இந்த சக்கரத்தை 'செக்ஸ் சக்கரா' என்றும் அழைக் கிறார்கள்.

● தந்திரயோகம் ●

நாளமில்லாச் சுரப்பிகள்

இனப்பெருக்கத்தோடு தொடர்புடைய நாளமில்லாச் சுரப்பிகளே சுவாதிஷ்டான சக்கரத்தால் ஆளப்படும் சுரப்பிகளாகும்.

பெண்களில்- சினைப்பைகள் (Ovaries).

ஆண்களில்- விரைகள் (Testis).

சுவாதிஷ்டான சக்கரத்தின் இயக்கம் சரிவர இல்லையெனில் இந்த சுரப்பிகளின் இயக்கம் பாதிக்கப்படும். செக்ஸ் ஹார்மோன்களின் சுரப்பும் குறையும்.

உடல் பாகங்கள்

கைகளே சுவாதிஷ்டானத்தின் ஆளுமையிலுள்ள உடற்பாகங்களாகும். மேலும் நமது உடலிலுள்ள தசைகள் (Muscles) அனைத்துமே சுவாதிஷ்டானத்தின் ஆளுமையின்கீழ் உள்ளன.

கை நடுக்கம், கைகளில் வலுக் குறைதல், தசைகள் மெலிதல் (Muscle Wasting) போன்ற நோய்நிலைகளுக்கு சுவாதிஷ்டான சக்கரத்தின் குறைபாடே மூல காரணமாக அமைகின்றன.

தந்திர யோகப் பயிற்சிகள், சில முத்திரைகள் மூலமாக சுவாதிஷ்டான சக்கரத்தை சரிசெய்துவிட்டால் இந்த குறைபாடுகள் முற்றிலும் சரியாகிவிடும்!

குணம்

'தாமசம்' என்ற குணமே சுவாதிஷ்டானத்தோடு தொடர்புடைய குணமாகும். (மூலா தாரத்திற்கும் இதுவே என்பதை நினைவு படுத்திக் கொள்ளுங்கள்.)

லோகம்

நமது இரண்டாவது சக்கரத்தோடு தொடர்புடைய லோகமாகக் கூறப்படுவது- 'புவர்லோகம்.'

கோசம்

நமது ஐந்து கோசங்களில் (சக்தி உடல்களில்) இரண்டாவது கோசமான பிராணமய கோசமே சுவாதிஷ்டானத்தால் ஆளப்படும் கோசமாகும்.

இந்த கோசத்தில் ஏற்படும் குறைபாடுகளை சரிசெய்ய சுவாதிஷ்டான சக்கரத்தை வலுப்படுத்த வேண்டும்.

உள்ளுறுப்புகள்

● டாக்டர் ஜாண் பி.நாயகம் ●

* சிறுநீரகங்கள்
* சிறுநீர்ப்பை
* புராஸ்டேட் சுரப்பி (ஆண்களில்)
* கருப்பை (பெண்களில்)
* சினைப்பை (பெண்களில்)

ஆகிய அனைத்து உள்ளுறுப்புகளும் சுவாதிஷ்டான சக்கரத்தின் ஆளுமைக்கு உட்பட்டவை.

வாயு

தச வாயுக்களில் ஒன்றான 'வியானன்' வாயுவே சுவாதிஷ்டான சக்கரத்தோடு தொடர்புடைய வாயுவாகும்.

கிரகம்

புதன் கிரகமே சுவாதிஷ்டான சக்கரத்தோடு தொடர்புடைய கிரகம்.

07

ஒரு குழந்தை பிறக்கும்போது அதன் மூலாதாரச் சக்கரமும், சகஸ்ராரச் சக்கரமும் திறந்த நிலையில் இருக்கும். பிற சக்கரங்கள் மந்த நிலையில் இருக்கும்.

பிறந்தது முதல் ஏழு வயதுவரையில் அந்தக் குழந்தை மூலாதாரச் சக்கரத்தின் ஆளுமையின்கீழ் இயங்கும் என்பதை ஏற்கெனவே கண்டோம்.

ஏழு வயதுவரையில் மூலாதாரத்தோடு தொடர்புடைய உணர்வு நிலைகளே அந்தக் குழந்தையை வழிநடத்தும்.

ஏழு வயது முடியும்போது, இரண்டாவது சக்கரமான சுவாதிஷ்டானம் விழித்தெழும். மெல்ல மெல்ல மூலாதாரத்தின் ஆளுமை குறைந்து, சுவாதிஷ்டானத்தின் ஆளுமை உருவாகும்.

ஏழு வயது முதல் பதினான்கு வயதுவரையுள்ள ஏழு வருடங்களே சுவாதிஷ்டான சக்கரத்தின் ஆளுமைக் காலம். இந்த ஏழு வருடங்களும், சுவாதிஷ்டான சக்கரத்தோடு தொடர்புடைய உணர்வுநிலைகளே அந்தக் குழந்தையை வழிநடத்தும். பதினான்கு வயது முடியும்போது, அடுத்த சக்கரமான மணிப்பூரகத்தின் ஆளுமை துவங்கும்.

சுவாதிஷ்டான உணர்வு நிலைகள்

✷ அன்பு, பாசம்.

* உறவுமுறைகள்.
* கற்பனைத் திறன்.
* படைப்பாற்றல்.
* முன்ஜென்ம நினைவுகள்.
* சுவையறியும் திறன்.
* பாலுணர்வு.

அன்பு, பாசம்

ஒரு குழந்தை மூலாதாரத்தின் ஆளுமையின்கீழ் இருக்கும்வரையில் ஆழமான அன்போ பாசமோ உருவாகாது. 'தான்', 'தனது' என்ற சுயநலமே மேலோங்கி நிற்கும்.

ஏழு வயதுவரையில் 'உயிர் வாழும் உந்துதல்' (Basic Survival Instincts) மட்டுமே அதிகமாக இருக்கும். 'தன்னுடைய உயிர் வாழ்தலே முக்கியம்' என்ற உணர்வு நிலையே அக்குழந்தையை வழிநடத்தும்.

மூலாதார ஆளுமையின்கீழ் உள்ளவரையில் தனது சகோதர-சகோதரிகளுடன்கூட எதையும் அக்குழந்தை பகிர்ந்துகொள்ளாது. தன்னைவிட, தனது தங்கைமீதோ, தம்பிமீதோ தாய் சற்றே அதிக அக்கறை காட்டினாலும் கோபித்துக்கொள்ளும்.

'சகோதர யுத்தம்' (Sibling Rivalary) என்ற உணர்வுநிலை இந்தப் பருவத்தில் பல குழந்தைகளுக்கு உருவாகும் என்பதை ஏற்கெனவே கண்டோம். எவரிடமும் ஆழமான அன்போ பாசமோ இல்லாதிருப்பதுதான் இதற்கு அடிப்படைக் காரணம்.

ஏழு வயது முடியும்போதுதான் அந்தக் குழந்தை யிடம் பாசம், அன்பு போன்ற மென்உணர்வுகள் படிப்படியாக உருவாகும்.

உறவுமுறைகள்

ஏழு வயது முடிந்து, குழந்தை சுவாதிஷ்டானத் தின் ஆளுமையின் கீழ் வரும்போதுதான் உறவு முறைகள் குறித்த உணர்வு உருவாகும்.

அதுவரையில் தன்னைச் சுற்றியுள்ளவர்களை, தனது உயிர்வாழ்தலுக்கா கருவிகளாகவே அக்குழந்தை பயன்படுத்திக் கொள்ளும்.

எட்டாவது வயது முதல் பதினான்காவது வயது வரையுள்ள ஏழு வருடங்களில்தான் தாய், தந்தை, சகோதர-சகோதரிகள், பிற உறவுகள் ஆகியவற்றை அக்குழந்தைபடிப்படியாகப்

புரிந்துகொள்ளும். அவ்வுறவுகளின்மேல் உண்மையான பாசமும் அன்பும் உருவாகும்.

சுயநலம் படிப்படியாகக் குறைந்து, விட்டுக்கொடுக்கும் மனப்பாங்கு இக்காலகட்டத்தில்தான் உருவாகும்.

கற்பனைத் திறனும் படைப்பாற்றலும்

மேற்சொன்ன இரண்டுமே ஒன்றோடொன்று இணைந்தவை. கற்பனைத் திறனே படைப்பாற்றலுக்கு அடிப்படை. இவை இரண்டுமே சுவாதிஷ்டான சக்கரத்தின் ஆளுமையின்கீழ் உருவாகும்.

எட்டு முதல் பதினான்கு வயதுவரை யிலுள்ள ஏழு வருடங்களும் அக்குழந்தையின் கற்பனைத்திறன் சிறகடித்துப் பறக்கும்! பாதி நேரம் அவர்கள் தேவதைகளும், பறக்கும் குதிரைகளும் நிறைந்த ஒரு கற்பனை உலகிலேயே சஞ்சரித்துக் கொண்டிருப்பார்கள்.

விதவிதமான கற்பனைக் கதைகளைக் கூறுவார்கள். பலவிதமான பொய்களைக் கூறுவதும் இக்காலகட்டத்தில்தான்!

கதை கேட்பதில் இப்பருவத்தில் ஆர்வம் மிகுந்திருக்கும். கதை சொல்ல ஆளில்லாத வேளைகளில் கார்ட்டூன்கள் பார்க்கத் துவங்குவார்கள்.

இரும்புக் கை மாயாவி, பேட்மேன், ரிச்சி ரிச் போன்ற கற்பனை கதாபாத்திரங்கள் உலாவரும் படக்கதைகள்மீதும் இந்தப் பருவத்தில் அதீத ஆவல் உருவாகும்!

அவர்களினுள்ளே மறைந்திருக்கும் பலவிதமான படைப்பாற்றல்களும் இந்த ஏழு வருடங்களில் வெளிவரும்.

✱ படம் வரைதல்
✱ பொம்மை செய்தல்
✱ பாடுதல்
✱ ஆடுதல்
✱ கதை எழுதுதல்
✱ சுவைபடப் பேசுதல்

போன்ற பல திறமைகள் இப்பருவத்தில் வெளிவரும். அவற்றை சரியாகப் புரிந்துகொண்டு, பெற்றோர்களும் ஆசிரியர்களும் அக்குழந்தையை உற்சாகப்படுத்தினால் அந்தத் திறமைகள் வளரும். பிற்காலத்தில் ஒரு பெரிய படைப்பாளியாக, கலைஞனாக அக்குழந்தை உருவாகும்.

● டாக்டர் ஜாண் பி.நாயகம் ●

ஆனால் ஏட்டுப் படிப்புக்கு மட்டுமே இக்காலத்தில் முக்கியத் துவம் தரப்படுகிறது. 'படி', 'படி' என்று சதாகாலமும் குழந்தைகள் நிர்பந்திக்கப் படுகின்றனர்.

அவர்களது கற்பனைத் திறனும் படைப்பாற்றலும் முளையிலேயே கிள்ளி எறியப்பட்டுவிடுகின்றன! வெறும் புத்தகப் புழுக்களாகவே அவர்கள் உருமாற்றப் பட்டுவிடுகிறார்கள்.

முன்ஜென்ம நினைவுகள்

நமது கர்மா குறித்த பதிவுகளும், முன் ஜென்ம நினைவுகளும் நமது சுவாதிஷ்டான சக்கரத்தில்தான் சேமித்து வைக்கப்பட்டுள்ளன.

குண்டலினி சக்தி சுவாதிஷ்டான சக்கரத்தினுள் நுழைந்து, அதைத் தூண்டும்போது இவை நமக்குத் தெரியத்துவங்கும்.

சில குழந்தைகளுக்கு எட்டு முதல் பதினான்கு வயதுவரையுள்ள பருவத்தில் இது தானே நடைபெறும். அவர்கள் அதை நம்மிடம் கூறும்போது, நாம் அது அவர்களது கற்பனை என ஒதுக்கித் தள்ளிவிடுகிறோம். அல்லது பொய் பேசுகிறான் என கண்டிக்கி றோம்.

பதினான்கு வயதிற்குமேல் மூன்றாவது சக்கரத்தின் ஆளுமையின்கீழ் சென்றபின் இது தானாக நடைபெறாது. சில தந்திர யோகப் பயிற்சிகளின் மூலம் மட்டுமே சாத்தியப்படும்.

கர்மா குறித்த பதிவுகளும் சுவாதிஷ்டான சக்கரத்தின் ஆளுமையின்கீழ் தானாகவே சில வேளைகளில் வெளிப்படும். இந்தப் பிறவியின் கர்மா என்ன என்பது அரிதாக சில குழந்தைகளுக்கு வெளிப்படுவதுண்டு.

சில குழந்தைகள் துறவறத்தில் நாட்டம்கொள்வது அல்லது அதீத பக்தி மார்க்கத்தில் அல்லது ஞான மார்க்கத்தில் செல்வதும் இந்த கர்மாவின் வெளிப் பாடேயாகும்.

சுவையறியும் திறன்

சுவாதிஷ்டானத்தோடு தொடர்புடைய புலன் 'சுவை'. புலனுறுப்பு நாக்கு. எட்டு முதல் பதினான்கு வயதுவரையில் சுவாதிஷ்டானத் தின் ஆளுமையின்கீழ் இருப்பதால் அந்த காலகட்டத்தில்தான் 'சுவையறியும் திறன்' அதிகமாகும்.

ஏழு வயதுவரையில் மூலாதார ஆளுமை. அதன் புலன் 'வாசனை'. அந்த வயதுவரையில் எந்த உணவாக இருந்தாலும், அது வாசனையாக இருந்தால் குழந்தைகள் ஆசையாக உண்ணும்.

சுவைக்கு அதிக முக்கியத்துவம் தரமாட்டார்கள்.

ஆனால் எட்டு வயதிற்குமேல் நாக்கின் சுவை அரும்புகள் முழு வளர்ச்சி அடையும். இந்த காலகட்டத்தில்தான் குழந்தைகள் சுவைக்கு அதிக முக்கியத்துவம் தருவார்கள்.

பிடித்த சுவை, பிடிக்காத சுவை என்ற பாகுபாடுகள் இந்த காலகட்டத்தில்தான் உருவாகும். சிலவகை உணவுகள்மீது அதீத விருப்பமும், சிலவகை உணவுகள்மீது வெறுப்பும் உருவாகும் காலகட்டம் இது.

இந்த விருப்பும் வெறுப்பும் பெரும்பாலும் அவர்கள் வாழ்நாள் முழுவதும் தொடரும்.

பாலுணர்வு

சுவாதிஷ்டான சக்கரத்தை 'செக்ஸ் சக்கரம்' என்றே அழைப்பார்கள். பாலுணர்வை உருவாக்கும் சக்கரம் இதுவே.

ஏழு வயதில் குழந்தைகளிடம் தனது பாலினம் குறித்த சிந்தனைகள் இராது. ஆண்- பெண் பேதமின்றி அனைவருடனும் சேர்ந்து விளையாடும். 'நிர்வாணம்' குறித்த வெட்கமும் அதிக மிராது.

சுவாதிஷ்டான சக்கரத்தின் ஆளுமை துவங்கும்போது, குழந்தைகளின் மனதில் 'தான் ஒரு ஆண்' அல்லது 'தான் ஒரு பெண்' என்ற உணர்வு உதிக்கத் துவங்கும்.

தனது பிறப்புறுப்பு குறித்த ஒருவித ஆர்வம் உருவாகும். பாலுணர்வு சற்றே தலைதூக்கும்.

பதினான்கு வயதுவரையில் சுவாதிஷ்டான சக்கரத்தின் ஆளுமை என்பதை ஏற்கெனவே கண்டோம். பன்னிரண்டு வயது முதல் பதினான்கு வயது வரையிலானகாலகட்டத்தில்தான் குழந்தைகள் உடலில் பலவிதமான மாற்றங்கள் உருவாகும்.

✷ உடலில் பலவிதமான இயக்க நீர் மாறுதல்கள் ஏற்படும்.

✷ செக்ஸ் ஹார்மோன்களின் உற்பத்தியால் உடலில் பலவித மாறுதல்கள் ஏற்படும்.

✷ ஆண் குழந்தைகளுக்கு மீசை அரும்பத் துவங்கும். குரல் உடையும்.

✷ பெண் குழந்தைகளுக்கு மார்பகங்கள் பெரிதாகத் துவங்கும்.

✷ இருபாலினருக்கும் அக்குள், பிறப் புறுப்பு பகுதிகளில் ரோமம் வளரத் துவங்கும்.

பெண் குழந்தைகள் பருவமடைவதும் இக்காலகட்டத்திலேயே நடைபெறும்.

சுவாதிஷ்டான சக்கரத்தின் செயல் பாடுகளில் ஏதேனும் குறைகள் இருந்தால் இந்த மாறுதல் ஏற்படுவதில் தாமதமோ அல்லது தடைகளோ உருவாகும். சக்கரத்தின் செயல்பாட்டை சரி செய்வதன் மூலம் அதை சரிசெய்ய முடியும்.

08

நமது முதன்மைச் சக்கரங்களில் மூன்றாவது சக்கரம் மணிப்பூரகம். மணிப்புரம் என்றும் சொல்வர். ஐரோப்பியர்கள் இதே சக்கரத்தை சோலார் பிளெக்சஸ் சக்கரம் என்று அழைக்கிறார்கள்.

'மணி' என்ற சொல் ரத்தினக்கற்களைக் குறிப்பது. 'புரம்' என்ற சொல்லுக்கு 'ஊர்' என்று பொருள். 'ரத்தினங்களாலான நகரம்' என்று பொருள் கொள்ளலாம்.

மூலாதாரம், சுவாதிஷ்டானம் ஆகிய இரு சக்கரங்களைவிட இந்த மூன்றாவது சக்கரம் அளவில் சற்றே பெரியது; பிரகாசமானது; சக்தி நிலையிலும் உயர்ந்தது.

முதல் இரு சக்கரங்களைவிட இது பிரகாசமானதாகவும், ஜொலிப்புள்ளதாகவும் இருப்பதால்தான் இந்த சக்கரத்தை 'மணிகளாலான நகரம்' என்று அழைக்கிறார்கள்.

சக்கரங்கள் அனைத்தும் நமது சக்தி உடலில்தான் உள்ளன என்பதையும், அவை நமது பருவுடலில் உள்ள நரம்புக் குவியல்களின் வழியாகவே பருவுடலின் மீது ஆதிக்கம் செலுத்துகின்றன என்பதையும் ஏற்கெனவே கண்டோம்.

நமது உடலிலுள்ள நரம்புக் குவியல்களிலேயே மிகப்

பெரியது, 'சோலார் பிளெக்சஸ்' எனப்படும் நரம்புக் குவியலாகும். இது நமது மேல்வயிற்றுப் பகுதியில் (தொப்புளுக்கும் விலாவுக்கும் இடைப்பட்ட பகுதி) உள்ளது.

மணிப்பூரகச் சக்கரம் இந்த சோலார் பிளெக்சஸ் நரம்புக் குவியல் வழியாகவே பருவுடலின்மீது ஆதிக்கம் செலுத்துகிறது. எனவே தான் இந்த சக்கரத்தை சோலார் பிளெக்சஸ் சக்கரம் என்றும் அழைப் பதுண்டு.

தத்துவம்

மணிப்பூரகச் சக்கரத் தின் தத்துவம் 'நெருப்பு.' பஞ்சபூதங்களில் நெருப்பு எனும் பூதமே மிகமிக வலிமையானது.

உடலுக்குத் தேவையான உடற்சூட்டைத் தருவது இந்த நெருப்புதான். வயிற்றில் செரிமானத்தை உண்டுபண்ணுவதும் நெருப்பேயாகும்.

மணிப்பூரகச் சக்கரம் சரிவர இயங்கினால்தான் இந்த நெருப்பு எனும் பூதமும் உடலில் சமநிலையில் இருக்கும்.

மணிப்பூரகச் சக்கரத்தின் இயக்கங்களில் குறைபாடுகள் ஏற்படும்போது, நெருப்பு எனும் பூதத்திலும் குறைபாடுகள் தோன்றும். இது பல நோய்கள் உருவாகக் காரணமாகிவிடும்.

உதாரணமாக, மணிப்பூரகச் சக்கரத்தின் இயக்கத்தில் குறை பாடு ஏற்படும்போது,

✷ உடற்சூடு குறையும்.

✷ உணவு சரிவர செரிமானமாகாது.

✷ வயிறு மந்தம், அஜீரணக் கோளாறுகள் போன்றவை உருவாகும்.

மணிப்பூரகச் சக்கரத்தின் இயக்கம் மிக அதிகமாகும்போது-

✷ உடற்சூடு அதிகரிக்கும்.

✷ வயிற்றில் அமிலச் சுரப்பு அதிகமாகி, பெப்டிக் அல்சர் உருவாகும்.

இதழ்கள்

மணிப்பூரகச் சக்கரத்தில் மொத்தம் பத்து இதழ்கள் உள்ளன. எனவே இந்த சக்கரத்திற்கு 'தச பத்மம்' என்ற பெயரும் உண்டு. (தசம் என்றால் வடமொழியில் 'பத்து' என்று பொருள்).

இந்த பத்து இதழ் களும் மணிப்பூரகச்சக்கரத்திலிருந்து வெளியே வரும் பத்து நாடிகளைக் குறிக்கின் றது.

ஒவ்வொரு இதழும் (நாடியும்) தமக்கென தனித்தனி

சுரங்களையும் கொண்டுள்ளன.

ஒரு சக்கரத்தின் இதழ்களின் எண்ணிக்கை, அதன் சக்திநிலையை நமக்கு உணர்த்தும். இதழ்களின் எண்ணிக்கை அதிகரிக்க அதிகரிக்க சக்திநிலையும் அதிகரிக்கும்.

* மூலாதாரம்- 4 இதழ்கள்.
* சுவாதிஷ்டானம்- 6 இதழ்கள்.
* மணிப்பூரகம்- 10 இதழ்கள்.

இதன் அடிப்படையில் பார்க்கும்போது, மூலாதாரத்தைவிட மணிப்பூரகச் சக்கரம் சுமார் இரண்டரை மடங்கு அதிக சக்தி நிலையைக் கொண்டுள்ளது.

பீஜா மந்திரம்

மணிப்பூரகச் சக்கரத்தின் பீஜா மந்திரம்- 'ரம்' என்பதாகும். இந்த பீஜா மந்திரத்தைத் தொடர்ந்து உச்சாடனம் செய்துவந்தால் மணிப்பூரகச் சக்கரம் தூண்டப்படும்.

ஆனால் ஒரு குருவிடமிருந்து தகுந்த மந்திர உபதேசம் பெற்றபின்னரே இத்தகைய பயிற்சிகளில் (குருவின் மேற்பார்வையில்) ஈடுபடவேண்டும்.

தகுந்த முன்பயிற்சிகளின்றி இத்தகைய முயற்சிகளில் ஈடுபடும் போது பல விபரீத விளைவுகள் தோன்றக்கூடும். எனவே ஒரு தகுந்த குருவின் வழிகாட்டுதலும், மேற்பார்வையும் மிகமிக அவசியம்.

இந்த பீஜா மந்திரத்தின் நிறம்- தங்க நிறம் என்ற குறிப்பு சில தொன்மையான தந்திர யோக நூல்களில் காணப்படுகிறது.

சுரங்கள்

மணிப்பூரகச் சக்கரத்தின் பத்து இதழ்களுக்கும் தனித்தனியே சுரங்கள் உள்ளன. அவை

* தம்
* தாம்
* நம்
* டம்
* டாம்
* நாம்
* பம்
* ஃபாம்
* ட்டாம்
* டும்

நிறம்

மணிப்பூரகச் சக்கரத்தின் வண்ணம் மஞ்சள். (வானவில்லின் மூன்றாவது வண்ணம்).

* மஞ்சள்நிற ஒளி
* மஞ்சள்நிற உடைகள்
* மஞ்சள்நிற உணவுகள்
* மஞ்சள்நிறக் கற்கள் (Gems)

ஆகியவற்றை உபயோகிப்பதன் மூலமும் மணிப்பூரகச் சக்கரத்தைத் தூண்டிவிட முடியும். தன் இயக்கத்தை அதிகப்படுத்த முடியும். ஆனால் இதுபோன்ற முயற்சிகளிலும் ஒரு குருவின் வழிகாட்டுதல் அவசியமாக உள்ளது.

வாகனம்

* செம்மறி ஆடு. இது அக்கினி பகவானின் வாகனம்.
* மணிப்பூரகம் நெருப்பு எனும் தத்துவத்தால் ஆளப்படும் சக்கரம். எனவேதான் அக்கினி பகவானின் வாகனத்தை இந்த சக்கரத்திற்குரிய வாகனமாகக் கூறுகிறோம்.

தெய்வங்கள்

மணிப்பூரகச் சக்கரத்தின் தலைமை தெய்வம் 'ருத்ரன்'. சிவபெருமானின் கோப வடிவமே ருத்ரனாகும்.

மணிப்பூரகச் சக்கரத்திலிருக்கும் ருத்ரனை பிராத ருத்ரன் (மிகப் பழமையான ருத்ரன்) என்று அழைப்பதுண்டு. இவர் 'அழிக்கும் கடவுள்'.

தந்திர யோகப் பயிற்சிகளில் ஈடுபடுபவரின் உள்ளே தேங்கிநிற்கும் தீய நினைவுகள், எதிர்மறைச் சிந்தனைகள், தீய குணநலன்கள் ஆகியவற்றை அழிக்கும் கடவுளே இந்த பிராத ருத்ரன்!

அதிதேவதை

மணிப்பூரகச் சக்கரத்தின் காவல் தெய்வமாக விளங்கும் அதிதேவதை 'லாக்கினி தேவி'.

* குண்டலினி சக்தியின் மற்றொரு உருவமே இந்த லாக்கினி தேவி.
* லாக்கினி தேவியையே பத்ரகாளியாகவும் வழிபடுகின்றனர்.

புலன் (தன்மந்த்ரம்)

மணிப்பூரகச் சக்கரத்தோடு தொடர்புடைய புலன்- பார்வை. இது கண் பார்வையை மட்டும் குறிப்பதல்ல. வாழ்க்கை குறித்த

நமது கண்ணோட்டத்தையே இது உணர்த்துகிறது.

புலனுறுப்பு (ஞானேந்திரியம்)

பார்வையோடு தொடர்புடைய புலனுறுப்பான கண்களே மணிப்பூரகச் சக்கரத்தால் ஆளப்படும் புலனுறுப்பாகும்.

செயலுறுப்புகள் (கர்மேந்திரியம்)

✳ கால்கள்
✳ பாதங்கள்

ஆகிய இரண்டுமே மணிப்பூரகத்தால் ஆளப்படும் உடலுறுப்புகளாகும்.

நாளமில்லாச் சுரப்பி

✳ கணையம் (Pancreas)
✳ கணையத்திலிருந்து சுரக்கும் இன்சுலின் என்ற சுரப்பே நமது ரத்தத்திலுள்ள சர்க்கரையை கட்டுக்குள் வைத்திருக்கும். மணிப்பூரகச் சக்கரத்தின் இயக்கத்தில் குறைபாடு இருந்தால் கணையத்தின் செயல் பாடுகளும் பாதிக்கப்படும். இதுவே நீரிழிவு நோய் ஏற்பட அடிப்படைக் காரணமாக அமைகிறது.

குணம்

ரஜோ குணமே மணிப்பூரகச் சக்கரத்தின் குணமாகும். (மூலாதாரம், சுவாதிஷ்டானம் ஆகிய இரண்டும் தாமச குணம் கொண்டவை).

லோகம்

சுவலோகம். (இதையே சுவர்க்கலோகம் என்றும் கூறுவதுண்டு).

கோசம்

மணிப்பூரகச் சக்கரத்தோடு தொடர்புடைய கோசம் (சக்தி உடல்) பிராணமய கோசமாகும்.

உள்ளுறுப்புகள்

நமது வயிற்றினுள்ளே இருக்கும் உள்ளுறுப்புகளில் சிறுநீரகங்களும், இனப்பெருக்க உறுப்புகளும் சுவாதிஷ்டானத்தின் ஆளுமையின் கீழ் உள்ளன.

இவைதவிர ஏனைய உள்ளுறுப்புகள் அனைத்துமே மணிப்பூரகச் சக்கரத்தின் ஆளுமையின்கீழ்தான் உள்ளன.

✳ வயிறு
✳ சிறுகுடல்
✳ பெருங்குடல்

● டாக்டர் ஜாண் பி.நாயகம் ●

* மலக்குடல்
* கல்லீரல்
* மண்ணீரல்
* கணையம்
* பித்தப்பை

வாயு

மணிப்பூரகச் சக்கரத்தின் ஆளுமை யின்கீழுள்ள வாயு 'சமானன்.'

கிரகம்

செவ்வாய் (Mars).

09

மணிப்பூரகச் சக்கரத்தின் ஆளுமை பதினைந்து வயதில் தொடங்கி, இருபத்தியொரு வயதில் முடியும். ஒரு மனிதனின் வாழ்க்கையில் மிகமிக முக்கியமான காலகட்டம் இது.

பதின்மூன்று (Thirteen) வயது முதல் பத்தொன்பது (Nineteen) வயதுவரையிலான காலகட்டத்தையே 'டீன் ஏஜ்' என்கிறோம். குழந்தைப் பருவத்திற்கும், முழுமனிதன் (Adult) என்ற நிலைக்கும் இடைப்பட்ட காலகட்டம் இது.

இந்த கணக்குப்படி பன்னிரண்டு வயதுவரையில் தான் 'குழந்தை'. பன்னிரண்டு வயதைக் கடந்து விட்டால் அவர்கள் குழந்தைப் பருவத்தைக் கடந்து விட்டதாகவே கருதப்படுகிறது.

சட்டப்படி, பதினெட்டு வயதுவரையில் 'சிறார்' (Minor) என்றே கருதப்படுகிறது. பதினெட்டு வயதைக் கடந்துவிட்டால் பெரியவர்கள் (Major) என்று வகைப்படுத்தியுள்ளனர்.

ஆனால் தந்திர யோகக் கணக்கு வேறு. பதினான்கு வயதுவரையில் (சுவாதிஷ்டானத்தின் ஆளுமையில் உள்ளவரையில்) அவர்களை குழந்தைகள் என்றே தந்திர யோகம் கருதுகிறது. பதினான்கு வயது முடிந்து, பதினைந்தாவது

வயதில் மணிப்பூரகச் சக்கரத்தின் ஆளுமையின்கீழ் வரும் போது வாலிபப் பருவம் என்கிறது தந்திர யோகம். ஏன்?

ஏழு முதல் பதினான்கு வயது வரையில் சுவாதிஷ்டான சக்கரத்தின் ஆளுமையின்கீழ் குழந்தை இருக்கும். அந்தக் காலகட்டத்தில் தனக்கென தனியான சிந்தனைகள், கருத்துகள் அக்குழந்தையிடம் இராது. சுற்றியுள்ளவர்களது கருத்துக்களையே அக்குழந்தை பிரதிபலிக்கும்.

பதினைந்தாவது வயதில் குழந்தை சுவாதிஷ்டான சக்கரத்தின் ஆளுமையிலிருந்து விடுபட்டு, மணிப்பூரகச் சக்கரத்தின் ஆளுமைக் குள் வரும்போதுதான் சுய சிந்தனைகளும், சுய கருத்துகளும் உருவாகும்.

மணிப்பூரகத்தின் ஆளுமையின் கீழிருக்கும் ஏழு வருடங்களே முழு ஆணாக அல்லது பெண்ணாக அந்தக் குழந்தை உருமாறும். இந்தக் காலகட்டத்தில் கீழ்க்கண்டவை படிப்படியாக உருவாகும்.

✸ சுய சிந்தனைகள், கருத்துகள்.

✸ அடிப்படை குணநலன்கள்.

✸ தலைமைப் பண்புகள்.

✸ எதிர் சிந்தனைகள்.

✸ வாழ்க்கை குறித்த கண்ணோட்டம்.

சுய சிந்தனைகள், கருத்துகள்

பதினான்கு வயதுவரையில் குழந்தை தனது தாய்-தந்தை, உற்றார்-உறவினர்கள், ஆசிரியர்கள் ஆகியோரைச் சார்ந்தே சிந்திக்கும். அவர்கள் எதை சொல்லிக்கொடுக்கிறார்களோ, அதன் அடிப்படையிலேயே குழந்தையின் சிந்தனைகளும் அமையும்.

தன்னைச் சுற்றியுள்ளவர்களின் சிந்தனைகளையும், கருத்துகளையும் ஏன், எதற்கென்று ஆராயாமல் அப்படியே ஏற்றுக்கொள்ளும்.

ஆனால் மணிப்பூரகச் சக்கரத்தின் ஆளுமையின்கீழே வந்தவுடன், அதன் சுய சிந்தனை தூண்டப்படும். தனக்கென தனிப்பட்ட கருத்துகளும், சிந்தனைகளும் இந்தக் காலகட்டத்தில் உருவாகத் தொடங்கும்.

'கொள்கைப்பிடிப்பு' என்பது 14 வயதுவரையில் இராது. மணிப்பூரகச் சக்கரத்தின் ஆளுமையின்கீழ் வந்தபின்னரே இது உருவாகும்.

பெரும் தலைவர்களின் வாழ்க்கை வரலாற்றைப் புரட்டிப் பார்த்தால், 15 முதல் 21 வயது வரையிலுள்ள காலகட்டத்தில்தான் அவர்கள் வாழ்க்கையை வடிவமைத்த நிகழ்வுகள் நடந்திருப்பதைக் காணமுடியும்.

ஒரு மனிதனின் வாழ்க்கையில் இந்தக் காலகட்டம் மிகமிக முக்கியமானது. அவனது எதிர்காலத்தை வடிவமைக்கும் காலம் இது.

அடிப்படை குணநலன்கள்

ஒவ்வொரு மனிதனுக்கும் அடிப்படையான சில குணநலன்கள் உண்டு. இதை ஆங்கிலத்தில் 'Basic Characters' என்பார்கள்.

சில குணநலன்கள் பரம்பரையாக அமையும். சில குணநலன்கள் நம்மைச் சுற்றியிருப்பவர்களாலும், நாம் வாழும் சமூகச் சூழலாலும் உருவாக்கப்படும். இவ்வகை குணநலன்களே பிறந்தது முதல் 14 வயதுவரையில் ஒரு குழந்தையிடம் காணப்படும்.

மணிப்பூரகச் சக்கரத்தின் ஆளுமைதொடங்கும் 15-ஆவது வயதில்தான் தனக்கே உரித்தான சில விசேஷ குணநலன்கள் உருவாகத் தொடங்கும். மணிப்பூரகச் சக்கரத்தின் ஆளுமைக் காலமான ஏழு வருடங்களில் (15-21 வயது வரையில்) இந்த குணநலன்கள் முழுமையாக உருவாகிவிடும்.

இந்த குணநலன்களே ஒரு மனிதனை தனித்துவம் கொண்டவனாக மாற்றுகின்றன! இந்த அடிப்படை குணநலன்களே அவனை பிறரிடமிருந்து மாறுபட்டவனாக மாற்றுகின்றன.

ஒரே வீட்டில் பிறந்துவளர்ந்த குழந்தைகளிடம் சில குணநலன்கள் பொதுவானவையாக இருக்கும். இவை பரம்பரையாகவும், வளர்ந்த சூழ்நிலையின் அடிப்படையிலும் அமைவன.

ஆனால் அந்த நான்கு குழந்தைகளும் வளர்ந்து பெரியவர்களாக மாறும்போது ஒவ்வொருவரும் தனித்தனி குணநலன்கள் கொண்டவர்களாக இருப்பார்கள். சில பரம்பரை குணங்கள் ஒத்தவையாக இருந்தாலும் ஒவ்வொருவரையும் வேறுபடுத்திக் காட்டும் சில தனித்துவமான குணங்கள் காணப்படும். இந்த தனித்துவமான குணங்களை உருவாக்குவது மணிப்பூரகச் சக்கரத்தின் ஆளுமையே.

தலைமைப் பண்புகள்

சில மனிதர்களிடம் இயல்பாகவே தலைமைப் பண்புகள் (Leadership Qualities) அமைந்திருப்பதைக் காணலாம். இவர்களே

● டாக்டர் ஜாண் பி.நாயகம் ●

பிறரை வழிநடத்தும் பெருந்தலைவர்களாகவும், தளபதிகளாகவும் மாறுகின்றனர்.

பெரும் வணிக, தொழில் நிறுவனங்களின் தலைமைப் பொறுப்புகளும் இவர்களையே தேடிவரும்.

இத்தகைய தலைமைப் பண்புகளை உருவாக்குவது மணிப்பூரகச் சக்கரமே! ஒரு மனிதனின் மணிப்பூரகச் சக்கரம் வலுவாக இயங்கினால், அவரிடம் தலைமைப் பண்புகள் அதிகமிருக்கும். மணிப்பூரகச் சக்கரம் வலுவிழந்த நிலையிலுள்ள ஒருவர் எக்காலத்தி லும் தலைமைப் பதவிகளுக்கோ, பொறுப்பு களுக்கோ வரவியலாது.

மணிப்பூரகச் சக்கரம் வலுவிழந்த நிலை யிலுள்ள ஒருவர் சந்தர்ப்ப சூழ்நிலைகளால் தலைமைப் பொறுப்புகளுக்கு வரநேரிட்டால், அவர் தலைமையில் இயங்கும் தொழிலோ, நிறுவனமோ, நாடோ பெரும் சரிவையே சந்திக்க நேரிடும்.

15 வயதில் மணிப்பூரகச் சக்கரத்தின் ஆளுமை தொடங்கும் போதுதான் தலைமைப் பண்புகளும் உருவாகத் தொடங்கும். 21 வயதில் முழுமையாக அது உருவாகிவிடும். இந்தக் காலகட்டத்தில் மணிப்பூரகச் சக்கரத்தில் சக்தித்தடைகள் ஏற்பட்டால் அந்த மனிதரிடம் இந்தப் பண்புகள் உருவாகாது!

இந்தவகையில், மணிப்பூரகச் சக்கரத்தின் ஆளுமை நடைபெறும் இந்த ஏழு வருடங்கள் ஒரு மனிதனின் வாழ்க்கையில் மிகமிக முக்கியமான காலகட்டமாக அமைகிறது.

எதிர் சிந்தனைகள்

15 முதல் 21 வயதுவரையிலான வயது மிகவும் சிக்கலான ஒன்று. இந்தப் பருவத்தில் பிள்ளைகள் இருக்கும்போது பெற்றோர்கள் பாடு மிகவும் கடினமானதாக இருக்கும். அதிலும் ஆண்பிள்ளைகள் இந்த வயதில் பெற்றோர்களைப் பாடாய்ப் படுத்திவிடுவார்கள். மணிப்பூரகத்தின் ஆளுமையின் கீழிருக்கும் போது, எதையும் மறுத்துப் பேசும் ஒரு குணாதிசயம் காணப்படும்.

'செய்' என்பதைச் செய்யமாட்டார்கள். 'செய்யாதே' என்பதை கட்டாயமாகச் செய்வார்கள்! குறிப்பாக தந்தை எதைக் கூறினா லும் அதை மறுத்து, அதற்கு எதிர் கருத்தையே ஆண்பிள்ளைகள் கூறுவார்கள். தாய்க்கும் மகளுக்கும் இடையேகூட இதே அக்கப் போர்தான் நடக்கும்!

● தந்திரயோகம் ●

இருபத்தியொரு வயதைக் கடக்கும்போது, இது தானாகவே மாறிவிடும். அதுவரையில் இதுவே தொடரும்!

வாழ்க்கை குறித்த கண்ணோட்டம்

மணிப்பூரகச் சக்கரத்தோடு தொடர்புடைய புலனுறுப்பு கண்கள் என்பதை ஏற்கெனவே கண்டோம். 'கண்' என்பது பார்வை என்ற புலனை மட்டுமே குறிப்பதல்ல. அதற்கும் மேலாக 'கண்ணோட்டம்' என்பதையும் குறிக்கும்.

ஒவ்வொருவருக்கும் வாழ்க்கை குறித்த ஒரு கண்ணோட்டம் உள்ளது. இந்த கண்ணோட்டத்தின் அடிப்படையிலேயே நமது சிந்தனைகளும் செயல்பாடுகளும் உள்ளன.

சிலர் வாழ்க்கையை ஒரு சுமையாகக் கருதுவார்கள். அது கடைசிவரையில் அவர் களுக்கு சுமையாகவே இருக்கும்.

சிலர் வாழ்க்கை துன்பமயமானதென எண்ணுவார்கள். அவர்களுக்கு வாழ்க்கை துன்பகரமாகவே அமையும்.

வாழ்க்கை ஆனந்தமானது- அதன் சவால்கள் சுவாரசியமான வை என கருதுபவர்களுக்கே வாழ்க்கை இன்பமானதாக அமைகிறது.

சிலருக்கு எதையெடுத்தாலும் அதிலுள்ள குற்றங்குறைகளே கண்ணில் படும். மனிதர் களிலும் அவர்களிடமுள்ள குறைகளே இவர்கள் கண்களில் படும். எதையும் ஒரு சந்தேகக் கண்கொண்டே அணுகுவார்கள். இதற்கு மூல காரணமாக அமைவது அவர் களது மணிப்பூரகச் சக்கரத்தில் இருக்கும் குறைபாடேயாகும்.

இந்த சக்கரம் இயல்பாக இயங்க வேண்டிய திசைக்கு எதிர்திசையில் சுழன்று கொண்டிருந்தால் இத்தகைய எதிர்மறை யான கண்ணோட்டங்கள் உருவாகும்.

மணிப்பூரகச் சக்கரம் தனது இயல்பான திசையில் வலுவாகச் சுற்றும்போது, நமது கண்ணோட்டமும் நலமாக இருக்கும். வாழ்க்கையும் வளமாகும்.

இதையே நமது முன்னோர்கள் எண்ணம்போல் வாழ்க்கை என்றனர்.

முறையான வழிகாட்டுதல்

மணிப்பூரகச் சக்கரத்தின் ஆளுமையில் இருக்கும் ஏழு வருடங்களே ஒரு மனிதனின் அடிப்படை குணநலன்களை- ஆளுமைத் தன்மையை- வாழ்க்கை குறித்த கண்ணோட் டத்தை- புரிதலை உருவாக்கும் காலகட்டமாகும்.

இந்தக் காலகட்டத்தில் பெற்றோர்கள், உறவினர்கள், நண்பர்கள், ஆசிரியர்கள் ஆகியோரது அரவணைப்பும் முறையான வழிகாட்டுதலும் மிகமிக அவசியம். அது சரியாக அமைந்தால் எதிர்காலம் வளமாகும்.

10

நமது முதன்மைச் சக்கரங்களில் நான்காவது சக்கரம் அனாஹதம். இதை அன்புச் சக்கரம் என்றும் சொல்வதுண்டு. இந்த சக்கரம் நமது மார்புப் பகுதியில் அமைந்துள்ளதால் 'இதயச் சக்கரம்' 'இதய பத்மம்' என்ற பெயர்களும் இதற்குண்டு.

'அனாஹதம்' என்ற சொல்லுக்கு, 'தட்டப்படாத', 'அழிக்கமுடியாத' என்ற அர்த்தங்கள் உண்டு. 'முடிவில்லாதது' என்ற பொருளும் உண்டு.

பைபிளில் வருகின்ற, 'தட்டுங்கள் திறக்கப்படும்' என்ற வாசகம் இந்த அனாஹதச் சக்கரத்தைக் குறிப்பதாகும்.

இதுவரையில் நாம்கண்ட முதல் மூன்று சக்கரங்களான மூலாதாரம், சுவாதிஷ்டானம், மணிப்பூரகம் ஆகியவை பூமி சார்ந்த சக்கரங்கள்.

அனாஹதத்திற்கு மேலேயுள்ள விஷுத்தி, ஆக்ஞை, சகஸ்ராரம் ஆகிய மூன்று சக்கரங்களும் ஆன்மிகச் சக்கரங்கள் அல்லது மேல்நிலைச் சக்கரங்கள்.

பூமி சார்ந்த மூன்று கீழ்நிலைச் சக்கரங்களுக்கும், ஆன்மிகம் சார்ந்த மூன்று மேல்நிலைச் சக்கரங்களுக்கும் இடையிலிருந்து, ஒரு இணைப்புப் பாலமாகச் செயல்படுவது அனாஹதமாகும்.

● டாக்டர் ஜாண் பி.நாயகம் ●

குண்டலினி சக்தி மூலாதாரத்திலிருந்து முழுமையாக எழும்பும்போது அது மேலேசென்று முதலில் தங்கும் சக்கரம் அனாஹதம். எனவே தந்திர யோகப் பயிற்சிகளில் அனாஹதச் சக்கரப் பயிற்சிகள் மிக முக்கியத்துவம் வாய்ந்தவை.

எங்கே அமைந்துள்ளது?

நமது மார்பின் மையப் பகுதியில், முதுகுத் தண்டிற்கு சற்று முன்பாக இந்த சக்கரம் உள்ளது.

இதை இதயச் சக்கரம் என்று கூறினாலும் இது மார்பின் இடது பகுதியில் இல்லை. மையப் பகுதியிலேயே அமைந்துள்ளது.

தத்துவம்

'காற்று' (Air) எனும் தத்துவமே அனாஹதச் சக்கரத்தை ஆளும் தத்துவமாகும்.

குண்டலினி சக்தி அனாஹதச் சக்கரத்தை அடையும் போது, மூலாதார சக்கரத்தின் தத்துவமான நிலம், சுவாதிஷ்டானத்தின் தத்துவமான நீர், மணிப்பூரகத்தின் தத்துவமான நெருப்பு ஆகிய மூன்று தத்துவங்களும் இணைந்து, அனாஹதத்தின் வாயு தத்துவத்துடன் கலந்து விடும்.

'வாயு' எனும் பூதம் உடலில் சமநிலையில் இருந்தால் தான் அனாஹதத்தின் ஆளுமையின்கீழ் வருகின்ற இதயம், நுரையீரல்கள் ஆகிய இரு முக்கியமான உறுப்புகளும் நலமாக இயங்கும்.

வாயு எனும் தத்துவத்தின் சமநிலையில் ஏற்படும் குறைபாடுகள் அனாஹதச் சக்கரத்தின் இயக்கங்களை பாதிக்கும். அந்த சக்கரத்தால் ஆளப் படும் உறுப்புகளின் செயல்பாடுகளும் பாதிக்கப்பட்டு நோய்களாக மாறும்.

* இதய நோய்கள்
* மனக் கலக்கங்கள்
* மன நோய்கள்
* ஆஸ்துமா போன்ற சுவாச நோய்கள்
* மூச்சுத் திணறல்

போன்ற பல நோய் களுக்கு அடிப்படைக் காரணங்களாக அமைவது வாயு எனும் பூதத்தில் ஏற்படும் மாற்றங்களும், அனாஹதச் சக்கரத்தின் இயக்கத்தில் தோன்றும் சிக்கல்களுமே ஆகும்.

இதழ்கள்

அனாஹதச் சக்கரம் பன்னிரண்டு இதழ்கள்கொண்ட தாமரையாக

தந்திர யோக நூல்களில் வர்ணிக்கப் பட்டுள்ளது. இந்த இதழ்கள் ஒவ்வொன்றும் ஒரு நாடியைக் குறிக்கும்.

அனாஹதச் சக்கரத்தில் உருவாகும் சக்தி இந்த பன்னிரண்டு நாடிகள் வழியாகவே உடல் முழுவதும் சுமந்துசெல்லப்படுகிறது. இந்த நாடிகளில் சக்தித் தடைகள் ஏற்பட்டால், அனாஹதச் சக்கரத்தின் ஆளுமையின்கீழ் வருகின்ற உள்ளுறுப்புகளும், நாளமில்லா சுரப்பிகளும் பாதிக்கப்படும்; நோய்கள் உருவாகும்.

இந்த இதழ்கள் ஒவ்வொன்றுக்கும் தனித்தனி ஸ்வரங்கள் உண்டு. அவற்றை முறையாக உச்சரிப்பதன் மூலம் இந்த நாடிகளின் இயக்கங்களை சரிசெய்ய முடியும். அந்த வித்தையை ஒரு தந்திர யோககுரு விடமிருந்து மட்டுமே கற்றுக்கொள்ளமுடியும்.

பீஜா மந்திரம்

மணிப்பூரகச் சக்கரத்தின் பீஜா மந்திரம் 'யம்' என்பதாகும். இந்த பீஜா மந்திரத்தை சரியான முறையில் உச்சாடனம் செய்துவந்தால் அனாஹதச் சக்கரம் தூண்டப்படும்; வலுவாகும்.

இந்த பீஜா மந்திர உச்சாடனத்தில் ஈடுபடும்முன்னர் பல முன் பயிற்சிகளைச் செய்து, உடலைத் தயார்படுத்திக்கொள்வது மிகமிக அவசியம்.

முன்பயிற்சிகள், பீஜா மந்திர உபதேசம் ஆகியவற்றையும் ஒரு நல்ல தந்திர யோக குருவிடமிருந்து நேரடியாகக் கற்றுக் கொள்ளவேண்டும்.

குருவின் அனுமதியோடு, அவரது மேற்பார்வையில் மட்டுமே இத்தகைய உயர்நிலை பயிற்சிகளில் ஈடுபடவேண்டும். புத்தகங்களின் வாயிலாக அறிந்து கொண்டு, குருவின் துணை யின்றி இத்தகைய உயர் நிலைப் பயிற்சிகளில் இறங்கினால் பலவிதமான சிக்கல்கள் உருவாகும்.

சுரங்கள்

அனாஹதச் சக்கரத்தின் பன்னிரண்டு இதழ்களுக்கும் (நாடிகளுக்கும்) தனித்தனி சுரங்கள் உள்ளன என ஏற்கெனவே கண்டோம். அவை-

* ஹம்
* ஹாம்
* கம்
* காம்
* டம்

✷ சம்

✷ சாம்

✷ ஜம்

✷ ஜாம்

✷ நியாம்

✷ தம்

✷ தாம்

இந்த ஒவ்வொரு சுரத்தையும் முறையாக உச்சாடனம் செய்யும்போது அவற்றோடு தொடர்புடைய இதழ்கள் (நாடிகள்) தூண்டப்படும். உச்சரிப்பு தவறாக இருந்தால் பல பக்க விளைவுகள் ஏற்படும். எனவே கவனம் தேவை. குருவின் துணையின்றி இவற்றில் ஈடுபடக்கூடாது.

நிறம்

வானவில்லின் நான்காவது வண்ணமான பச்சையே அனாஹதச் சக்கரத்தின் வண்ணமாகும். அனாஹதச் சக்கரம் வலு விழந்த நிலையிலிருந்தால்,

✷ பச்சை வண்ண ஒளி

✷ பச்சை வண்ண உடைகள்

✷ பச்சை வண்ண உணவுகள்

✷ பச்சை வண்ணக் கற்கள் (உதாரணமாக- மரகதம்)

ஆகியவற்றை உபயோகிப்பதன் மூலம் சரிசெய்யமுடியும்.

வாகனம்

✷ கலைமான்.

இது வாயு பகவானின் வாகனம்.

தெய்வங்கள்

அனாஹதச் சக்கரத்தின் காவல் தெய்வமாக இருப்பவர் வாயு பகவான். அனாஹதத்தை ஆளும் பூதம் 'வாயு' என்பதை ஏற்கெனவே கண்டோம். அந்த பூதத்தின் உருவகமே வாயு பகவான்.

இந்த சக்கரத்தின் முதன்மை தெய்வமாகக் கூறப்படுபவர் 'ஈசன்'. பிரபஞ்சத்தின் அனைத்து இயக்கங்களுக்கும் காரண மாக அமைபவர் ஈசனே.

பக்தர்களுக்கு அபயமளிக்கும் சிவபெருமானின் அபய வடிவமே ஈசன். தந்திர யோகப் பயிற்சியின் மேல்நிலைகளுக்குள் செல்லும்போது 'ஈசனின்' அருள் கிடைத்தால் மட்டுமே பயங்கள் அகலும். 'அபய' நிலை (பயமற்ற நிலை) உருவாகும்.

அதிதேவதை

அனாஹதச் சக்கரத்தின் அதிதேவதையாக விளங்குபவள்- காக்கினி தேவி.

இந்த தேவியே ஈசனின் துணையாக புராணங்களில் கூறப்படுகிறாள்.

காக்கினி தேவியின் துணையும் அருளும் இருந்தால் மட்டுமே அனாஹதச் சக்கரத்தைத் திறக்கமுடியும்.

புலன் (தன்மந்த்ரம்)

அனாஹதச் சக்கரத்தால் ஆளப்படும் புலன் 'தொடு உணர்வு'. (Touch).

புலனுறுப்பு
(ஞானேந்திரியம்)

அனாஹதத்தின் ஞானேந்திரியம், மெய் அல்லது தோல் (Skin). இதன் வழியாகவே தொடு உணர்ச்சியென்ற தன்மந்த்ரத்தை உணருகிறோம்.

செயலுறுப்பு (கர்மேந்திரியம்)

நமது கைகளே அனாஹதச் சக்கரத்தால் ஆளப்படும் செயலுறுப்பாகும். நாம் ஒன்றைத் தொட்டுணர, நமது கைகள் என்ற கர்மேந்திரியத்தையே உபயோகப்படுத்துகிறோம்.

நாளமில்லா சுரப்பி

'தைமஸ்' என்ற நாளமில்லா சுரப்பி அனாஹதத்தின் ஆளுமையின்கீழ் உள்ளது.

இந்த சுரப்பியே நமது நோய் எதிர்ப்பு மண்டலத்தை ஆளும் நாளமில்லா சுரப்பியாகும். தைமஸ் நல்ல நிலையில் இயங்கவும், நமது நோய் எதிர்ப்பு சக்தி உறுதியாக இருக்கவும் அனாஹதச் சக்கரம் வலுவாக இருக்க வேண்டும்.

குணம்
* ரஜோ குணம்.

லோகம்
* மகா லோகம்.

கோசம்
* மனோமய கோசம்.

உள்ளுறுப்புகள்
* இதயம்

● டாக்டர் ஜான் பி.நாயகம் ●

* நுரையீரல்கள்
* இனப்பெருக்க உறுப்பு
* ரத்த ஓட்டம்

ஆகிய அனைத்துமே நமது அனாஹதச் சக்கரத்தின் ஆளுமையின்கீழ் வருபவை. அனாஹதச்சக்கரத்தின் செயல்பாடுகளில் ஏற்படும் மாற்றங்கள் இவற்றில் பிரதிபலிக்கும்.

11

தந்திர யோகத்தில் அனாஹதச் சக்கரத்திற்கு மிக முக்கியமான ஒரு இடமுண்டு.

* இந்த சக்கரத்தை 'இதயச் சக்கரம்' என்றும் அழைப்பதுண்டு. நமது உயிர்வாழ்தலுக்கு அடிப்படை இதயத் துடிப்பே. அதை சீராக்குவதும் இயக்குவதும் அனாஹதச் சக்கரமே.

* நமது உடலில் 72,000 நாடிகள் உள்ளன. உடலின் இயக்கங்கள் அனைத்தையும் இந்த நாடிகளே கட்டுப்படுத்துகின்றன.

சில தந்திர யோக நூல்களில் இந்த 72,000 நாடிகளும் நாபியிலிருந்து புறப்படுவதாகக் குறிப்பு உள்ளது.

வேறுசில நூல்களில் நாடிகளின் பிறப்பிடம் அனாஹதச் சக்கரமே என்ற குறிப்பு உள்ளது.

நாடிகள் எங்கிருந்து துவங்கினாலும், அவற்றை இயக்குவது அனாஹதச் சக்கரமே.

* மணிப்பூரகச் சக்கரத்தை சூரிய சக்கரமென்று அழைக்கிறோம். சூரியனிலிருந்து வெளிவரும் வெப்ப சக்தியே அந்த சக்கரத்தை இயக்கும் சக்தியாகும்.

சூரியனின் வெப்ப சக்தியை கிரகித்து அதை மணிப்பூரகச் சக்கரத்திற்கு அனுப்புவது அனாஹதச் சக்கரத்தின் பணியாகும்.

பிரணவ மந்திரம்

'அனாஹதம்' என்ற சொல்லுக்கு 'தட்டப்படாத', 'ஒலிக்கப்படாத' என்ற அர்த்தங்களும் உண்டு.

பிரணவ மந்திரமான 'ஓம்' என்பதே 'ஒலிக்கப்படாத ஒலி' என்று அழைக்கப்படுகிறது. (The Soundless Sound). தட்டப்படாத ஒலி என்றாலும் அது பிரணவ மந்திரத்தையே குறிக்கும்.

உடலில் இந்த பிரணவ மந்திரத்தின் ஊற்றாக- பிறப்பிடமாகத் திகழ்வது நமது அனாஹதச் சக்கரமே.

இந்த சக்கரத்திலிருந்து உருவாகும் பிரணவ மந்திரமே உடல் முழுவதும் பரவி, உடலின் அடிப்படை அதிர்வுக்குக் காரணமாகிறது.

அன்பு, காதல்

அனாஹதச் சக்கரத்திற்கு 'அன்புச் சக்கரம்', 'காதல் சக்கரம்' என்ற பெயர்களும் உண்டு.

ஒரு மனிதன் மணிப்பூரகச் சக்கரத்தின் ஆளுமையிலிருந்து விடுபட்டு, அனாஹதச் சக்கரத்தின் ஆளுமையின்கீழ் வரும்போது தான் அவனுள் 'காதல்' என்ற உணர்வு அரும்பத் துவங்கும்.

சுவாதிஷ்டானம், மணிப்பூரகம் ஆகிய சக்கரங்களின் ஆளுமையின் கீழிருக்கும்போது எதிர்பாலினர் மீது ஒரு ஈர்ப்பு ஏற்படும். ஆனால் அது காதல் அல்ல. இனக்கவர்ச்சி மட்டுமே. இதையே ஆங்கிலத்தில் 'இன்பாச்சுவேஷன்' என்கிறார்கள்.

இருபத்தொரு வயது முடிந்து இருபத்திரண்டாம் வயதில் அடியெடுத்து வைக்கும்போதுதான் அனாஹதச் சக்கரத்தின் செயல்பாடுகள் துவங்கும்.

இதன்பின்னர் உருவாவதுதான் உண்மையான காதல் உணர்வு! எனவேதான் இந்த சக்கரத்தை 'காதல் சக்கரம்' என்றும் அழைக்கிறோம்.

அனாஹதச் சக்கரத்தின் உணர்வு நிலைகள்

தந்திர யோகப் பயிற்சிகளின் மூலமாக குண்டலினியை எழுப்பும் போது, அது மூலாதாரம், சுவாதிஷ்டானம், மணிப்பூரகம் ஆகிய சக்கரங் களைக் கடந்துசெல்லும்.

ஆனால் இந்த சக்கரங்களில் குண்டலினி தங்குவதில்லை. பயிற்சிகளைச் செய்யும்போது மேலே செல்லும். சற்று நேரத்திற் குப்பின் மீண்டும் கீழே இறங்கிவிடும்.

இவ்வாறு பயிற்சிகளைத் தொடர்ந்து செய்துவரும் போது குண்டலினி மேலும் கீழுமாக சென்றுகொண்டேயிருக்கும்.

ஆனால் எந்த சக்கரத்திலும் அது தங்காது.

தொடர்ந்த பயிற்சிகளின் மூலம் 'தட்டப்படாத' அனாஹதச் சக்கரத்தைத் தட்டித் திறந்தால் மட்டுமே, குண்டலினி சக்தி மணிப்பூரகச் சக்கரத்தைத் தாண்டி, அனாஹதச் சக்கரத்தின் உள்சென்று தங்கிநிற்கும்.

இவ்வாறு அனாஹதச் சக்கரத்தினுள் குண்டலினி சென்று தங்கும்போது அந்த சாதகரின் மனநிலையிலும், உணர்வு நிலைகளிலும் பலவிதமான மாற்றங்கள் உருவாகும். அவற்றுள் முக்கியமானவையென கீழுள்ளவற்றைக் குறிப்பிடலாம்.

1. அன்பு நிலை

'காதல்' மட்டுமின்றி அன்பை உருவாக்குவதும் அனாஹதச் சக்கரமே. இந்த சக்காத்தினுள் குண்டலினி சக்தி நுழையும்போது எல்லையற்ற அன்பு உருவாகும். இதையே 'பிரபஞ்ச அன்பு' என்கிறோம்.

பிற மனிதர்கள்மீது மட்டுமின்றி, உலகிலுள்ள அனைத்து உயிர்களின்மீதும் எல்லையற்ற அன்பு உருவாகும்.

மனிதர்கள், விலங்குகள், புழு, பூச்சிகள் ஆகிய அனைத்திலும் உள்ளுறைவது 'இறைவன்' எனும் பரசக்தியின் அம்சமே என்ற உணர்வு ஏற்படும். அனைத்து உயிர்களையும் சமமாக பாவிக்கும் மனநிலையும், அனைத்து உயிர்களின்மீதும் எல்லையற்ற அன்பும் உருவாகும்.

'காக்கை குருவி எங்கள் ஜாதி' என்ற பாரதியின் வரிகளின் அர்த்தம் இதுவே. குண்டலினி சக்தி அனாஹதச் சக்கரத்தினுள் சென்று, அந்த சக்கரம் திறந்த நிலை ஏற்பட்ட ஒருவரால் மட்டுமே காக்கையும் குருவியும் எனது ஜாதி என பாடமுடியும்.

தாவரங்களிலும் உயிராக நிற்பது இறைவனின் அம்சமே என்பதை உணரும்போதுதான்- 'வாடிய பயிரைக் கண்டபோதெல்லாம் வாடினேன்' என்று பாடிய வள்ளலாரின் மனநிலை உருவாகும்.

அனாஹதச் சக்கரத்தினுள் குண்டலினி செல்லும்போதுதான் பிறரது அன்பை உணரும் மனநிலையும் உருவாகும்.

பிறரது சந்தோஷங்களும், துக்கங்களும் தனது சந்தோஷங்களாகவும் துக்கங்களாகவும் உணரும் மனநிலையும் உருவாகும்.

2. தன்னுணர்வு

'தான் யார்?' என்ற தன்னுணர்வைத் தருவது அனாஹதச் சக்கரமே. குண்டலினி சக்தி அனாஹதச் சக்கரத்தினுள்

சென்று, அச்சக்கரத்தைத் தூண்டும்போதுதான் தன்னைப் பற்றிய முழுமையான புரிதல் ஒரு மனிதனிடம் உருவாகும்.

இந்த தன்னுணர்வையே 'மனசாட்சி' என்றும் கூறுகிறோம். அனாஹதச் சக்கரம் திறந்த நிலையில், தர்மத்திற்கு எதிரான அல்லது புறம்பான எந்த செயலிலும் மனம் ஈடுபடாது.

தான் யார்? இந்தப் பிறவி எடுத்ததன் நோக்கமென்ன? தன்னுடைய கர்மாவை நிறைவேற்றுவதெப்படி என்பன போன்ற பல கேள்விகளுக்கும் விடைதருவது விழித்தெழுந்த அனாஹதச் சக்கரமே!

3. ஆத்மாவும் உடலும்

ஜீவாத்மாவின் உறைவிடம் அனாஹதச் சக்கரமே. இந்த சக்கரத்தினுள் குண்டலினி சக்தி நுழையும்போதுதான் ஜீவாத்மா தனது முழு பரிமாணத்தையும் உணரத் துவங்கும்.

பருவுடலுக்கும் ஜீவாத்மாவுக்கும் இடையே ஒரு இணைப்புப் பாலமாக அனாஹதச் சக்கரம் செயல்படும். பருவுடல், ஆத்மாவோடு இணைந்து செயல்படத் துவங்கும்.

இந்த நிலை ஏற்படும்போது தேவையற்ற பரபரப்புகள், ஆரவாரங்கள் அனைத்தும் அடங்கிப்போகும்.

4. அமைதி நிலை

அனாஹதச் சக்கரம் குண்டலினி சக்தியால் தூண்டப்படும்போது மனதில் இதுவரையில் அனுபவித்திராத பேரமைதி உருவாகும்.

படிப்படியாக பேச்சைக் குறைத்துக்கொள்வார்கள். எல்லையற்ற சாந்தம் மனதில் நிறைவதால், பேச்சு உட்பட அனைத்து ஆரவாரங்களும் அடங்கிப்போகும். தேவைக்கு மட்டுமே பேசுகின்ற நிலை உருவாகும்.

5. பேரானந்த நிலை

அனாஹதச் சக்கரத்திற்கு 'ஆனந்த கண்டம்' என்ற பெயரும் உண்டு. 'கண்டம்' என்ற சொல்லுக்கு 'வேர்' என்ற அர்த்தமும் உண்டு.

எல்லையற்ற பரமானந்த நிலையின் ஆணிவேராக இருப்பது அனாஹதச் சக்கரமாகும். இந்த சக்கரத்தினுள் குண்டலினி சக்தி நுழையும்போது, மனதில் எல்லையற்ற ஆனந்தநிலை உருவாகும். இதையே 'பரமானந்த நிலை' என்கிறோம்.

6. சித்திகள்

குண்டலினி சக்தி அனாஹதச் சக்கரத்தினுள் நுழைந்து, அனாஹதம் திறந்துகொள்ளும்போது, அந்த சாதகருக்கு பலவித சித்திகள்

கிடைக்கும். அவற்றுள் முக்கியமானவையென-

✷ வசீகரம்

✷ நோய் தீர்க்கும் சக்தி

✷ கூடுவிட்டுக் கூடுபாய்தல்

போன்றவற்றைக் குறிப்பிடலாம்.

அனாஹதச் சக்கரம் திறந்த நிலையிலுள்ள மனிதரிடம் ஒரு வசீகரம் உருவாகும். அனைத்துயிர்களும் இவரிடம் தானாகவே ஈர்க்கப்படும்.

இவர்களிடம் பிறரது நோய்களை சரிசெய்யும் ஆற்றல் உருவாகும். இவர்களது கைபட்டாலே அனைத்து நோய்களும் பறந்தோடிப் போகும்.

கூடுவிட்டுக் கூடுபாயும் சக்தியும் இவர்களிடம் உருவாகும். பல சித்தர்களிடம் இந்த சித்தி இருந்ததாகப் படித்திருக்கிறோமல்லவா? இந்த சித்திகள் அனைத்துமே அனாஹதச் சக்கரம் திறந்த நிலையில் தானாகவே உருவாகும்.

அடுத்த இதழில் ஐந்தாவது சக்கரமான விஷுத்தி சக்கரம் குறித்த தகவல்களைக் காணலாம்.

12

நமது முதன்மைச் சக்கரங்களில் ஐந்தாவது சக்கரமாக இருப்பது விஷுத்தி சக்கரமாகும். இது தொண்டைப் பகுதியில் அமைந்துள்ளதால் 'தொண்டைச் சக்கரம்' என்ற பெயரும் உண்டு.

அனாஹதமும், விஷுத்தியும் இடைநிலைச் சக்கரங்களென வகைப்படுத்தப்பட்டுள்ளன.

விஷுத்தி என்ற சொல்லானது விஷ் + சுத்தி என்ற இரு வார்த்தைகளின் இணைப்பால் உருவானது. 'விஷ்' என்றால் 'விஷம்' என்பது பொருள். 'சுத்தி' என்றால் சுத்தம் செய்வது!

அனைத்துவகையான விஷங்களையும், நச்சுப் பொருட்களையும் சுத்தம் செய்யும் வலிமை கொண்டது இந்த சக்கரம். எனவேதான் அதை விஷுத்தி சக்கரம் என்று அழைக்கிறோம்.

தேவாசுரர்கள் பாற்கடலைக் கடைந்தபோது முதலில் அதிலிருந்து 'ஆலகால விஷம்' என்ற கொடிய நஞ்சு வெளிவந்தது. அதன் காற்றுப் பட்டதுமே உயிர்கள் நினைவிழந்து வீழ்ந்தன. மரணமும் உறுதி.

இந்த விஷத்தின் கொடுமையிலிருந்து தங்களைக் காப்பாற்றக் கோரி தேவர்களும் பிற உயிரினங்களும் சிவபெருமானிடம் அடைக்கலம் புகுந்தனர்.

சிவபெருமான் அந்த விஷத்தை உண்டுவிட, விஷத்தின் தாக்கத்தால் மூர்ச்சையடைந்தார். தன் கணவரின் நிலைகண்ட பார்வதிதேவி, உடனே சிவனின் தொண்டைப் பகுதியை இறுகப் பிடித்துக்கொண்டார்.

விஷம் உடலில் பரவாமல் தடுக்கப்பட்டு, தொண்டையிலேயே தங்கிவிட்டது. தொண்டைப் பகுதி விஷத்தின் தாக்கத்தால் நீல நிறமாகிவிட, சிவபெருமான் திருநீலகண்டரானார்!

தொண்டைப் பகுதியிலுள்ள விஷுத்தி சக்கரம் விஷங்களை முறிக்கும் சக்தி கொண்டது என்பதை நேரடியாகக் கூறாமல் உருவகமாகக் கூறும் புராண சம்பவமே இது.

சாதாரண நிலையிலுள்ள விஷுத்தி சக்கரத்தால் விஷத்தை முறிக்க இயலாது. தந்திர யோகப் பயிற்சிகளால் விஷுத்தி சக்கரத்தை வலிமையாக்கி, குண்டலினி சக்தியால் விஷுத்தி சக்கரம் திறக்கப்பட்ட நிலையில்தான் இது சாத்தியமாகும்.

தத்துவம்

விஷுத்தி சக்கரத்தை ஆளும் பஞ்சபூதத் தத்துவம் ஆகாயம். பஞ்சபூத தத்துவங்களி லேயே மிக உயர்ந்த தத்துவமாகக் கருதப் படுவது ஆகாயமே.

ஆகாயம் எனும் தத்துவம் ஒலிகளையும் குறிக்கும். நமது தொண்டைப் பகுதியிலுள்ள குரல் நாண்களின் அதிர்வே நாம் எழுப்பும் அனைத்து ஒலிகளுக்கும் ஆதாரம்.

இந்தக் குரல் நாண்களை இயக்கும் சக்கரம் விஷுத்தியாகும். விஷுத்தி வலுவாக இருந்தால்தான் நமது குரலும் வலுவாக இருக்கும்.

எழுத்துகளுக்கும், மந்திரங்களுக்கும், வேதங்களுக்கும் ஆதாரமான சக்கரம் விஷுத்தி என்ற குறிப்பும் தந்திர யோக நூல்களில் உள்ளன.

நமது உடலில் ஆகாயம் என்ற பஞ்சபூதத் தின் சமநிலை தடுமாறும்போது விஷுத்தி சக்கரத்தின் இயக்கங்கள் பாதிக்கப்படும்.

* குரலில் மாற்றங்கள்
* தொண்டை கட்டிக்கொள்ளுதல்
* தொண்டை வலி
* டான்சில் நோய்

* தைராய்டு குறைபாடுகள்
* விக்கல்
* திக்குவாய்

போன்ற நோய்கள் உருவாக ஆகாயம் எனும் பூதத்தில் ஏற்படும் மாற்றங்களே காரணமாக அமைகின்றன.

ஆகாயம் எனும் பூதத்தை சரிசெய்து விட்டால், விஷுத்தி சக்கரத்தின் இயக்கங்களும் வலுப்பெறும். தொண்டை நோய்களும் குறைபாடுகளும் மறைந்துபோகும்.

இதழ்கள்

விஷுத்தி சக்கரத்தை பதினாறு இதழ்கள் கொண்ட தாமரையாக தந்திர யோக நூல்கள் வர்ணிக்கின்றன. இந்த இதழ்கள் நீல நிற மானவை.

இந்த பதினாறு இதழ்களும், பதினாறு நாடிகளைக் குறிக்கும் உருவகங்கள். விஷுத்தி சக்கரத்தால் உருவாக்கப்படும் சக்தி இந்த நாடிகள் வழியாகவே உடல் முழுவதும் கொண்டுசெல்லப்படுகிறது.

இந்த ஒவ்வொரு இதழுக்கும் தனித்தனி சுரங்கள் உள்ளன. அவற்றை சரியான முறையில் உச்சாடனம் செய்யும்போது, அந்த இதழ்கள் தூண்டிவிடப்படும்.

இந்த சுர உச்சாடனத்தை ஒரு குருவிடமிருந்து நேரடி உபதேசமாகவே கற்றுக் கொள்ள இயலும். தகுந்த குருவின் துணை யின்றி இத்தகைய முயற்சிகளில் இறங்கக் கூடாது.

பீஜா மந்திரம்

'ஹம்' என்பதே விஷுத்தி சக்கரத்தின் பீஜா மந்திரமாகும். இந்த மந்திரத்தை சரியான முறையில் தொடர்ந்து உச்சாடனம் செய்து வந்தால் விஷுத்தி சக்கரம் சரியாக இயங்கும்; வலுப்பெறும்.

பீஜா மந்திரங்கள் மிகவும் சக்திவாய்ந்தவை. குருவின் துணையின்றி இத்தகைய பயிற்சிகளில் ஈடுபடவேண்டாம்.

நிறம்

விஷுத்தி சக்கரத்தின் வண்ணமாகக் கூறப்படுவது நீலமாகும். விஷுத்தி சக்கரம் வலுவிழந்த நிலையிலிருந்தால் நீல வண்ணத்தை உபயோகிப்பதன்மூலம் அதனை ஓரளவு சரிசெய்து கொள்ளமுடியும்.

* நீல வண்ண ஒளி

* நீல வண்ண ஆடைகள்
* நீல வண்ணப் படுக்கை விரிப்புகள்
* நீல வண்ணத் திரைச்சீலைகள்
* நீல வண்ண அறை
* நீல வண்ணக் கற்கள்

என பலவகைகளில் நீல வண்ணத்தை உபயோகிக்க முடியும்.

வாகனம்

விஷுத்தி சக்கரத்தின் வாகனம் யானையாகும். சில தந்திர யோக நூல்களில் சிங்கமே விஷுத்தியின் வாகனமென கூறப்படுகிறது. வேறு சில நூல்களில் விஷுத்தி சக்கரத்தின் வாகனம் எருமை என்ற குறிப்பும் உள்ளது.

ஆனால் பெரும்பான்மையான நூல்களில் குறிப்பிடப்பட்டுள்ள வாகனம் யானையே. எனவே அதையே நாம் விஷுத்தியின் வாகனமாக எடுத்துக்கொள்ளலாம்.

தெய்வங்கள்

விஷுத்தி சக்கரத்தின் முதன்மை தெய்வமாக சதாசிவன் உள்ளார். ஐந்து முகங்களும், பத்து கைகளும் உடையவர்.

புலித்தோல் உடுத்தி, பத்து கைகளில் விதவிதமான ஆயுதங்கள் தாங்கி, பக்தர்களுக்கு அபயமளிக்கும் அபய முத்திரையைக் காட்டிய நிலையில் சதாசிவம் இருக்கிறார்.

அதிதேவதை

விஷுத்தி சக்கரத்தின் அதிதேவதை சாக்கினி தேவியாகும். இவர் சதாசிவத்தின் துணைவி.

சாக்கினி தேவியும் ஐந்து முகங்கள் கொண்டவளாகவும், சிவப்புநிறத் தாமரையின்மீது அமர்ந்திருப்பவளாகவும் வர்ணிக்கப் படுகிறாள். நான்கு கரங்கள்; ஒவ்வொரு கரத்திலும் ஆயுதங்கள்.

புலன் (தன்மந்திரா)

'கேட்டல்' (Hearing) என்பதே விஷுத்தி சக்கரத்தினால் ஆளப்படும் புலனாகும். விஷுத்தி சக்கரத்தில் குறைபாடுகள் இருந்தால் கேட்கும் திறன் பாதிக்கப்படும்.

புலனுறுப்பு (ஞானேந்திரியம்)

'கேட்டல்' என்ற புலனுக்கு ஆதாரமாக இருப்பது காதுகளே. விஷுத்தி சக்கரத்தின் புலனுறுப்பு நமது காதுகள்.

செயலுறுப்பு (கர்மேந்திரியம்)

விஷுத்தி சக்கரத்தின் செயலுறுப்பு குரல் நாண்கள். (Vocal cords).

ஆக, விஷுத்தி சக்கரத்தில் ஏதேனும் பாதிப்புகள் இருந்தால் நமது காதுகளில் நோய் உருவாகும். கேட்கும் திறன் பாதிப்படையும். குரல் நாண்கள் பாதிக்கப்பட்டால் பேச்சிலும் குறைபாடுகள் தோன்றக்கூடும்.

'கேட்கும் திறன்' என்பது, நாம் ஒன்றைக் கேட்கும்போது, அதன் 'உட்பொருள்' என்னவென்பதைப் புரிந்துகொள்ளும் நுட்பமான திறனையும் குறிக்கும்.

நாளமில்லா சுரப்பி

விஷுத்தி சக்கரத்தால் ஆளப்படுகின்ற நாளமில்லா சுரப்பி தைராய்ட் ஆகும். இந்த சுரப்பியின் இயக்கத்தில் ஏற்படும் குறைபாடுகள் உடல் வளர்ச்சியில் மட்டுமின்றி, மூளை வளர்ச்சியிலும் பல சிக்கல்களை உருவாக்கும்.

உடல் பாகங்கள்

வாய், தொண்டை ஆகிய இரண்டும் விஷுத்தி சக்கரத்தின் ஆளுமையின் கீழுள்ள உடல் பாகங்களாகும்.

குணம்

ரஜோ குணமே விஷுத்தி சக்கரத்தோடு தொடர்புடைய குணமாகும்.

லோகம்- ஞான லோகம்.

கோசம்- விஞ்ஞானமய கோசம்.

வாயு- உதானன்.

தச வாயுக்களில் ஒன்றான உதானன் நமது தொண்டைப் பகுதியிலிருந்து இயங்கும் ஒரு வாயுவாகும். உதானனின் அளவு உடலில் குறைந்தால் அது விஷுத்தி சக்கரத்தின் செயல்பாடுகளையும் பாதிக்கும்.

உதான முத்திரையைச் செய்வதன்மூலம் உதானனின் அளவை அதிகரிக்க முடியும். விஷுத்தி சக்கரத்தின் செயல்திறனையும் அதிகப்

படுத்த முடியும்!

நமது ஐந்தாவது சக்கரமான விஷுத்தி சக்கரம் குறித்த அடிப்படைத் தகவல்களை கடந்த இதழில் கண்டோம். அடுத்து விஷுத்தி சக்கரத்தோடு தொடர்புடைய உணர்வு நிலைகள் குறித்தும், குண்டலினி சக்தி எழும்பி, விஷுத்தி சக்கரம் தூண்டப்படும்போது ஏற்படும் மாற்றங்கள் குறித்தும் காணலாம்.

13

மனத்தூய்மையும் மன அமைதியும்

தத்துவங்களில் மிக உயர்ந்த தத்துவமாகக் கருதப்படுவது ஆகாயத் தத்துவம். விஷுத்தி சக்கரத்தை ஆளும் தத்துவமும் ஆகாயமே.

குண்டலினி சக்தி விஷுத்தி சக்கரத்தினுள் நுழைந்து அதைத் தூண்டும்போது ஆகாயத் தத்துவம் வலிமைபெறும். நிர்மலமான வானம் போன்று மனம் தூய்மை யடையும்.

தீய சிந்தனைகள் அனைத்தும் மறைந்துபோகும். எதிர்மறை எண்ணங்கள் அனைத்தும் அழிந்துபோகும். எல்லையற்ற அமைதியும், உயர் சிந்தனைகளும் எண்ணங்களும் மனதில் நிறையும்.

மனம் இதுவரையில் அறிந்திராத ஒரு அமைதி நிலையை அடையும். பற்றுகள் அறுந்துபோகும்.

பந்த பாசங்களும், உலக இச்சைகளும், ஆசைகளும் மாயையினால் உருவானவை. உலக வாழ்க்கையோடு நம்மை இறுகக் கட்டிப்போடும் சங்கிலிகளாக இவை உள்ளன.

குண்டலினி சக்தி விஷுத்தி சக்கரத்தினுள் நுழையும்போது, இந்த சங்கிலிகள் ஒவ்வொன்றாக அறுபடும். பந்தபாசங்கள் விலகும். உலக ஆசைகள் அழியும். இச்சைகள் மறையும். மாயை அகலும்.

இது நிகழும்போதுதான் உண்மையான ஆன்மிகப்

பயணம் துவங்கும். மாயை அறுந்த நிலையிலேயே ஞானம் உருவாகும்.

சூன்ய நிலை

மாயையின் கட்டுகள் அறுந்த நிலையே சூன்ய நிலை எனப்படும். இந்த நிலையை அடைந்த ஞானிகளின் மனம் வானம் போன்று அனைத்திற்கும் சாட்சியாக இருக்குமே தவிர, எதிலும் பங்குபெறாது; எதிலும் ஒட்டாது.

பஞ்சபூதங்களின்மீது ஆளுமை

பஞ்சபூதங்களில் உயர்ந்த பூதமாகக் கருதப்படுவது ஆகாயமே. ஆகாயம் எனும் பூதத்திலிருந்தே பிற பூதங்கள் உருவாயின.

விஷுத்தி சக்கரத்தினுள் குண்டலினி சக்தி நிறையும்போது, பிற நான்கு பூதங்களும் ஆகாயம் எனும் தத்துவத்தினுள் அடங்கிவிடும். பஞ்ச பூதங்களின்மேல் ஆளுமை உருவாகும்.

பஞ்சபூதங்களோடு தொடர்புடைய சித்திகளும், ரித்திகளும் (அதிசயங்கள் புரியும் ஆற்றல்) சாதகருக்குக் கிடைக்கும். ஆனால், ஏற்கெனவே பற்றில்லாத மனநிலை உருவாகிவிட்டதால் இந்த சித்திகள்மேலும், ரித்திகள்மேலும் மனம் ஆசைகொள்ளாது.

இந்த நிலையை அடைந்த ஞானிகள் தங்களிடமுள்ள சக்தி களை (சித்திகள், ரித்திகள்) வெளியே காட்டிக்கொள்ள மாட்டார்கள்.

பயங்கள் அகலும்

ஒன்றின்மீது மனம் பற்றுக்கொள்ளும்போதுதான் அது தன்னிடமிருந்து போய்விடுமோ என்ற பயம் உருவாகும்.

பற்றுகளே பயத்தின் தாய்!

உதாரணமாக, உயிரின் மேலுள்ள பற்றே அது பிரிந்து விடுமோ என்ற பயத்தை உருவாக்கும்.

ஆசைகளும் பற்றுகளும் அறுந்த நிலையில் பயங்களும் மறைந்து போகும். எது குறித்தும் அச்சம் இராது. பூரணமாக பயங்கள் விலகிய நிலையை 'அபய நிலை' என்கிறோம். (பயம் என்ற சொல்லின் எதிர்ச் சொல் அபயம்).

விஷுத்தி சக்கரம் தூண்டப்பட்டவர்களுக்கே அபய நிலையை அடைவது சாத்தியமாகும்.

எல்லையற்ற அன்பு

நான்காவது சக்கரமான அனாஹதம் குண்டலினியால் தூண்டப்படும்போதே மனதில் எல்லையற்ற அன்பு பொங்கிவழி யுமென்பதை ஏற்கெனவே கண்டோம்.

அனாஹத அன்புநிலையில், அந்த அன்பின் விளைவாக சில பற்றுகள் உருவாகும் என்பதையும் கண்டோம்.

குண்டலினி சக்தி அனாஹதச் சக்கரத்தைத் தாண்டி விஷுத்தி சக்கரத்தினுள் நுழையும்போது, அனாஹதத் தூண்டுததால் உருவான 'பிரபஞ்ச அன்பு' பலமடங்கு அதிகமாகும்.

ஆனால் அந்த அன்பினால் உருவான பற்றுகள் முழுவதுமாக அழிந்து போகும். அன்பு அதிகமாகும்; ஆனால் பற்று இராது.

ஞான நிலை

மனம் அமைதியடைந்து, பற்றுகள் விலகி, பஞ்சபூதங்களின்மீதும் ஆளுமை உருவான நிலையில்தான் உண்மையான ஞானம் உருவாகும்.

கல்வியாலும் அனுபவத்தாலும் உருவாவது அறிவு. எந்த முயற்சியுமின்றித் தானாகவே உருவாவது ஞானம்.

மூலாதாரம், சுவாதிஷ்டானம், மணிப்பூரகம், அனாஹதம் ஆகிய நான்கு சக்கரங்களிலும் குண்டலினி நுழையும் போதே அந்தந்த சக்கரங்களோடு தொடர்புடைய ஞானங்கள் உருவாகத் துவங்கிவிடும்.

ஆனால் பற்றுகளும், மாயையின் கட்டுகளும் மீதமிருப்பதால் அந்த ஞானங்கள் சற்றே குறைபட்ட ஞானங்களாகவே இருக்கும்.

விஷுத்தி சக்கரத்தினுள் குண்டலினி நுழையும்போதுதான் பற்றுகள் முழுமையாக அகலும். மாயையின் பிடியிலிருந்து மனம் முழுமையாக விடுபடும். இந்த நிலையில்தான் ஞானம் பூரணமடையும். (பூரண ஞானம்).

பேச்சுத் திறமை

விஷுத்தி சக்கரமே 'பேச்சு' எனும் செயலை ஆளும் சக்கரம். விஷுத்தியின் சக்தியே நமது குரல்நாண்களை இயக்கி பேச்சை உருவாக்குகிறது.

விஷுத்தி சக்கரம் செயல் குறைந்த நிலையில் உள்ளவர்களுக்கு பேச்சு சரளமாக வராது. மனதில் தோன்றும் எண்ணங்களை பிறருக்குப் புரியும்படியாக விளக்கிச் சொல்லமுடியாமல் தவிப்பார்கள்.

சிலருக்கு மேடையில் ஏறினாலே பயம் தொண்டையை அடைத்துக் கொள்ளும்! பேச்சு சரளமாக வராது.

வேறு சிலருக்கு தொண்டைச் சக்கரம் வலுவாக இருக்கும். ஆனால் அது சுற்றவேண்டிய திசைக்கு எதிர்திசையில் சுற்றிக் கொண்டிருக்கும்.

இவ்வாறு சக்கரம் எதிர்திசையில் வலுவாக இயங்கும் நபர்கள் மிகச் சிறந்த பேச்சாளர்களாக இருப் பார்கள். எதுகை- மோனை இவர் களது பேச்சில் நிறைந்திருக்கும். மிக அலங்காரமான பேச்சாக இருக்கும்.

இவர்களது பேச்சு நடை கேட்பவரை ஈர்க்கும்- கட்டிப் போடும். ஆனால் பேச்சு முடிந்த பின்னர் இவர் பேசிய கருத்து என்னவென்று அலசிப் பார்த்தால், ஆழமான கருத்துகள் எதுவும் இராது. இதை 'வெற்றுப் பேச்சு' என்பார்கள். பெரும்பாலான அரசியல்வாதிகளின் மேடைப் பேச்சும் இந்த ரகத்தைச் சார்ந்ததுதான்.

விஷுத்தி சக்கரம் எதிர்திசையில் சுழலும்போது பேச்சு வலிமையாக இருக்கும். ஆனால் அந்தப் பேச்சில் ஞானம் இராது. கள்ளம், கபடம் நிறைந்திருக்கும். வாய்கூசாமல் பொய் பேசுவார்கள். பொய்யான வாக்குறுதிகளை அள்ளிவிடுவார்கள். உண்மைகளை மறைப்பார்கள்.

அரசியல்வாதிகள் மட்டுமின்றி, பல திறமையான வழக்கறிஞர்கள், வியாபாரிகள் ஆகியோரிடமும் இந்த நிலை காணப்படும்.

விஷுத்தி சக்கரத்தினுள் குண்டலினி நுழைந்து, அது தூண்டப்பட்ட நிலையில் உருவாகும் பேச்சுத் திறன் ஞானம் நிறைந்ததாகவும் தூய்மையானதாகவும் இருக்கும். இந்தப் பேச்சில் பொய்கள் இராது. ஆணவம் இராது. தன்னலம் இராது.

இத்தகைய ஞானம் நிறைந்த பேச்சு கேட்பவர் மன தையும் பண்படுத்தும். அவர்களையும் ஞானப் பாதையில் அழைத்துச்செல்லும்!

உடலில் புத்துணர்வு

விஷுத்தி சக்கரம் விஷங்களை முறிக்கும் சக்தியுள்ள சக்கரம். குண்டலினியால் விஷுத்தி தூண்டப்படும்போது உடலிலுள்ள நச்சுப் பொருட்கள் அனைத்தும் அழிந்துபோகும்.உடலிலுள்ள நோய்கள் அனைத்தும் மறைந்துவிடும்.

உடலின் ஒவ்வொரு செல்லிலும் புத்துருவாக்கம் நடைபெறும். முதுமையடைதல் தள்ளிப்போகும். உடல் இனிமையாகும்; வலுவாகும்.

இதுவே காயகல்பம்! இதுவே என்றும் பதினாறு என்ற மார்க் கண்டேய நிலை!

பேரானந்த நிலை

மனம் அமைதியடைந்து, பஞ்சபூதங்களும் கட்டுக்குள் வந்து, நோய்கள் அகன்று, ஞானம் உருவான நிலையில் எல்லையற்ற

ஆனந்தம் மனதில் உருவாகும்.

குண்டலினி சக்தியால் விஷுத்தி சக்கரம் தூண்டப்பட்ட நிலையில் மனதில் பந்த பாசங்களோ, பற்றுகளோ இராது. அபய நிலை உருவாகும். இந்த நிலையில் உருவாகும் ஆனந்தமே பேரானந்தம் எனப்படும்.

இந்த பேரானந்த நிலையில் மனம் திளைத்திருக்கும்.

14

நமது முதன்மைச் சக்கரங்களில் ஆறாவது சக்கரமாக உள்ளது ஆக்ஞை சக்கரம். இது ஒரு உயர்நிலைச் சக்கரமாகும்.

நெற்றியில் இரு புருவங்களுக்கு மத்தியிலுள்ள பகுதியில் இந்தச் சக்கரம் அமைந்துள்ளது. 'நெற்றிக் கண்', 'மூன்றாவது கண்', 'ஞானக் கண்' என பல பெயர்களால் இந்தச் சக்கரம் அழைக்கப்படுகிறது.

மூலாதாரம் முதல் விஷுத்தி வரையிலான ஐந்து சக்கரங்களும் இடகலை, பிங்கலை நாடிகள் வழியாக ஆறாவது சக்கரமான ஆக்ஞையுடன் இணைக்கப்பட்டுள்ளன.

இந்த இரு நாடிகளின் வழியாக ஆக்ஞை சக்கரம் பிற ஐந்து சக்கரங்களையும் ஆளுகிறது. எனவே ஆக்ஞைக்கு ஆளுமைச் சக்கரம் (Commanding Chakara) என்ற பெயரும் உண்டு.

'ஆக்ஞை' என்ற சொல் லானது 'ஆக்கினை' என்ற சொல்லின் மருவுச் சொல்லாகும். 'ஆக்கினை' என்றால் 'கட்டளை' அல்லது 'ஆணை' என்பது பொருள்.

இடகலை, பிங்கலை நாடிகள் வழியாக மட்டுமின்றி பீனியல், பிட்யூட்டரி போன்ற நாளமில்லா சுரப்பிகளின் வழியாகவும் ஆக்ஞை சக்கரம் முழு உடலின்மீதும் ஆளுமை செலுத்துகிறது.

தூய்மைப்படுத்தும் சக்கரம்

தொண்டைச் சக்கரமான விஷுத்தி சக்கரம் குண்டலினியால் தூண்டப்படும்போது உடலிலுள்ள நச்சுப்பொருட்களனைத்தும் அழிந்து உடல் தூய்மையடையுமென்று ஏற்கெனவே கண்டோம்.

ஆக்ஞை சக்கரத்தினுள் குண்டலினி சக்தி நுழைந்து, அதை இயக்கும்போதுதான் இந்த தூய்மைப்படுத்தும் பணி முழுமையடையும். அதன்பின்னர் எந்த நச்சுப்பொருளும் உடலில் உருவாகாது.

உடலை மட்டுமின்றி, மனதையும் ஆக்ஞை சக்கரம் தூய்மைப்படுத்திவிடும். மனதிலுள்ள அழுக்குகள் அனைத்தும் மறைந்து போகும்.

சிந்தனைகளும் எண்ணங்களும் சீரடையும். மனம் பண்படும். எதிர்மறை எண்ணங்களும் எதிர்மறை குணங்களும் அறவே மறைந்து போகும்.

தத்துவம்

முதல் ஐந்து சக்கரங்களும் ஒவ்வொரு தத்துவத்தால் (பஞ்சபூதங்கள்) ஆளப்படுகின்றன என்பதை ஏற்கெனவே கண்டோம்.

உயர்நிலைச் சக்கரங்களான ஆக்ஞை, சகஸ்ராரம் ஆகிய இரண்டும் பஞ்சபூதங்களின் ஆளுமைக்கு அப்பாற்பட்டவை.

முதல் ஐந்து சக்கரங்களை தத்துவச் சக்கரங்கள் எனவும்; கடைசி இரு சக்கரங்களை ஆன்மிக சக்கரங்கள் எனவும் கூறுவதுண்டு.

இதழ்கள்

ஆக்ஞை சக்கரத்தின் இதழ்கள் 96 ஆகும். ஒரு சக்கரத்திலுள்ள இதழ்களின் எண்ணிக்கையைப் பொறுத்து அதன் சக்திநிலை அமையும்.

முதல் ஐந்து சக்கரங்களில், மூலாதாரத்தில் நான்கு இதழ்கள் எனத் துவங்கி, படிப்படியாக அதிகரித்து அதிகபட்சமாக விஷுத்தி சக்கரத்தில் பதினாறு இதழ்கள் உள்ளன.

இந்த 'பதினாறு' என்ற எண்ணிக்கையோடு ஒப்பிடுகையில், ஆக்ஞையின் தொண்ணூற்றாறு என்பது ஆறு மடங்கு அதிகம்! ஆக, ஆக்ஞை சக்கரம் பிற கீழ்நிலைச் சக்கரங்களைவிட பலமடங்கு சக்திபடைத்த சக்கரமாகும்.

ஆக்ஞை சக்கரத்தில் மொத்தம் 96 இதழ்கள் இருந்தாலும், ஒரு யந்திரமாக வரையும்போது இரண்டு இதழ்கள் கொண்டதாகவே

வரையப்படும்.

வலப்புறம் ஒன்று, இடப்புறம் ஒன்று என வரையப்படும் இந்த இதழ்கள் முறையே 'ஹம்' (Ham), 'ஷாம்' (Ksham) என்று அழைக்கப் படுகின்றன.

ஆக்ஞை சக்கரத்தின் நாடிகளை இயக்கும் சுரங்களும் இவைதான்.

வண்ணம்

வானவில்லின் ஆறாவது வண்ணமான 'இண்டிகோ' என்ற வண்ணமே ஆக்ஞை சக்கரத்தின் வண்ணமாகும். வயலெட், நீலம் ஆகிய இரு வண்ணங்களுக்கும் இடைப்பட்ட, அந்த இருவண்ணங்களும் கலந்த ஒரு வண்ணமே 'இண்டிகோ' என்றழைக்கப் படுகிறது.

ஆக்ஞை சக்கரம் வலுவிழந்த நிலையிலிருந்தால் இண்டிகோ வண்ண உடைகள் அணிவதன் மூலமும், இண்டிகோ வண்ண உள்அ லங்காரங்களை வீட்டிலும் அலுவலகத் திலும் உபயோகிப்பதன் மூலமும் பலன்பெற முடியும்.

இண்டிகோ வண்ண ராசிக்கல்லான 'அமீதிஸ்ட்' என்ற கல்லை அணிவதன் மூலமாகவும் ஆக்ஞை சக்கரத்தைத் தூண்டிவிட முடியும்.

மிகப் பிரபலமான இசைமேதையான மொசார்ட் தனது வீட்டில் திரைச்சீலைகள், படுக்கை விரிப்புகள், தலையணையுறைகள் என அனைத்துமே இண்டிகோ வண்ணத்தில்தான் இருக்கவேண்டும் என்பதில் மிகவும் கண்டிப்பாக இருந்தாராம்.

உடை விஷயத்திலும் இண்டிகோ வண்ண உடைகளையே அவர் விரும்பி அணிந்தாரெனத் தெரிகிறது. அவரது இசை மேதமைக்கு இந்த வண்ணத்தால் தூண்டப்பட்ட ஆக்ஞை சக்கரமே அடிப்படைக் காரணமாக இருந்திருக்கிறது.

பீஜா மந்திரம்

'அம்' (Aum) என்பதே ஆக்ஞை சக்கரத்தின் பீஜா மந்திரமாகும். ஐரோப்பியர்கள் எழுதும் பல தந்திரயோக நூல்களில் ஆக்ஞை, சகஸ்ராரம் ஆகிய இரு சக்கரங்களுக்கும் 'ஓம்' என்பதே பீஜா மந்திரமென குறிப்பிட்டுள்ளனர். இது தவறு.

ஆக்ஞை சக்கரத்தின் பீஜா மந்திரம் 'அம்'; சகஸ்ரார சக்கரத்திற்கு 'ஓம்' என்பதே சரி.

'ஓம்' எனும் பீஜா மந்திரத்தை தொடர்ந்து உச்சாடணம் செய்யும்போது சகரஸ்ராரம் தூண்டப்படும். அதோடு

● டாக்டர் ஜாண் பி.நாயகம் ●

இணைந்து ஆக்ஞையிலும் ஓரளவு தூண்டல் நடைபெறும். ஆனால் இது முழுமையான தூண்டலாக இராது.

ஆக்ஞை சக்கரத்தை இயக்க, 'அம்' எனும் பீஜத்தையே உச்சாடணம் செய்ய வேண்டும். ஆனால் அதற்கான வழிமுறைகளை ஒரு குருவிடமிருந்து நேரடியாகக் கற்றுக்கொண்டு, அவரது ஆசியுடனே துவங்கவேண்டும்.

குருவின் வழிகாட்டுதலும், துணையுமின்றி இத்தகைய பயிற்சிகளில் இறங்க வேண்டாம். விளைவுகள் விபரீதமாக இருக்கும்.

வாகனம்

விஷுத்தி வரையிலான ஐந்து சக்கரங்களுக்கும் தனித்தனி வாகனங்கள் உண்டு. ஆனால் ஆக்ஞை சக்கரத்திற்கு வாகனமாக 'நாதம்' என்பதே உள்ளது.

இந்த நாதமே 'அம்' எனும் பீஜா மந்திரத்தை சுமந்து செல்லும்.

தெய்வம்

ஆக்ஞை சக்கரத்தின் தெய்வம் சிவன். ஆனால் இந்த சக்கரத்தில் அவர் சிவவடிவமாக இல்லை. அர்த்தநாரீஸ்வரர் வடிவில் உள்ளார்.

ஆண் (நேர் சக்தி), பெண் (எதிர் சக்தி) இரண்டும் ஒன்றாக இணைந்த நிலையே அர்த்தநாரீஸ்வரத் தத்துவம்.

குண்டலினி சக்தி ஆக்ஞை சக்கரத்தினுள் நுழைந்து அதைத் திறக்கும்போது நேர்- எதிர், ஆண்- பெண், உயர்வு- தாழ்வு, நன்மை- தீமை என்ற பாகுபாடுகள் அனைத்தும் மறைந்து போகும். எல்லாம் ஒன்றுதான் என்ற பரிபூரண நிலை உருவாகிவிடும்.

தேவதை

ஆக்ஞை சக்கரத்தின் அதிதேவதையாக இருப்பது ஹாக்கினி தேவி. தந்திரயோக உயர்நிலைப் பயிற்சிகளில் ஈடுபடுபவர்களுக்கு, இந்த தேவியின் அருள் இருந்தால் மட்டுமே ஆக்ஞை சக்கரத்தை இயக்கும் முயற்சிகள் கைகூடும்.

அருளைப்பெற எளிய தந்திர யோக வழிமுறைகள் உள்ளன. அவற்றை ஒரு தகுந்த குருவிடமிருந்து மட்டுமே கற்றுக்கொள்ளமுடியும்.

புலன் (தன்மந்திரம்), புலனுறுப்பு (ஞானேந்திரியம்), செயலுறுப்பு (கர்மேந்திரியம்)

ஆக்ஞை சக்கரம் பூதங்களின் ஆளுமைக்கு அப்பாற்பட்ட சக்கரம்.

புலன்கள் பூதங்களின் ஆளுமைக்கு உட்பட்டவை.

பூதங்களின் ஆளுமை இல்லாத நிலையில் புலன், புலனுறுப்பு, செயலுறுப்பு என்பவையும் இராது.

ஆக்ஞை சக்கரத்தின் புலன், புலனுறுப்பு, செயலுறுப்பு ஆகிய அனைத்துமே 'மனம்' என்பதுதான்.

நமது உடலில் பிராண சக்தி, மனசக்தி என இருவிதமான சக்திகள் உள்ளன. பிராண சக்தி உடலின் அனைத்து பாகங்களையும் உறுப்புகளையும் இயக்கும் சக்தியாகும்.

பிராண சக்தியின்றி உடலின் எந்த பாகமும் இயங்கமுடியாது. ஒவ்வொரு செல்லின் இயக்கத்திற்கும் இந்த பிராணசக்தியும் தேவை. நவீன விஞ்ஞானம் கூறும் பிராண வாயு (ஆக்சிஜன்) இந்த பிராணசக்தியில் உள்ளது.

நமது மூளை செயல்படவும் பிராணன் அவசியம். ஆனால் 'மனம்' செயல்பட பிராண சக்தியோடு மனசக்தியும் தேவை. இந்த மனசக்தியை ஆளும் சக்கரமே ஆக்ஞை சக்கரமாகும்.

நாளமில்லா சுரப்பி

மூளையின் உட்புறமாகவுள்ள 'பீனியல்' என்ற நாளமில்லா சுரப்பியே ஆக்ஞையோடு இணைக்கப்பட்ட- ஆக்ஞையின் ஆளுமைக்கு உட்பட்ட சுரப்பியாகும்.

பீனியல் சுரப்பி, ஆக்ஞை சக்கரம் இரண் டுமே ஒளியால் தூண்டப்படுபவை. அதுகுறித்து பின்னர் விரிவாகக் காணலாம்.

குணம்- சாத்விகம்.

லோகம்- தபலோகம்.

கோசம்- விஞ்ஞானமய கோசம்.

வாயு- இல்லை.

உடல்பாகங்கள்

* காதுகள்
* மூக்கு
* இடது கண்
* கீழ் மூளை

ஆகிய உடல்பாகங்களே ஆக்ஞை. சக்கரத்தின் ஆளுமைக்குட்பட்ட பாகங்களாகும். ஆக்ஞை சக்கரத்தில் ஏதேனும் குறைபாடுகள் இருந்தால் இந்த பாகங்களில் அது பிரதிபலிக்கும். ஆக்ஞை சக்கர குறைபாட்டை சரிசெய்துவிட்டால் இந்த உடல்பாகங்களில் தோன்றிய குறைபாடுகளும் நோய்களும் மறைந்துபோகும்.

15

நமது முதல் சக்கரமான மூலாதாரச் சக்கரத்தினால் உருவாகும் உணர்வு நிலைகளும், ஆறாவது சக்கரமான ஆக்ஞை சக்கரத்தினால் உருவாகும் உணர்வு நிலைகளும் எதிரெதிர் துருவங்கள் போன்றவை.

மூலாதாரமும் ஆக்ஞையும் ஒன்றோடொன்று நேரடியாகத் தொடர்புள்ள- இணைப்புள்ள சக்கரங்கள் என்பதை ஏற்கெனவே கண்டோம்.

மூலாதாரச் சக்கரம் தூண்டப்படும்போது, ஆக்ஞை சக்கரமும் தூண்டப்படும். ஆக்ஞை சக்கரப் பயிற்சிகளில் ஈடுபடும்போது, ஆக்ஞையோடு சேர்ந்து மூலாதாரமும் தூண்டப்படும்.

ஆனால் மூலாதாரச் சக்கரத்தினுள் குண்டலினி சக்தி நுழையும்போது உருவாகும் உணர்வு நிலை முழுக்க முழுக்க உலகம் சார்ந்த- பருவுடல் சார்ந்த உணர்வு நிலையாகும். (Physical Consciousness).

ஆக்ஞை சக்கரத்தினுள் குண்டலினி சக்தி நுழையும்போது உருவாகும் உணர்வு நிலைகள் ஆன்மிக உணர்வு நிலைகளாகும். (Spiritual Consciousness).

குண்டலினி சக்தியால் ஆக்ஞை சக்கரம் தூண்டப்படும்போது ஏற்படும் மிக முக்கியமான நிகழ்வுகளாக கீழ்க்கண்ட வற்றைக் குறிப்பிடலாம்.

● டாக்டர் ஜாண் பி.நாயகம் ●

- ஐம்பூதங்களும், சித்தமும், மனமும் ஒன்றாக இணையும்.
- புலன்களின் துணையின்றி உருவாகின்ற பூரண ஞானம் கிட்டும்.
- முன்னுணரும் திறன் அதிகரிக்கும்.
- எல்லாவிதமான பந்த பாசங்களிலிருந்தும் விடுபட்டு, ஆன்மா சுதந்திரமாகும்.
- உறுதியான மனநிலை உருவாகும்.
- திரிகால ஞானம் ஏற்படும்.
- பல சித்திகள் கிடைக்கும்.
- எல்லையற்ற ஆனந்த நிலை உருவாகும்.

இவை ஒவ்வொன்றையும் குறித்து சுருக்கமாகக் காணலாம்.

ஐம்பூதங்களும், சித்தமும், மனமும் ஒன்றாக இணைதல்

சித்தம் என்பது மனதைவிட மேலானது. நமது துன்பங்கள், போராட்டங்கள் அனைத்திற்கும் காரணமாக அமைவது நமது மனமே.

இந்த மனமானது நமது ஐம்புலன்களால் ஆளப்படுவது. ஐம்புலன்களிலிருந்து மனதிற்குள் செல்லும் செய்திகளே மனதில் பலவிதமான ஆசைகளை உருவாக்குகின்றன. கற்பனைகளை சிற கடிக்கச் செய்கின்றன.

ஐம்புலன்களை அவற்றின் போக்கில் விடும்போது, மனம் அந்த பூதங்களுக்கு அடிமையாகிப்போகிறது. நாம் செய்யும் ஒவ்வொரு செயலும் மனதில் உருவாகும் திட்டங்களின் அடிப்படையிலேயே செய்யப்படுகின்றன.

செய்வது தவறென சித்தத்திற்குத் தெரிந்தாலும், ஐம்புலன்களின் ஆளுமையில் இருக்கின்ற மனம் அதை உதாசீனப்படுத்திவிடும்.

சித்தம் தெளிந்த சித்தர்களுக்குக்கூட ஐம்புலன்களையும் அடக்கியாள்வது சற்றே சிரமமான காரியமாகவே இருக்கும். விசுவாமித் திரரின் தவத்தைக்கூட கலைத்துவிடும் வலிமை புலன்களுக்கு உண்டு என்பதை புராணங்கள் கூறுகின்றன.

ஐம்புலன்களின் ஆதாரமாக இருப்பவை பஞ்சபூதங்கள். ஒவ்வொரு பூதமும் ஒரு புலனின்மீது ஆளுமை கொண்டதாக உள்ளது. பூதங்களை நமது கட்டுப்பாட்டிற்குள் கொண்டுவந்தால் மட்டுமே புலன்களும் நமது கட்டுப்பாட்டிற்குள் வரும்.

குண்டலினி சக்தி ஆக்ஞை சக்கரத்தினுள் நுழைந்து அதைத் திறக்கும்போதுதான் பஞ்சபூதங்களின் ஆளுமையிலிருந்து நம்மால்

முழுமையாக விடுபட முடியும்.

முதல் ஐந்து சக்கரங்களும் ஒவ்வொருபூதத்தின் ஆளுமைக்கு உட்பட்டவை என்பதை ஏற்கெனவே கண்டோம். அதை நினைவு படுத்திக்கொள்ளுங்கள்.

ஆக்ஞை சக்கரம் பூதங்களின் ஆளுமைக்கு அப்பாற்பட்ட உயர்நிலைச் சக்கரம். இந்த சக்கரம் விழித்தெழும்போது பூதங்களின் ஆளுமை யிலிருந்து நாம் விடுபட்டுவிடுகிறோம்.

ஐம்புலன்களும் நம்மை ஆளும் நிலைமாறி, அவை நமது ஆளுமைக்கு உட்பட்டவையாக மாறிவிடும். மனதின் ஆரவாரமும் அடங்கி விடும். 'சித்தம்' நம்மை வழிநடத்தும் பொறுப்பை ஏற்றுக்கொள்ளும். இதனால் என்ன நிகழும்?

பூரண ஞானம்

ஐம்புலன்களின் வழியாக நாம் உணர்ந்த வையும், கற்றுக்கொண்டவையுமே நமது அறிவுக்கு அடிப்படையாக உள்ளன. இவ்வாறு புலன்களின் துணையோடு உருவாகும் அறிவு குறையுள்ள- ஒரு எல்லைக்கு உட்பட்ட அறிவாகும்.

ஆக்ஞை சக்கரம் குண்டலினியால்தூண்டப்படும் போதுதான் 'பூரண ஞானம்' உருவாகும். இது தானாக உருவாவது. கற்றுக்கொள்வதாலும், அனுபவத்தாலும் உருவாகும் அறிவைவிட இது பலமடங்கு மேலானது. எல்லைகளோ, குறைகளோ, பிழைகளோ இல்லாத ஞானமே 'பூரண ஞானம்' எனப்படுகிறது.

இந்த பூரண ஞானத்தையே 'தசமகா வித்யாக்கள்' என்று அழைக்கிறோம். 'வித்யா' என்ற சொல்லுக்கு 'ஞானம்' என்பதே சரியான பொருளாகும்.

இந்த பூரண ஞானம் உருவாகும்போது பிரபஞ்ச ரகசியங்கள் அனைத்திற்கும் விடை கிடைக்கும். இந்த நிலையில்தான் அஞ்ஞானம் முழுமையாக அகன்று, மெய்ஞ்ஞான நிலை உருவாகும்.

முன்னுணர்தல்

இந்த முன்னுணரும் திறனையே ஆங்கிலத்தில் 'இன்டியூஷன்' (Intution) என்கிறோம். இதுவும் ஆக்ஞை சக்கரம் தூண்டப்படும்போது உருவாகும் ஒரு அற்புத மான நிகழ்வாகும்.

ஆன்ம சுதந்திரம்

பஞ்சபூதங்களும் நமது கட்டுப்பாட்டிற்குள் வரும்போது, ஐம்புலன்களும் நமது அதிகாரத்திற்குள் வந்துவிடும். நமது ஆன்மாவைப் பிணைத்திருக்கும் மாயையின் கட்டுகள்

அனைத்துமே புலன்களால் உருவாக்கப்பட்டவை.

புலன்கள் நமது கட்டுப்பாட்டிற்குள் வந்துவிட்டால் இந்த மாயையின் கட்டுகள் ஒவ்வொன்றாக அறுந்துபோகும்.

உலக இச்சைகள், பந்தபாசங்கள் அனைத்தும் படிப்படியாக அகன்றுவிடும். பற்றற்ற மனநிலை உருவாகும். ஆன்மா தனது தளைகளிலிருந்து விடுபட்டு சுதந்திரமாகும்.

உறுதியான மனநிலை

சித்தம் தெளிந்த நிலையிலேயே எதற்கும் கலங்காத- எதற்கும் அஞ்சாத மனத்திண்மை உருவாகும். ஒரு சுதந்திரமான ஆன்மா எதைக் கண்டும் அஞ்சாது. ஆக்ஞை சக்கரம் திறந்த நிலையிலேயே இது சாத்தியமாகும்.

திரிகால ஞானம்

இறந்த காலம், நிகழ்காலம், எதிர்காலம் என்ற மூன்று காலங்களையும் உணரும் ஞானத்தை திரிகால ஞானம் என்கிறோம்.

ஆக்ஞை சக்கரம் திறந்து, திரிகால ஞானி என்ற நிலையை அடைந்த ஒருவரையே 'பரமஹம்சர்' என்கிறோம். இந்த நிலையை அடைந்த ஒருவருக்கு மட்டுமே இந்தப் பட்டம் உரித்தானது.

தானே தன்னை பரமஹம்சர் எனக் கூறிக்கொள்ளும் கேலிக்கூத்து தற்போது காணப்படுகிறது; இது தவறு.

பரமஹம்சர் என்ற நிலை மிகமிக உன்னதமான நிலையாகும். ராமகிருஷ்ண பரமஹம்சர் போன்ற ஒருசிலருக்கு மட்டுமே இந்தப் பட்டம் உரித்தானது.

தனக்குத்தானே பரமஹம்சர் பட்டம் சூட்டிக்கொள்பவர்கள் தன்னையும் ஏமாற்றி, பிறரையும் ஏமாற்றிக்கொண்டிருக்கின்றனர்.

சித்திகள்

ஆக்ஞை சக்கரம் திறந்த நிலையில் அந்த சாதகருக்கு பலவிதமான சக்திகளும் சித்திகளும் சித்திக்கும்.

ஆனால் மனம் பண்பட்டு, சித்தம் தெளிந்து, ஐம்புலன்களின் ஆளுமையிலிருந்து விடுபட்டு, பூரண ஞான நிலையை அடைந்த ஒருவர் இந்த சக்திகளையும் சித்திகளையும் ஒதுக்கித்தள்ளிவிடுவார். எந்த சித்து விளையாட்டிலும் ஈடுபடமாட்டார்.

ஆனந்த நிலை

ஆனந்தத்தின் உச்சகட்டமே பரமானந்தம். ஆன்மா மாயையின் கட்டுகளிலிருந்து முழுமையாக விடுபட்ட நிலையில்தான் இந்த பரமானந்த நிலை உருவாகும்.

● தந்திரயோகம் ●

ஆனந்தம், பரமானந்தம் என ஆன்மா எந்நேரமும் ஆனந்தக் கூத்தாடிக் கொண்டிருக்கும்.

இதன் அடுத்த நிலையான முக்தி நிலையை அடையும் வரையில் அந்த ஆன்மாவானது பரமானந்த நிலையில் மூழ்கித்திளைக்கும்.

● டாக்டர் ஜாண் பி.நாயகம் ●

16

சகஸ்ராரச் சக்கரம்

பிரபஞ்சத்தோடும் இறைவனோடும் நம்மை இணைக்கும் சக்கரம் சகஸ்ராரம். இதுவே நமது சக்கரங்களில் மிகமிக சக்தி வாய்ந்த சக்கரமாகும். பிற ஆறு சக்கரங்களையும் ஆளுகின்ற தலைமைச் சக்கரம் இது.

பல தந்திரயோக நூல்களில் சகஸ்ராரம் ஒரு சக்கரமல்ல; அது பிரபஞ்ச சக்தியின் அம்சமாக உடலில் உறைந்துள்ள சக்தி என்ற குறிப்பும் காணப்படுகிறது.

தொன்மையான தந்திரயோக நூல்களில், உடலிலுள்ள சக்கரங்களின் எண்ணிக்கை ஆறு என்றே எழுதப்பட்டுள்ளது. சகஸ்ராரம் சக்கரமாக கணக்கில் எடுத்துக்கொள்ளப் படவில்லை.

பிற ஆறு சக்கரங்களைப்போன்றே, பிரபஞ்ச சக்தியை உடலினுள் கிரகித்துக் கொள்ளுதல், நாளமில்லா சுரப்பியை இயக்குதல் போன்ற பணிகளை சகஸ்ராரச் சக்கரமும் செய்வதால் அதை சக்கரமென்று அழைப்பதில் தவறில்லை. எனவே நாமும் அதை சக்கரமென்றே வகைப்படுத்துவோம்.

இதழ்கள்

சகஸ்ராரச் சக்கரத்தை 'ஆயிரம் இதழ் கொண்ட தாமரை' என்று வர்ணிப்பதுண்டு. ஆனால் இந்த சக்கரத்திலுள்ள மொத்த இதழ்களின் எண்ணிக்கை தொள்ளாயிரத்து

எழுபத்திரண்டு. (972).

வண்ணம்
சகஸ்ராரச் சக்கரத்தின் வண்ணம் வான வில்லின் முதல் வண்ணமான 'வயலட்'.

பூதம்
ஆக்ஞை சக்கரத்தைப் போன்றே சகஸ்ராரச் சக்கரமும் தத்துவங்களுக்கு அப்பாற்பட்ட ஆன்மிகச் சக்கரம். இதற்கென ஒரு 'பூதம்' கிடையாது. பூதங்களின் ஆளுமைக்கு அப்பாற்பட்ட சக்கரம்.

புலன் (தன்மந்திரம்)- ஆன்மா.
புலனுறுப்பு (ஞானேந்திரியம்)- ஆன்மா.
செயலுறுப்பு (கர்மேந்திரியம்)- ஆன்மா.

சகஸ்ராரச் சக்கரம் பூதங்களின் ஆளுமைக்கு அப்பாற்பட்ட சக்கரமாக இருப்பதால், அதனுடன் தொடர்புடைய புலனோ, புலனுறுப்போ, செயலுறுப்போ கிடையாது. இது முழுக்க முழுக்க ஆன்மாவோடு தொடர்புடைய ஒரு சக்கரம்.

நாளமில்லா சுரப்பி
சகஸ்ராரச் சக்கரம் நமது மூளையின் உள்ளே இருக்கும் 'பிட்யூட்டரி' என்ற நாளமில்லா சுரப்பியோடு தொடர்புடைய- அதை ஆளுகின்ற சக்கரமாகும்.

பிட்யூட்டரி சுரப்பியை தலைமைச் சுரப்பி (Master Gland) என்று அழைக்கிறோம். உடலிலுள்ள பிற நாளமில்லா சுரப்பிகள் அனைத்துமே பிட்யூட்டரி சுரப்பியின் ஆளுமையில்தான் உள்ளன.

பிற நாளமில்லா சுரப்பிகளின் இயக்கங்கள் அனைத்தையும் கண்காணித்து சீர் படுத்துவது பிட்யூட்டரி சுரப்பியின் பணி. இதுதவிர பிட்யூட்டரி சுரப்பியிலிருந்தும் பலவிதமான இயக்க நீர்கள் சுரக்கின்றன. உடலின் அனைத்து இயக்கங்களிலும் ஏதோவொரு வகையில் பிட்யூட்டரி சுரப்பியின் ஆளுமை உள்ளது.

இந்த பிட்யூட்டரி சுரப்பியின் இயக்கங்களை சீர்படுத்துவது சகஸ்ராரச் சக்கரமாகும். ஆக, நமது முழு உடலையும் ஆளும் சக்கரமாக சகஸ்ராரச் சக்கரம் உள்ளது. சகஸ்ராரச் சக்கரத்தின் இயக்கம் சரியாக இருந்தால், உடலின் இயக்கங்களும் நலமாக இருக்கும்.

குணம்- சாத்வீகம்.
வாயு- கிடையாது.
லோகம்- சத்ய லோகம்.

கோசம்- சகஸ்ராரச் சக்கரம் நமது ஐந்தாவது கோசமான (சக்தி உடல்) ஆனந்தமய கோசத்தோடு தொடர்புடையது.

ஆனந்தமய கோசம் வலுவாக இருந்தால் தான் மனம், உடல், ஆன்மா ஆகிய மூன்றும் இணைந்து இயங்கும் முழுமையான யோக நிலை உருவாகும்.

ஆனந்தமய கோசமே நமது உடலை ஒரு கோட்டை மதில்போன்று பாதுகாக்கும் சக்தி உடலாகும். இந்த கோசம் வலுவாக இருந்தால் எந்த நோய்க் கிருமிகளும் நமது உடலினுள் நுழையமுடியாது.

அனைத்துவிதமான எதிர்மறை சக்திகளையும் அதிர்வுகளையும் தடுத்து நிறுத்தி, பருவுடலைப் பாதுகாக்கும் சக்தியும் இந்த கோசத்திற்குண்டு.

ஆனந்தமய கோசம் உறுதியாக இருப்பவர்களை நோய்கள் மட்டுமின்றி, பில்லி, சூனியம், ஏவல், சாபம், வசியம் போன்ற எந்த எதிர் மறை சக்திகளும் அண்டமுடியாது.

உடலுறுப்புகள்

வெளிமூளை (செரிபெரல் கார்ட்டெக்ஸ்), வலது கண் ஆகிய இரண்டும் சகஸ்ராரச் சக்கரத்தின் நேரடி ஆளுமையிலுள்ள உடல் பாகங்களாகும்.

சிந்தனை, படிப்பு, கற்பனை ஆகிய அனைத்துமே நமது வெளிமூளையின் செயல்பாடுகளாகும்.

தெய்வம்: சிவன்

அதிதேவதை: வருணன்.

சகஸ்ராரச் சக்கரத்தின் சிறப்புத் தன்மைகள்

- ஆன்மாவானது கருவினுள் சகஸ்ராரச் சக்கரத்தின் வழியாகவே நுழையும்.
- இறக்கும்போது ஆன்மா இந்த சக்கரத்தின் வழியாகவே வெளியேறும்.

(செய்த கர்மங்களின் அடிப்படையில் வெவ்வேறு வழிகளில் ஆன்மா வெளியே செல்லுமென்ற கருத்தை தந்திர யோகம் ஏற்றுக்கொள்வதில்லை. தந்திர யோகத்தின்படி அனைத்து ஆன்மாக்களும் சகஸ்ராரம் வழியாகவே வெளியேறும்).

- ஒரு குழந்தை பிறக்கும்போது சகஸ்ராரச் சக்கரம் திறந்த நிலையிலேயே பிறக்கும்.
- சகஸ்ராரச் சக்கரத்தில் சக்தித் தடை களோ சக்தித் தேக்கமோ உருவாகாது.

- பிற சக்கரங்களை தந்திர யோகப் பயிற்சிகளின் மூலமாக (குண்டலினி சக்தியால்) நம்மால்திறக்கமுடியும். முழு வீச்சில் செயல்படச் செய்யவும் முடியும். ஆனால் சகஸ்ராரச் சக்கரத்தினுள் குண்டலினி நுழைவது தானாகவே நிகழும். நமது முயற்சிகளாலோ அல்லது பயிற்சிகளாலோ அதை நடத்தமுடியாது.

தந்திர யோகப் பயிற்சிகளால் ஆக்ஞை சக்கரம் வரையிலான ஆறு சக்கரங்களையும் திறக்கமுடியும். அதன்பின்னர் அவரவர் கர்மவினைகளின் அடிப்படையில் திடீரென ஒருநாள் தானாகவே குண்டலினி சக்தி சகஸ்ராரத்தினுள் சென்று அதைத் திறக்கும்.

இந்த நிகழ்வே 'முக்தி நிலை' எனப்படும். இந்த முக்தி நிலையை அடைந்தவர்களுக்கு மீண்டும் பூலோகத்தில் பிறவிகள் கிடையாது.

முக்தியடைந்த அந்த ஆன்மா இந்த பூலோகத்தைவிட்டு வெளியேறி, அடுத்த லோகமான புவர்லோகத்தில் சென்று சக்தி உடலாக வாழும்.

துணைச் சக்கரங்கள்

ஆக்ஞை சக்கரத்திற்கும் சகஸ்ராரச் சக்கரத்திற்குமிடையே முக்கியமான பல துணைச் சக்கரங்கள் உள்ளன.

- மன சக்கரம்
- குரு சக்கரம்
- சோம சக்கரம்
- லலான சக்கரம்
- ஞானச் சக்கரம்
- மகாநாத சக்கரம்
- பிந்து சக்கரம்

ஆகியவை முக்கியமானவை. ஆக்ஞை சக்கரம் குண்டலினியால் தூண்டப்பட்டு திறந்துகொண்ட பின்னர், நமது தந்திர யோகப் பயிற்சிகளால் இந்த துணைச் சக்கரங்களை ஒவ்வொன்றாக நம்மால் திறக்கமுடியும்.

குண்டலினி சக்தி சகஸ்ராரத்தைத் திறக்கும் போது ஏற்படும் உணர்வு நிலைகள்

சகஸ்ராரச் சக்கரத்தினுள் குண்டலினி சக்தி நுழையும்போது ஏற்படும் உணர்வு நிலை மனித அனுபவங்களுக்கு அப்பாற்பட்ட ஒரு நிலையாகும். இதையே 'சமாதி நிலை' அல்லது 'ஜீவ சமாதி' என்றும் அழைக்கிறோம்.

இந்த நிலையை அடைந்தவர்களின் தலையைச் சுற்றி ஒளிவட்டம்

(Halo) உருவாகும்.

சமாதி நிலையை அடைந்தவர்கள் தன்னுள்ளே ஒடுங்கிப் போவார்கள். (தாமச நாடி தூண்டப்படுவதால் இது நிகழுகிறது). அவர்கள் நிறைகுடம்; அதன்பின் தளும்பமாட்டார்கள்.

பேச்சு, பிரசங்கம், ஆரவாரங்கள் அனைத்தும் அடங்கிப்போகும். எல்லையற்ற ஆனந்த நிலையில் லயித்திருப்பார்கள். இது இறை யோடு ஒன்றிய நிலை. மனித உணர்வுகளைக் கடந்த நிலை.

இந்த நிலையை அடைந்தவர்கள் எவரும் அந்த நிலை எப்படிப்பட்டது என்பதை விளக்கியதில்லை. அது விளக்கங்களால் புரிந்துகொள்ளமுடியாத ஒரு அனுபவம்.

சகஸ்ராரச் சக்கரத்தினுள் குண்டலினி நுழைந்தால் எத்தகைய உணர்வு நிலை ஏற்படும் என்ற கேள்விக்கு-

'கண்டவர் விண்டிலர்; விண்டவர் கண்டிலர்' என்பதையே பதிலாகக் கூறமுடியும்.

●●●